महाराष्ट्र राज्य शासनाच्या साहित्य विभागाकडून
'प्रथम प्रकाशन आणि प्रौढ विभाग' असे
दोन पुरस्कार १९६९ साली या कादंबरीस प्राप्त झाले.

खळाळ

आनंद यादव

मेहता पब्लिशिंग हाऊस

KHALAL by ANAND YADAV

खळाळ : आनंद यादव / कथासंग्रह

© स्वाती यादव
'भूमी', ५, कलानगर, धनकवडी, पुणे-सातारा रस्ता, पुणे - ४३.

प्रकाशक : सुनील अनिल मेहता, मेहता पब्लिशिंग हाऊस,
१९४१, सदाशिव पेठ, माडीवाले कॉलनी, पुणे – ३०.

अक्षरजुळणी : पीसी-नेट, नारायण पेठ, पुणे - ३०.

मुखपृष्ठ : रवि मुकुल

प्रकाशनकाल : १९६७ /१९८४ / जुलै, १९९३ / सप्टेंबर, २०११
पुनर्मुद्रण : मे, २०१७

P Book ISBN 9788171612635

E Book ISBN 9789386454423

E Books available on : play.google.com/store/books
www.amazon.in

सौभाग्यवती आई
आणि
तीर्थरूप दादा
यांना–

... माझ्या हातून हे पाणी फुटलं

मराठी ग्रामीण कथा आणि खळाळ

मुलाखत - प्रा. द. ता. भोसले

भोसले— यादव, 'खळाळ' हा तुमचा पहिला कथासंग्रह प्रथम १९६७ साली प्रसिद्ध झाला. त्यावेळी त्याचं स्वागत कसं काय झालं?

यादव— चांगलं झालं. अनेक जाणकार टीकाकारांना त्यातल्या कथा आवडल्या. या कथेचं वेगळेपण व तिच्यातली प्रयोगशीलता प्रा. म. द. हातकणंगलेकर, श्री. ज्ञानेश्वर नाडकर्णी यांसारख्या जाणकार समीक्षकांच्या लक्षात आली होती. तिच्यात योजलेल्या बोलीच्या माध्यमाला मात्र अनेकांनी विरोध केला. आज ग्रामीण कथेसाठी बोली सर्रास वापरली जाते; यावरून मी माध्यम म्हणून वापरलेल्या बोलीची अटळता आणि तिचं यश तुमच्या लक्षात येईलच. या संग्रहाला महाराष्ट्र सरकारची दोन पारितोषिकं एकाच वेळी मिळाली होती. पैकी एक प्रथम प्रकाशनाचं; आणि दुसरं प्रौढ विभागातल्या कथासंग्रहाचं. त्याची तुम्हाला कल्पना आहेच. त्यावरूनही त्यावेळी या संग्रहाचं स्वागत कसं झालं असावं याची कल्पना येऊ शकेल. 'सत्यकथे'सारख्या वाङ्मयीन क्षेत्रात मोठी प्रतिष्ठा असलेल्या मासिकानं 'खळाळ'मधील, एखादा अपवाद सोडता, सर्व कथा पाचसहा वर्षांत मोठ्या झपाट्यानं प्रसिद्ध केल्या आणि त्याच गतीनं लगेचच 'मौज'सारख्या दर्जेदार प्रकाशनानं 'खळाळ' संग्रह प्रथम प्रसिद्ध केला. यावरूनही 'खळाळ'मधल्या कथांचं स्वागत त्यावेळी कसं झालं असावं, याची कल्पना येऊ शकेल.

भोसले– वास्तविक तुमच्या 'हिरवे जग' कवितासंग्रहाला आणि 'मातीखालची माती' या व्यक्तिचित्रांना महाराष्ट्र सरकारची पारितोषिकं मिळाली होती. वाचकांचाही प्रतिसाद चांगला होता. तरी तुम्ही कथेकडं कसे काय वळलात?

यादव– मूळचा माझा पिंड कवीचा. मराठी चौथीपासनंच मी कविता करत होतो. हे सांगण्याचा हेतू असा, की साहित्य निर्माण करण्याची आवड, उत्साह मला पूर्वीपासनंच होता. १९५५ साली मी महाविद्यालयात रत्नागिरी येथे गेलो. तिथं प्रथम माझ्या हातात 'सत्यकथा' पडलं. प्रा. रा. वा. चिटणीस, प्राचार्य य. द. भावे हे नामवंत प्राध्यापक आणि कवी मला गुरू म्हणून भेटले. पु. ल. देशपांडे, सौ. सुनीता देशपांडे आयुष्यात आले. व्यंकटेश माडगूळकरांनी पुणे-आकाशवाणीवर माझ्या श्रुतिका ध्वनिक्षेपित करण्यास प्रारंभ केला. या सर्वांचा परिणाम असा झाला, की या काळातील साहित्यविषयक जाणिवेनं मी संस्कारित होऊ लागलो. वाङ्मयीन चर्चांचा, लेखांचा, विचारांचा परिणामही माझ्यावर होत होता. या मंडळींनी प्रत्यक्ष-अप्रत्यक्ष माझ्या ग्रामीण कवितांचं भरपूर कौतुक केलं. ग्रामीण साहित्याची अनेक पुस्तकं मी वाचून काढली. माटे, दिघे, ठोकळ, बहिणाबाई, पेंडसे यांचं ग्रामीण साहित्य वाचलं. व्यंकटेश माडगूळकर, शंकर पाटील यांचं 'सत्यकथे'तनं प्रसिद्ध होणारं साहित्य वाचलं. चंद्रशेखरांचं वि. द. घाटे यांनी लिहिलेलं व्यक्तिचित्र हायस्कूलमध्ये वाचनात आलं होतं. त्यानं प्रभावित होऊन, त्यांची व्यक्तिचित्रं मी कॉलेजात आल्यावर वाचून काढली. 'माणदेशी माणसं' बी. ए. ला आल्यावर वाचून काढली. याचा परिणाम असा झाला, की आपल्याही गावाकडची माणसं आपण रेखाटावीत ह्या हेतूनं मी 'मातीखालची माती' मधली व्यक्तिचित्रं रेखाटली. माझी ही व्यक्तिचित्रं मी बी. ए. ला असतानाच लिहिली होती. याच काळात 'एकलकोंडा' ही कादंबरीही लिहिली होती. या काळात ग्रामीण साहित्य लोकप्रियतेच्या शिखरावर चढत होतं. मिळेल ते ग्रामीण साहित्य वाचून काढत होतो.

१९५९ साली मी पुण्यास आकाशवाणीच्या नोकरीसाठी आणि एम. ए. करण्यासाठी आलो. मराठीचे नामवंत प्राध्यापक आणि समीक्षक यांचा परिचय या काळात झाला. माझी साहित्याची जाण अधिकच वाढत गेली. पण हळूहळू असे दिसू लागले की पीक उदंड असलं तरी प्रकार एकच आहे. नुसता विस्तार चालला आहे, विकास खुंटू लागला आहे.

मी १९६१ साली मराठीचा प्राध्यापक म्हणून नोकरी सुरू केली. माझ्या जाणिवेला आत्मविश्वास पुरवायला ही नोकरी कारणीभूत ठरली. त्यामुळं या काळात ग्रामीण कथा आवर्त तयार करीत आहे, हे माझं तत्कालीन ग्रामीण कथेविषयीचं आकलन अधिकाधिक दृढ आणि स्पष्ट होत गेलं. याचा प्रतिक्रियात्मक परिणाम झाला. 'आपणास ग्रामीण कथा कशी असावी वाटते; ते आपण स्वत:च लिहून बघू या' असं वाटू लागलं नि मी ग्रामीण कथेकडं वळलो.

अर्थात या काळात मी कविता-लेखनही करतच होतो. ते सोडून मी कथालेखनाकडं वळलो; असं मात्र झालं नाही. मात्र हे खरं की मी १९६४-६५ पर्यंत ज्या झपाट्यानं

कविता-लेखन करत होतो तो वेग हळूहळू मंदावत गेला नि कथा-लेखनाचा वेग वाढत गेला.

भोसले- याचं कारण काय असावं?

यादव- प्राध्यापक झाल्यावर माझी अनुभवविषयक जाणीव अधिक विकास पावत गेली. अनुभवलेलं सगळंच काही व्यक्तिचित्रांतनं आणि कवितेतनं व्यक्त करता येत नाही, असं वाटू लागलं. या काळातील मराठी कविताही असं काही स्वरूप धारण करू लागली होती, की ते मला मानवणं कठीण झालं होतं. त्यातून असं वाटू लागलं की कविता आपणास जमतच नसावी. म्हणून कवितेच्या प्रकृतीला जवळची असेल अशीच कथालेखनाची प्रकृती आपणाला स्वीकारता येईल आणि कथालेखन करता येईल असेही वाटू लागलं. यावरून तुमच्या लक्षात येईल, की नुसतीच १९६० च्या आसपासची आवर्त तयार करू लागलेली पूर्वसूरींची ग्रामीण कथा वाचून मी कथालेखनाकडं वळलो असं झालं नाही. पूर्वीपासनंच मी गद्यपद्यात्मक दोन्ही प्रकारचं लेखन करतच होतो.

भोसले– १९६० च्या काळातील ग्रामीण कथा ज्या नामवंत आणि लोकप्रिय कथालेखकांनी लिहिली होती आणि वाचक– समीक्षक यांनाही ती सर्वार्थानं कमालीची आवडत होती, अशा लोकप्रियतेच्या अत्युच्च टोकाला पोहोचलेल्या कथेसारखी कथा तुम्ही न लिहिता 'खळाळ' मधली वेगळ्या स्वरूपाची कथा लिहिली; तिच्या मागची कारणं कोणती?

यादव– या काळात मर्ढेकर, वा. ल. कुलकर्णी यांचे साहित्यकलेविषयीचे विचार मी अभ्यासत होतो. साहित्याच्या क्षेत्रात वाङ्मयीन आत्मनिष्ठा वाढीला लागली होती. आत्ताच सांगितलेले समीक्षक व त्यांचे अनुयायी तिचे पोषण आपल्या वैचारिक लेखांतून करत होते. पुण्यामध्ये मी दोन वर्षे राहिल्यामुळं तेथील साहित्यिकांशी चर्चा करताना आत्मनिष्ठेचा प्रत्यय येत होता. एकूण वाचनाचा व अभ्यासाचा परिणाम असा झाला, की पूर्वसूरींची ग्रामीण कथा त्यावेळी लोकप्रिय होती तरी माझ्या दृष्टीला ती आवर्तात सापडत चालल्याच्या तीव्र जाणिवा होत होत्या. या माझ्या जाणिवेशी प्रतारणा करून मी अनुकरणात्मक लेखन करू शकत नव्हतो. साहित्यातील वेगळेपणाच्या जाणिवेचं महत्त्व ओळखण्याइतका मी प्रौढ झालो होतो, प्राध्यापक झालो होतो.

भोसले– पूर्वसूरींच्या आवर्ताचं स्वरूप कसं होतं? ते कुणी कुणी तयार केलं असं तुम्हाला वाटतं?

यादव– माडगूळकर, मिरासदार, पाटील यांच्या कथांचं वरवरचं अनुकरण करणाऱ्या ग्रामीण लेखकांनी प्रामुख्यानं निर्माण केलं असं म्हणावं लागेल. या लेखकांची ग्रामीण कथा का आणि कसं आवर्त तयार करत गेली, याची सविस्तर

मीमांसा मी 'ग्रामीण साहित्य: स्वरूप आणि समस्या' या माझ्या पुस्तकात 'मराठी ग्रामीण कथेचा स्वरूपविचार' आणि 'मराठी ग्रामीण साहित्याच्या प्रेरणा' या दोन लेखांत विस्तारानं केली आहे, ती तुम्हाला माहीत आहेच. या कथेविषयी मी थोडक्यात असं म्हणेन, की ती प्रामुख्यानं स्पष्टीकरणरूप आणि प्रदर्शनीय, बहिर्मुख वाटत होती. तृतीय पुरुषी निवेदनच फक्त वापरल्यामुळं लेखक जणू पात्रांची वकिली करत आहेत, त्यांच्या डाव्या हाताला वाचक बसलेले आहेत, उजव्या हाताला ग्रामीण पात्रे मुकाट बसली आहेत आणि लेखकच सारखा घडाघडा बोलून नागर वाचकांना माहिती पुरवीत आहे, असं चित्र माझ्या मनासमोर त्यावेळी उभं राहात होतं. अर्थात त्याला काही प्रमाणात माडगूळकर, मिरासदार, पाटील हेही जबाबदार आहेतच.

तुलनेनं गाडगीळ, गोखले, भावे आणि त्यावेळचे इतर चांगले लेखक यांची त्यावेळी प्रसिद्ध होणारी कथा मात्र विविध रूपं धारण करीत आहे, विविधतेनं नटत आहे, याची जाणीव मला होत होती. त्यामुळं ग्रामीण कथेला विविध दिशांनी फुलविता येणं शक्य आहे, याची जाणीव मला या काळात प्रकर्षानं होऊ लागली. या पार्श्वभूमीवर तुम्ही 'खळाळ' मधील कथा पाहणं आवश्यक आहे, अन्यथा तिच्यावर अन्याय होईल असं मला वाटतं. या पार्श्वभूमीवर तुम्ही ती पाहिली तर, ती निश्चितपणे तुम्हाला वेगळी वाटेल.

भोसले– ठीक आहे. आता सांगा, ह्या पूर्वसूरींच्या कथेतल्या उणिवा तुम्ही तुमच्या कथेत टाळण्याचा प्रयत्न कसा केला?

यादव– माझ्यापरीनं मी कसा केला, हे सांगण्याचा प्रयत्न करतो. मला प्रथम असं वाटलं, की ग्रामीण माणूस स्वत:च बोलका झाल्याशिवाय खरी ग्रामीण कथाच जन्माला येऊ शकणार नाही. त्यासाठी तृतीय पुरुषी निवेदनपद्धती काढून टाकली पाहिजे. वाचक आणि ग्रामीण पात्रं यांच्यामध्ये उभा असलेला लेखक त्यामुळं बाजूला होऊ शकेल आणि वाचकाला ग्रामीण जीवनाची प्रत्यक्षता अनुभवता येईल. पात्रं स्वत:चे अनुभव स्वत:च व्यक्त करतील; तरच हे शक्य आहे याची जाणीव झाली.

मी ज्या सामान्य माणसांत, खालच्या स्तरात जगलो, वावरलो, तिथली माणसं स्वत:चे अनुभव आपल्या भाषेत घडाघड सांगत असत. सुखदु:खानं भिजलेली भाषा बोलत असत. त्यांची अशी सांगण्याची एक तऱ्हा होती की जी पूर्वसूरींच्या ग्रामीण कथेत येऊ शकली नव्हती. संवादांमधून तिची फक्त अस्पष्टशी छटा दिसत असे.

दुसरं असं की माझ्या ग्रामीण कवितेत याच्याही पूर्वीपासनं ग्रामीण माणूस स्वत:च बोलत होता, स्वत:च स्वत:ला व्यक्त करत होता; तीच पद्धत मी कथेतही स्वीकारली. पूर्वसूरींच्या ग्रामीण कथेत सरधोपटपणानं वापरली जाणारी गोष्टसदृश, कालक्रमनिष्ठ

पद्धती मी टाकून दिली आणि कथेची भावावस्था आणि तिचा एकूण सूर लक्षात घेऊन वेगळी निवेदनपद्धती स्वीकारली. कलाटण्यांचा उथळ प्रकार सोडून दिला आणि कथेत जे अपरिहार्यपणानं घडत जातं, त्याचा शेवट हेरत कथा पूर्ण करू लागलो. निसर्गवर्णनातला उपरेपणा टाळला, पात्रांच्या बाह्यवर्णनांना फाटा दिला. भावावस्था लक्षात घेऊन आवश्यक तेवढीच निसर्गावस्था रेखू लागलो. त्यांचा प्रतिमात्म आणि प्रतीकात्म वापर करू लागलो. त्यामुळं कथेतील अवांतर तपशिलाची ठिगळं जाऊन एकात्मतेला पोषक तेवढाच मजकूर येऊ लागला. संवादांत अघळ-पघळ बहिर्मुखता येत होती ती टाळली; नि कथेतलं नाट्य, काव्य, भावदर्शन यांना अत्यावश्यक वाटतील तेवढेच छोटे छोटे पण अंतर्मुख वृत्तीचे संवाद योजू लागलो. औचित्य साधून पुष्कळ वेळा पात्रांनाच बोलण्यास, त्यांचे अनुभव सांगण्यास उद्युक्त केलं. त्यामुळं कथेचा सगळा बाज, सगळा घाट, सगळी भाषा ही बदलून गेली. कधी ती नाट्यछटेचं रूप घेऊ लागली, कधी स्वगताचं, तर कधी नुसत्याच संवादांचं रूप घेऊ लागली. त्या त्या कथेत व्यक्त होणाऱ्या कलानुभवाच्या भावावस्थेकडेही माझं अवधान असल्यानं, ती अनुभवाच्या विविध पातळ्यांवर आविष्कार करू लागली. कधी उत्कट, कधी थंड, अलिप्त, कधी काव्यात्म, कधी चिंतनात्म, कधी गंभीर, तर कधी तृतीय पुरुषी निवेदनात्म अशा पातळ्यांवर जाऊ लागली. 'खळाळ' मधील ग्रामीण कथा तुम्ही जर तपासली तर तिची अंगभूत आशयधर्मी वैशिष्ट्यं तुम्हाला दिसतीलच; शिवाय पूर्वसूरींच्या कथेत न दिसणारी इतर अनेक वैशिष्ट्यं दिसतील.

भोसले– कथेतल्या ग्रामीण भाषेविषयीची तुमची भूमिका काय होती?

यादव– माझ्या कथेतील ग्रामीण भाषा मी सरधोपटपणानं आजच्या ग्रामीण लेखकांसारखी वापरली नाही. तिचा कलेचा एक माध्यम म्हणून औचित्य ओळखून विचार केला आणि वापर केला. ग्रामीण भाषेचा माध्यम म्हणून वापर करण्याच्या भूमिकेविषयी मघाशी सांगितलेल्या माझ्या 'ग्रामीण साहित्य: स्वरूप आणि समस्या' या पुस्तकात दोन लेखांत विस्तारानं विचार मांडला आहे. भाषेच्या वापरामुळं, पुढे एकूण मराठी ग्रामीण साहित्याचं स्वरूपच बदलून गेलेलं दिसेल. या ग्रामीण भाषेनं ग्रामीण साहित्याला नुसतं तिचं असं माध्यमच दिलं नाही, तर ग्रामीण जीवनाला, ग्रामीण संस्कृतीला आणि ग्रामीण जीवनातून वर येणाऱ्या लेखकाला साहित्यात व्यक्त व्हायला आत्मविश्वास दिला. त्याचं स्वत्व (आयडेंटिटी) शोधायला त्याचंच शस्त्र त्याच्या हातात धार लावून दिलं.

भोसले– माडगूळकर, मिरासदार, पाटील यांच्या ग्रामीण कथेला मग ऐतिहासिक कार्य काय आहे की नाही? तुमच्या कथेवर त्यांचं काही ऋण आहे, असं तुम्ही मानता की नाही?

यादव– निश्चितच मानतो. प्रत्येक देशातील वाङ्मयाच्या काळाच्या ओघात एक विकास होत असतो. त्या ओघात नवी माहिती, नवं ज्ञान उपलब्ध होत असतं. त्याच्या आधारानं वाङ्मयाच्या संकल्पनाही बदलत असतात. त्यातून नवं साहित्य निर्माण होत असतं. ते त्या काळानुसार अधिक विकसित असतं. याचा अर्थ असा नव्हे, की पूर्वसूरींचं सगळंच वाङ्मय चुकलं. त्याच्या काळात त्यानंही काही कमावलेलं असतंच. १९५० ते ६० मधल्या ग्रामीण कथेनंही निश्चित काही कमावलेलं आहे. माडगूळकरांच्या कथेनं काळाच्या ओघात खरं काही कमावलं असेल तर, अनुभवाकडं कलात्मक अलिप्ततेनं पाहायला शिकवलं. अनुभवाचं अनुभव म्हणून मोल तिनं ओळखलं. साहित्यात व्यक्त होणाऱ्या अनुभवातील पात्रांवर आणि प्रसंगांवर आपली दृष्टी लादायची नाही, उघड उघड आरोपित करावयाची नाही, आपणास आलेल्या समाजातील अनुभवांचं, पात्र-प्रसंगांचं अलिप्तपणानं जे काही आकलन झालं असेल ते वस्तुनिष्ठ मांडावयाचं, ही दृष्टी माडगूळकरांनी कथेला दिली. शंकर पाटील यांनी ग्रामीण कुटुंबातील व्यक्ती-व्यक्तींमधील आणि व्यक्तीच्या मनातील ताणांवर आपली दृष्टी केंद्रित केली. ते ताण कलात्मकतेनं निसर्गाचा प्रतिमात्म वापर करून मॅग्निफाय करून दाखविले. द. मा. मिरासदार यांनी एकूणच मराठी कथेच्या अंगानं ग्रामीण जीवनातील विनोद फुलवून दाखविला. १९६० पर्यंतच्या ग्रामीण साहित्यातील अनुभवाला या तिघांचं हे योगदान आहे. त्यांचं हे ऋण ग्रामीण साहित्यिक या नात्यानं मला स्वीकारावंच लागतं.

हे परिमाण १९५० पूर्वीच्या ग्रामीण साहित्यातील अनुभवाला नव्हतं. मात्र या तिघांच्या अनुभवांतील सामाजिकतेचा आवाका आणि त्यांच्या पूर्वीच्या...१९२५ ते १९५० मधील साहित्यातील आवाका काही वेगळा नाही, हे स्पष्टपणे नमूद केलं पाहिजे. व्यंकटेश माडगूळकर यांचा तर नाहीच नाही. काही बाबतीत शंकर पाटील यांचा आहे, असं मानावं लागतं. त्यांच्या अनुभवातील कौटुंबिकतेचा व मानसिक ताणांचा आवाका पूर्वसूरींपेक्षा वेगळा आहे. एकूण ग्रामीण अनुभवविश्वाला तो विकसित करणारा आहे. मिरासदारांनीही विनोदाच्या अंगानं ग्रामीण अनुभवाला विकसित केलं. इथं मी या लेखकांच्या कथेचं एकूण वाङ्मयीन मूल्यमापन करत नसून, फक्त त्यांच्या अनुभवविश्वाच्या वेगळेपणाविषयी ऐतिहासिक दृष्टीनं बोलत आहे हे लक्षात असेलच.

भोसले– ग्रामीण भाषा माध्यम म्हणून वापरण्याच्या बाबतीत यांची भूमिका काय आहे?

यादव– र. वा. दिघे, श्री. म. माटे, ग. ल. ठोकळ, श्री. ना. पेंडसे यांची जी ग्रामीण भाषा गद्य साहित्यात वापरण्याची जाणीव होती, तीच व्यंकटेश माडगूळकर यांची होती. या चौघांनी ग्रामीण भाषेतील अनेक शब्द नागर रूपात वापरून आपली निवेदन पद्धती सज्ज केली आणि संवादात ग्रामीण भाषेचाच वापर केला, त्याचे

सर्वाधिक श्रेय माटे यांच्यापेक्षा र. वा. दिघे यांना जाते. त्यानंतर माटे येतात. त्यानंतर ठोकळ, पेंडसे क्रमानं येतात. मिरासदारांचीही भाषिक जाणीव अशीच आहे. या बाबतीत 'पडघवली'कर्ते गो. नी. दांडेकर, शंकर पाटील, उद्धव शेळके यांची जाणीव अधिक ग्रामीणतेकडं झुकणारी आहे. माडगूळकर–मिरासदार यांच्यासह पहिले चौघे ग्रामीण शब्द नागर अंगानं संस्कारित करून नागर भाषेत निवेदन करत होते; तर दांडेकर, पाटील, शेळके यांनी ग्रामीण भाषेच्या वाक्यांचाही पोत नागर भाषेत आणला आणि पुष्कळसे ग्रामीण शब्द ग्रामीण रूपातच नागर भाषेत ते वापरू लागले. त्यामुळे त्यांची निवेदनाची भाषा ग्रामीणतेकडं विशेष झुकू लागली. हा त्यांनी ग्रामीण भाषेचा माध्यम म्हणून कलात्मकतेनं विकास केला, असं दिसून येईल. ही वृत्ती त्यावेळच्या ग्रामीण वाचकाला ग्रामीणतेच्या दिशेनं अधिक पुढच्या टप्प्यावर नेणारी होती.

निवेदनपद्धतीच्या बाबातीतही दांडेकर–पाटील यांनीच काही प्रयोग केले. दांडेकरांनी 'पडघवली'त आत्मनिवेदनाची पद्धती वापरली. पाटील यांनी मूलतः तृतीय पुरुषी निवेदनपद्धतीच स्वीकारली, पण मधूनच ते मनानं पात्रगत होऊन पात्राला पात्राच्या भाषेतच क्षणकाल वाचा फोडतात आणि पुन्हा तृतीय पुरुषी निवेदनाकडं वळतात. शिवाय सबंध कथेला पाटील पात्राच्या मन:स्थितीची डूब देतात. त्यामुळं त्यांचा निसर्ग पुष्कळ वेळा पात्राच्या मन:स्थितीच्या ताणाचं प्रतिमात्म रूप बनतो. मिरासदार–माडगूळकर यांनी मात्र 'कहाणी'ची कालक्रमनिष्ठा परंपरागत तृतीय पुरुषी निवेदनपद्धती स्वीकारली.

म्हणजे ग्रामीण अनुभवाच्या, भाषेच्या आणि निवेदनाच्या बाबतीत ग्रामीण कथा शंकर पाटील यांनीच अधिक पुढच्या टप्प्यावर खेचली. म्हणून ग्रामीण कथेला जाणीवपूर्वक कलात्मक रूप देण्याचा पाटील यांचा प्रयत्न विशेष महत्त्वाचा आहे.

पण या १९६० या आसपासाच्या काळात ग्रामीण कथा लोकप्रियतेच्या उंच लाटेवर होती. माडगूळकर, मिरासदार, पाटील यांचे वरवरचं पण जोरकस अनुकरण चालले होते. या गडबडीत पाटील यांचे प्रयोग कुणा समीक्षकाच्या किंवा नंतरच्या येणाऱ्या तरुण ग्रामीण लेखकाच्या लक्षात आले नसावेत. या वाङ्मयीन पार्श्वभूमीवर मी कथा लिहायला प्रवृत्त झालो आणि शंकर पाटील यांच्या कथेचा पुढचा टप्पा आपणाला गाठता येईल असं मला वाटू लागलं.

भोसले– वास्तविक शंकर पाटील प्रयोग करतच होते. अशा वेळी तुम्हांला त्या प्रयोगांचा विस्तार करता आला असता.

यादव– नुसताच विस्तार करण्यापेक्षा काही विकास साधण्याची मला आवश्यकता वाटत होती.

भोसले– का?

यादव– पाटलांच्या कथेत माझ्या नजरेला काही त्रुटी जाणवत होत्या. त्यांचा निरास करता येईल असं मला वाटत होतं. पाटील कथेतील मानसशास्त्रीय ताणांवर विशेष भर देऊन ते मॅग्निफाय करत होते. या ताणांचं चित्र पुरेसं रेखाटलं की कथेचा शेवट करत होते. या त्यांच्या वृत्तीमुळं, त्यांची कथा 'घटना' पूर्ण होण्याच्या दृष्टीनं अपुरी वाटत होती. मॅग्निफिकेशनमुळं ताण अतिगडद होत होते. वास्तवाच्या दृष्टीनं ते कित्येक वेळा अतिशयोक्त झाल्यासारखे वाटत. 'घटना' अपुरीच ठेवल्यामुळं कथेला पूर्णता आल्याचं समाधान मिळत नसे. एखाद्या घटनेत व्यक्ती सापडते आणि तिच्या मनावर ताण येतो. या ताणातून मुक्त होण्यासाठी ती क्रिया-प्रतिक्रियारूप वर्तन करते आणि त्यातून ती मुक्त होते किंवा अधिकाधिक सापडत जाते, असं काहीतरी होते. असं असेल तर, नुसतं एकदेशीय ताण रेखाटणं कथेच्या दृष्टीनं अपुरं आहे असं मला वाटलं. ताणाइतकीच एकूण घटनाही कथेत पूर्ण झाली पाहिजे. याची मला जाणीव झाली.

दुसरं असं की पात्राच्या मनातील ताण व्यक्त करायचे हा मुख्य हेतू असेल तर, पात्रालाच बोलकं करण्यासाठी जरूर होती. यासाठी तृतीय पुरुषी निवेदनपद्धतीचा त्याग करण्याची जरूर होती. यासाठी तृतीय पुरुषी निवेदनपद्धती ही जर अध्याहृत असलेल्या लेखकाची असेल, तर मग तिला पात्राच्या मन:स्थितीची डूब देऊन निसर्गाचं रेखाटन करण्याचं प्रयोजनच काय; असाही तर्क माझ्या मनात आला. एखादं पात्र विशिष्ट मन:स्थितीत निसर्ग अनुभवत असेल; तरच त्या निसर्गाला त्याच्या मन:स्थितीची डूब मिळेल. लेखक तृतीय पुरुषी निवेदन करताना ती डूब देण्याचं कारण नाही, असं वाटलं. पाटील निसर्गवर्णनाच्या बाबतीतही तपशिलाचा भरणा फार करताहेत, त्यामुळं कथा अवाजवी पसरली जाते, तिची गती रोधली जाते, असं मला वाटे. नुसत्याच ताणांचं वर्णन केलं तर कथा स्थितिशील होते, असंही जाणवे. या त्यांच्या कथेतील त्रुटींचा निरास करून आपण कथा लिहावी, असं वाटे. त्यात माझं वाङ्मयीन व्यक्तिमत्त्व काय वेगळं असेल ते मिसळून 'खळाळ'मधील कथा पुढं जाण्याचा प्रयत्न करताना तुम्हाला दिसेल.

भोसले– १९५० ते ६० मधील या कथालेखकांना असंही वाटत असेल की, 'आत्मविष्कार गृहीत धरूनही आपली कथा शेवटी वाचकासाठी असते. आपला आजचा वाचक तर प्रामुख्यानं नागर आहे, ग्रामीण कथेतनं व्यक्त झालेला अनुभव त्याला सर्वार्थानी आणि सर्वांगांनी अनुभवता आला पाहिजे.' म्हणून जर त्यांनी ग्रामीण भाषेतील शब्द नागर भाषेत लवचिकपणे वाकवले आणि वापरले व नागर भाषेत निवेदन केलं, तर त्यात बिघडलं कुठं? केवळ एवढ्याच कारणासाठी ती कथा अ–कलात्मक किंवा कृत्रिम आहे असं म्हणणार काय?

यादव– तसं म्हणता येणार नाही. त्या त्या काळात झालेल्या गोष्टी त्या त्या

वेळी योग्यच असतात. कारण त्यांना काही तात्कालिक कारणं असतात. माडगूळकर, मिरासदार, पाटील ज्या काळात लिहीत होते, त्या काळात वाचकवर्ग प्रामुख्यानं नागर होता. त्याला समजण्यासाठीही त्यांनी तशी भाषा व निवेदनपद्धती वापरली असेल. पण ग्रामीण कथेनं आरंभापासूनच तृतीय पुरुषी निवेदनपद्धतीपेक्षा आणखी काही वेगळी पद्धती असू शकते, हेच मुळी नाकारलं. त्यामुळं तिचा विकास खुंटण्याची शक्यता निर्माण झाली होती. अनुभवाच्या विविध परी असतात तशा त्याच्या आविष्काराच्याही विविध परी असतात. त्यांना जर त्या मिळाल्या नाहीत, तर अनुभवाची विविध परिमाणं नष्ट होण्याची शक्यता असते. म्हणून परंपरागत वाचकालाही थोडं पुढं पुढं खेचत नेण्याचं कार्य चांगला साहित्यिक करत असतो. मर्ढेकरांचं, पु. शि. रेगे, गंगाधर गाडगीळ यांचं या बाबतीत उदाहरण देता येईल. पाटलांनीच याबाबतीत काही कार्य केलं आहे. त्यांच्या पुढं जाण्याची धडपड मला करावीशी वाटली. हे काळाच्या ओघात सतत होतच राहणार. समाजव्यवहार (वाङ्मय व्यवहार त्यातच आला) आणि मानवी मनं हीच मुळी प्रवाही असतात. पुढं पुढं जात असतात.

भोसले— १९६० पूर्वीच्या ग्रामीण लेखकांच्या कथेतील ग्रामीणता आणि तुमच्या कथेतील ग्रामीणता, हिच्यात काही मूलभूत फरक आहे असं तुम्हाला वाटतं काय?

यादव— ग्रामीणता म्हणजे तुम्हाला नेमकं काय अभिप्रेत आहे?

भोसले— ग्रामीणता म्हणजे एकूण ग्रामीण जीवनाचं भावणारं स्वरूप. तुमच्या कथेत ते शुद्ध केलेल्या पाण्यासारखं आलं आहे. मी ग्रामीणतेचे तीन टप्पे मानतो. एक : गढूळ, पुराच्या पाण्यासारखी; दोन : खाली चिखल— गाळ बसून निवळलेल्या पाण्यासारखी; नि तीन : निवळलेलं पाणी तापवून वाफेचं पुन्हा पाणी केल्यासारखी. तुमच्या कथेतील ग्रामीणतेची जाणीव ही तिसऱ्या प्रकारची वाटते.

यादव— तुम्हाला काय म्हणावयाचं आहे हे लक्षात आलं. एखाद्या लेखकानं 'ग्रामीण' कथा लिहिण्याचा निश्चय केला असेल तर, त्याच्या व्यक्त होऊ पाहणाऱ्या अनुभवातील 'ग्रामीणता' अधिकाधिक जपण्याचा प्रयत्न त्यानं जरूर केला पाहिजे, असं मला वाटतं. साहित्यात साहित्यवस्तूची घटकांतून ग्रामीणता कशी अवतरत असते, याचं विवरण मी 'ग्रामीणता : साहित्य आणि वास्तव' या माझ्या दुसऱ्या पुस्तकात एक-दोन लेखांत विस्तारानं केलं आहे. ग्रामीण कथेसाठी ग्रामीण भाषा यशस्वीपणे वापरली तर, सकृद्दर्शनीच कथा ग्रामीणता धारण करत असते. तिचं दृश्य रूप ग्रामीण वाटू लागतं. घटना, प्रसंग, पात्रं, परिसर यांचं नागर मनानं, नागर भाषेत वर्णन करू लागलात तर, तेवढ्या प्रमाणात ग्रामीणता दूषित होते किंवा गढूळली जाते, असं म्हणता येईल. तृतीय पुरुषी नागर भाषेतील निवेदन हे अशा

रीतीनं ग्रामीणता गढूळ करण्यास कारणीभूत होतं असं म्हणावं लागेल. 'खळाळ'मधील कथेत घटना, प्रसंग, पात्रं, निसर्ग, पात्रांचं मन, त्यांची भाषा हे ग्रामीणच ठेवलं आहे. नागर मनाचा, वृत्तीचा त्याला स्पर्श होऊ न देण्याचा प्रयत्न केला आहे. सर्व घटकांत ग्रामीण 'मना'ला महत्त्व दिलं आहे, म्हणून ती कथा तुम्हांला विशेष ग्रामीण वाटते किंवा तिची ग्रामीणता शुद्ध पाण्यासारखी वाटते. ग्रामीण मनाच्या प्रत्यक्ष अभिव्यक्तीशिवाय खरी ग्रामीण कथा जन्माला येणार नाही, या जाणिवेतनं हे सगळं घडलं आहे.

भोसले– तुमच्या कथेतला आशय आणि तुमच्या अगोदरच्या पूर्वसूरींच्या कथेतला आशय यांमध्ये काही फरक आहे का? 'खळाळ' मध्ये मला थोडा तो जाणवतो.

यादव– कुठं?

भोसले– माडगूळकरांची ग्रामीण कथा जीवनातलं दारिद्र्य, भूक आणि नीतिमत्ता यांच्या चौकटीत बसणारा आशय व्यक्त करते. त्यांच्या कथेतील गरीब माणूस दारिद्र्यातही वरिष्ठांच्या सहवासात आणि सेवेत गेलेलं आपलं आयुष्य सार्थकी लागलं असं मानतो. माडगूळकरांच्या कथेतील 'मी' शी जेव्हा ही पात्रं बोलतात, त्याच्याशी वर्तन करतात, त्याच्याकडं किंवा त्याच्या संबंधिताकडं येऊन जेव्हा उद्गार काढतात, त्यावरून हे लक्षात येतं. तुमच्या कथांतील पात्रं मात्र अशी वरिष्ठांना कुठं भेटताना दिसत नाहीत. उलट 'चाकरी', 'इंजेन' यांसारख्या कथांतली पात्रं वरिष्ठांपासनं दूर जाण्याचा प्रयत्न करतात. ती त्यांच्या बरोबरीच्या माणसांतच अधिक रमतात, खुली होतात, आपले जगण्याचे प्रश्न मांडतात. त्यामुळं ती जगताना अधिक मुक्त वाटतात. वरिष्ठांची कृपा त्यांना जगायला पुरेशी वाटत नाही. आपलं आपण जगलं पाहिजे, आपणच आपले प्रश्न सोडविले पाहिजेत असं त्यांना वाटतं. हा फरक कशामुळं पडला असं तुम्हाला वाटतं?

यादव– हा फरक ज्या सामाजिक स्तरातून मी आलो त्यामुळं पडला असावा, असं वाटतं. माडगूळकर, मिरासदार, पाटील ही लेखक मंडळी तरी, गावचा कुळकरणी, वतनदार, पाटील यांसारख्या ग्रामीण वरिष्ठ वर्गातूनच आलेली आहेत. तेव्हा त्यांना येणारे अनुभव त्या अंगानंच येणं स्वाभाविक आहे आणि अनुभवाचा त्या अंगापुरताच विचार होऊनच त्याच्या मनात ग्रामीण माणूस आकाराला येणं स्वाभाविक आहे. उलट, मी दुसऱ्याच्या शेतावर राबणाऱ्या कुटुंबातनं आलोय. त्याच ग्रामीण स्तरात बरोबरच्या माणसांजवळ स्वत:ला मुक्तपणानं व्यक्त करताना ती माणसं मी अनुभवली आहेत. त्याचा परिणाम माझ्या साहित्यदृष्टीवरही झाला असावा. अर्थात हा ज्या त्या लेखक-व्यक्तिमत्त्वाचा भाग असतो. पण माझ्या कथेतील माणसं आणि शंकर पाटील यांच्या कथेतील माणसं मला बरीचही संवादी

स्वभावाची दिसतात. त्यांचीही पात्रं वरिष्ठांच्या उपकाराखाली तशी जगत नाहीत; स्वतंत्र जगतात.

तुमच्या लक्षात दुसरी एक गोष्ट आणून देतो. माझ्या अगोदरची बरीचशी ग्रामीण कथा 'ग्रामात' घडताना तुम्हांला दिसेल. 'खळाळ'– मधील माझी कथा प्रामुख्यानं ग्रामसंस्कृतीचं केंद्र असलेल्या शेतावर घडताना दिसेल. या शेतात रोजगारी माणूस आला, की तो बरोबरीच्या माणसांत मोकळाढाकळा होऊन बोलतो. पण तो गावात गेला की नाही म्हटलं तरी, गावातल्या वरिष्ठांच्या दबावाखाली वर्तन करत असतो, हेही ग्रामीण मानसशास्त्र लक्षात घ्या. पण आशय एकमेकांपेक्षा वेगळा असणं म्हणजे श्रेष्ठ वगैरे असणं; असा मात्र त्याचा अर्थ मी घेत नाही.

भोसले– तुम्ही घाटाच्या बाबतीत काही प्रयोग केल्याचं माझ्या नजरेस आलं. उदाहरणार्थ, नाट्यछटा, स्वगत, ललित निबंध, शब्दचित्र, संवाद नाट्य यांचे जणू मोल्ड करून कथेच्या घाटात एकजीव करून टाकलेत. असं करण्याचा पाठीमागचा हेतू काय?

यादव– मघाशीच मी तुम्हाला सांगितलं की ग्रामीण कथा अनेक रूपांनी फुलून यावी, असं मला वाटत होतं. अर्थात मनाशी हिशेब घालून मी तुम्ही म्हणता ते घाट मोल्ड केलेले नाहीत. एखादा कथा होऊ पाहणारा अनुभव न्याहाळताना मला त्याची काही वैशिष्ट्यं जाणवत होती, त्या वैशिष्ट्यांना योग्य तो अवसर मिळावा म्हणून मी लेखन करत होतो. अगदी आरंभी मी जे कथालेखन केलं, ते फक्त अनुभवांचं लेखन होतं. तत्कालीन 'ग्रामीण कथा' हा प्रकारच डोक्यातून काढून टाकून मी ते करत होतो. 'सत्यकथा–मौज' मधून अगदी प्रथम प्रसिद्ध झालेली माझी लेखनं 'कथा' या नावाखाली प्रसिद्ध न करता मी 'घटका' या नावाखाली प्रसिद्ध केलेली आहेत, याची इथं आठवण करून द्यावीशी वाटते. 'तुम्ही कोणताही एखादा जिवंत अनुभव लिहा; ती कथा असते' असं एका इंग्रजी लेखकानं नवकथेची व्याख्या करताना म्हटलं आहे. ते जणू मी अनुसरत होतो.

भोसले– तुमच्या 'खळाळ'मधल्या कथेमध्ये काव्यात्मता अधिक येताना दिसते. प्रतिमाही विशेष येतात. त्यांच्या द्वारा तुम्हांला काही वेगळं साधावंसं वाटलं?

यादव– याचं दुहेरी उत्तर द्यावं लागेल. १९६० पूर्वीची ग्रामीण कथा ही एकदम गद्य होती. स्थूल मानानं तिचे ठसे वाचकाच्या मनावर असेच उठत होते. ग्रामीण माणूसही काव्यात्म जगू शकतो, याची मला जाणीव होती. लोकगीतांतून दिसून येणारा त्याच्या जीवनाचा हा घटक या ग्रामीण कथेत मला कुठं दिसत नव्हता. तो या कथेत आणला पाहिजे असं मला वाटत होतं. याचं दुसरं कारण, मी स्वत: पिंडानं कवी होतो आणि असे अनुभव ग्रामीण कथेत कुठं दिसतच नाहीत म्हणून अस्वस्थ होत होतो. त्यामुळं माझ्या कथेत काव्यात्मता आलेली दिसते.

कविपिंडाला सर्वसामान्य माणसापेक्षा अधिक उत्कटतेनं, अधिक संवेदनेनं, अधिक तरलतेनं अनुभव घेता येतो. दुसरं असं की याच पिंडाचा धर्म असलेल्या कल्पनाशक्तीमुळं कोणतेही अनुभव घेताना आनुषंगिक समतान अनुभव आठवू लागतात. या आठवणाऱ्या अनुभवांचाही मूळ अनुभवाशी संवादी-विरोधी संबंध मानसशास्त्रीयदृष्ट्या असतो. प्रतिमा-प्रतीकशक्ती ही ह्याचाच परिपाक असते. समतान अनुभव मूळ अनुभवांशी एकजीव होण्याची प्रक्रिया म्हणजे प्रतीक-प्रतिमा यांचा जन्म. या प्रतीक-प्रतिमांमुळं अनुभवातली काव्यात्मता भाषेत ग्रथित करता येते, तसेच त्या अनुभवाला अनेकार्थता जागोजागी प्राप्त होत जाते. प्रसंगी सूचकता, सघनता, गोळीबंदपणा यामुळं आणता येतो. कविपिंडामुळं मला ते जमून गेलं.

जाता जाता इथं आणखी एक गोष्ट स्पष्ट करतो. वास्तवविश्व आणि कलेचं विश्व एकमेकांपासून अलग ठेवायला ही प्रतिमा-प्रतीकंच प्रामुख्यानं कारणीभूत होतात असं मला वाटतं. हे सांगण्याचा हेतू असा की पूर्वसूरींची कथा वास्तवाशी घनिष्ट संबंधित वाटते याची जी अनेक कारणं आहेत, त्यांतील एक नकारात्मक कारण म्हणजे, तिच्यात प्रतिमा-प्रतीकांचा वापर नाही आणि माझी कथा विशेष कलात्मक वाटते त्याची अनेक जी कारणं आहेत त्यांतील हे एक कारण आहे, असं मला सुचवायचं आहे. अर्थात कलात्मकता वास्तवापासून वेगळी असते, म्हणजे वास्तवाला विरोधीच असते, असं नव्हे. ती व्याघाती असते; विरोधी नसते.

भोसले– थोडंसं ‘खळाळ’ नंतरच्या कथांसंबंधी विचारतो.

यादव– विचारा ना.

भोसले– ‘खळाळ’ नंतरच्या तुमच्या कथांतील आशय– अभिव्यक्तींत बदल होत गेल्याचं जाणवतं. तो कशामुळं पडला?

यादव– मी मघाशी बोलताना म्हणालो की ‘खळाळ’ मधील प्रयोगशील कथेला तत्कालीन वाङ्मयीन संदर्भ आहे. कोणत्याही देशातील वाङ्मयात जी प्रयोगशीलता अवतरते तिच्या अनेक कारणांपैकी एक महत्त्वाचं कारण असं असतं की, पूर्वसूरींच्या वाङ्मयात कुठं तरी साचेबंदपणा आलेला असतो. त्या वाङ्मयानंच निर्माण केलेल्या आवर्तात ते वाङ्मय घोटाळत राहात असतं. अशा वेळी कुणीतरी लेखक येतो आणि त्या विशिष्ट वाङ्मयाला सापेक्षतेनं नव्या दिशा आपल्या निर्मितीच्या आधारानं दाखवतो, नवं परिमाण देतो. ही निर्मिती म्हणजे त्याचं प्रयोगशील वाङ्मय असतं.

पण या प्रयोगशील वाङ्मयातील नव्या दिशा, नवी परिमाणं म्हणजे काही साहित्यात व्यक्त होऊ पाहणाऱ्या अनुभवाचं तेवढंच सारसर्वस्व नसतं; किंवा अनुभवांचं समग्र दर्शनही नसतं. या प्रयोगशील वाङ्मयातील अनुभव हे पूर्वसूरींच्या तुलनेनं नव्या दिशांना विशेष वळलेले असतात. त्यांचा हा कल पूर्वसूरींच्या

वाङ्मयाच्या पार्श्वभूमीवर विशेष उठून दिसत असतो. प्रयोगशील वाङ्मयाचं हे स्वरूप असतं.

प्रयोगशील वाङ्मयाचं हे स्वरूप तात्कालिक असतं. तात्कालिक अशा अर्थानं की, त्यानं दाखविलेल्या दिशा आणि परिमाणं पोटात घेऊन, तसंच पूर्वसूरींच्या वाङ्मयातील त्रुटी बाजूस सारून आणि (या पूर्वसूरींच्या वाङ्मयानं) गाठलेला वाङ्मयप्रवाहातील टप्पा, तोही पोटात घेऊन नंतरच्या वाङ्मयाला पुन्हा पुढं जाणं आवश्यक असतं. प्रयोगशील वाङ्मयानं दाखविलेल्या नव्या दिशांना आणि परिमाणांनाच जर नंतरचं वाङ्मय कवटाळत बसलं तर, पुन्हा त्याचं नवं आवर्त तर तयार होईलच; पण ते वाङ्मय अनुभवाच्या समग्रतेला सामोरं जाऊ शकणार नाही.

'खळाळ' मधील माझ्या ग्रामीण कथेनं पूर्वसूरींच्या कथेच्या तुलनेनं प्रयोग केले. पण मी तसंच लेखन जर करत राहिलो असतो तर, मला येणाऱ्या अनुभवांतील समग्रता मला संतुलितपणे पकडता आली नसती. माझी कथा दाखविलेल्या नव्या दिशांना व परिमाणांनाच सतत कलती राहिली असती आणि मला येणाऱ्या विविध प्रकारच्या अनुभवांना पारखी झाली असती. म्हणून मी 'खळाळ' मधील ग्रामीण कथेतनं मनानं मुक्त होऊन पुन्हा वेगळ्या घाटाची कथा लिहू लागलो.

भोसले– या तुमच्या वेगळ्या घाटाच्या कथेचं स्वरूप थोडक्यात स्पष्ट करता येईल का?

यादव– येईल की. 'डवरणी' मध्ये तुम्हाला ते दिसेल. १९७० नंतर मराठी ग्रामीण जीवन झपाट्यानं बदलत गेलं. विशेषत: पश्चिम महाराष्ट्रातलं. ह्या बदलानं जणू मला सबंध महाराष्ट्राच्या भावी काळातील बदलाची 'पायलट' योजनाच सप्रयोग दाखवून दिली. हा बदल १९६० च्या आसपास सुरू झाला होता. आशयाच्या अंगानं हा बदल मला काही नवं देत होता.

१९६५-६७ च्या आसपास मला याची चाहूल लागत होती. १९६६ मध्ये लिहिलेली माझी 'इंजेन' ही 'खळाळ' मधील कथा १९६७ च्या मार्चच्या 'सत्यकथेत' आलेली आहे. माझ्या ग्रामीण साहित्यातील सामाजिक आशय तिथनं बदलायला सुरुवात झाली असं म्हणता येईल. येथून पुढे मी नुसतं बदललेलं खेडं माझ्या कथांत आणण्याचा प्रयत्न करत होतो. 'डवरणी' मधील अनेक कथांतून तुम्हांला याची चाहूल लागेल. या संग्रहातील कथा १९६५ ते ७५ मधल्या आहेत.

या दहा वर्षांच्या काळात माझाही मानसिक आणि बौद्धिक विकास होत होता. ग्रामीण जीवनाविषयीची माझी कल्पना अधिक व्यापक होत होती. सगळा देशच ग्रामीणांचा आहे, या देशातील लहान मोठी शहरे ग्रामीण भागावरच पोसतात, हा देशच मुळी शेतीप्रधान आहे. त्यामुळे ग्रामीण साहित्य अधिक व्यापक पातळीवर व्यक्त झालं पाहिजे; असं वाटू लागलं.

या काळात मी पीएच. डी. च्या पदवीसाठी संशोधन करत होतो. त्यासाठी साहित्यप्रकाराविषयीची मीमांसा मला वाचावी लागत होती. अनुषंगाने याचा परिणाम असा होत होता की मी 'कथा' या साहित्यप्रकाराची स्थायी प्रकृती शोधत होतो. त्यातून प्रयोगशीलतेची तात्कालिकता माझ्या लक्षात आली. याच काळात म्हणजे १९७० साली १९२५ ते १९७० पर्यंतच्या ग्रामीण कथेचं वाचन करून मी तिचा अभ्यास केला आणि 'मातीतलं मोती' हा निवडक मराठी ग्रामीण कथांचा संग्रह संपादित केला. त्या निमित्तानं विवेचक दीर्घ प्रस्तावना लिहिली. ती लिहिताना एकूण ग्रामीण कथेची वैशिष्ट्यं माझ्या लक्षात आली. या सर्वांना पोटात घेणारी स्थायी स्वरूपाची ग्रामीण कथा कशी असू शकेल याचा अंदाज माझ्या परीनं मी बांधला आणि हळूहळू त्या दिशेनं पुन्हा लेखन करू लागलो. ती कथा म्हणजे 'डवरणी' मधील कथा. मला वाटतं 'खळाळ' च्या संदर्भात 'डवरणी' मधील कथेसंबंधी एवढं पुरेसं आहे.

अनुक्रमणिका

धुणं / १
राजावाणी / ९
चाकरी / १२
वरातीचा शालू / २१
गाळ / ३०
माणूस / ३७
सुख / ४०
वारकरी / ४८
वखार / ५३
मुंडरी / ६२
सासुरवाशीण / ६४
उनाचं / ६७
मुद्या / ७१
बाळापाडा / ८०
सातवं / ८९
घातमोड / ९३
चटावलेला / ९६
सून / १०३
ओझं / ११२
माघारी / १२४
इंजेन / १३१
बायकू-पोरं / १३९
मोट / १४६
कथा / १५३

धुणं

मनात असतील तेवढी हिरवी पानं उघडी करून त्येंच्या सावलीत थंडपणानं बसलेली झाडं. मधनंमधनं ती पानं भरून उकळणारी वाऱ्याची झुळूक. झाडांचं शेंडं माळाच्या पलीकडं घराच्या वाटंला डोळं लावून डोळ्यात वाट, वाटंवरची माणसं रुजवून घेत हुतं. त्या वाटंवर काय हालतंय काय बघत हुतं... त्या झाडांच्या तळात येशाची मोट. माणसाच्या मनातल्या मनात कायबाय चालतंय; बाहीर कुणालाच काय दिसत न्हाई; तशी ती मोट. थंडगार पाणी भरलेल्या हिरीच्या मनात उतरणारी. धा-धा घागरी पाणी आपल्या पोटात घेऊन वर येणारी. वर येऊन पाटात पाणी वतायचं. खळखळून त्येला हसवायचं. पाटाला थरारून सोडायचं.

धाव बैलाचं जाणंयेणं मोजत पडून ऱ्हायलेली. अंगावर बैलांच्या पायांच्या गुदगुल्या उठल्यावर येशागत मनातल्या मनात हसणारी.

पाटाचं पाणी वाकुऱ्यात यावं तसं येशाचं हसू व्हटावर येत हुतं. तोंड गारेगार करून जाईत हुतं... तानी अजून आली न्हवती. धुणं घेऊन अगदी आलबत येणार म्हणून तिनं येशाला सांगिटलं हुतं. मालकबी आज मळ्यात न्हवता. गावात आपल्या कामासाठी गेला हुता... पाणक्या लांब तिकडं वड्याकडंला पाणी पाजाय लागलाय. उसाला पाणी लावलंय.

लावणीचा ऊस अजून कवळा. उसात माळवं घाटलंय. उगवूनबी आलं न्हाई. मक्का, वरणा, पोकळ्याची भाजी, कोथमिरीचं टोचं, समदंच माळवं सोवळं. बायकांच्या धुण्याचं पाणी गेलं तर त्येला इटाळ. ते उगवून यायच्या आतच करपून जायचं. मालक मग येशाला धरून बडवंल. त्योच कुठल्यातरी बाईला धुणं धू देणार. त्येच्याबिगार दुसरा मोटक्या कोणबी न्हाई. माळवं आलं न्हाई तर समदाच इचकोबा.

...बायकांच्या धुण्यानं पीक उगंचच्या उगंच कसं करपंल? पिकाला काय माणसागत कळतंय? कायतरी येडी भावना हाय झालं. काय हुणार न्हाई पिकाला आणि झालंच तर मालकाला काय खरंच सांगिटलं पाहिले असं हाय?... जाऊ दे. काय हुणार न्हाई. तानी आता येईल.

...तानी आल्यावर चाकाची नुसती भिंगरी करायची. बैलांस्नी दम खाऊ द्यायचा न्हाई. नुसतं वारं झाली पाहिजेत. पाटात मुसांडा पाणी सोडून तानीची एक-दोन कापडं व्हावून न्ह्यायची... लोण्यात रुतिवल्यागत येसणी बैलांच्या नाकात रुतवायच्या आणि सराऽरा सारायची. तोंडाला फेस आला पाहिजे. मोटक्या म्हंजे काय हाय ते तानीला जरा कळू दे. आपलं पाऊल लांब लांब टाकायचं; म्हंजे मांडीचं गोळं शिसंच्या गोळ्यागत वळत्यात. दंड कासरा वडताना आणि नाडा दाबताना लांब करायचं... भुलली पाहिजे नुसती: येशाचं मन.

तानी आली. धुणं मुरगळून त्येचं गठळं तिनं काखंत मारलं हुतं... झाडांच्या पोटात वारं घुसलं नि झाडं फुगार झाली.

"ये ताने."

"मालक गेला काय रं घराकडं?"

"कवाच गेला. कवाधरनं तुझी वाट बघतोय."

"धू न्हवं धुणं?"

"बेलाशक धू."

"बघ न्हाईतर, कोणतरी येऊन हिसकावून घेटलं म्हंजे आई मला घरात घ्यायची न्हाई."

"कोण येतंय? आता मळा माझ्याच सॉधीन हाय."

मळा येशाच्या मालकीचा न्हवता. तानी हासली.

घटकाभर येशा गप बसला आणि मग सशासारखा धडधडला,

"...आणि आईनं घरात घेटलंच न्हाई; तर मग मी घेईन म्हणं."

"आंऽ?... बराच हाईस की !"

हिरीकडंच्या बेटावरनं वाऱ्याची लाट गेली. कळकाचं ब्याट ताल धरून हिरीवर वाकू लागलं. गौळण म्हणू लागलं. मोट भिरीका सुरू झाली. चाक खाँय खाँय खाँय खाँय वाजू लागलं. रानभर मोटंचा नाद हातरला. नांगरटीतली ढेकळं रानाच्या अंगावर उठून बसल्यागत दिसली. येशाच्या मांडीतनं आणि पाटातनं पाणी पळू लागलं. मोट हिरीतनं बाहीर येऊन कवतिकानं तानीला बघायची नि तिच्या धुण्यासाठी पाणी वतून जायची.

तानी. सुताराची लेक. तिच्या अंगावर हळद पिकलेली. कवळ्या काकडीगत गोरेली बोटं. बघिटल्याबरूबर तोडून खायाची वासना व्हावी. डोळ्यात साखरी

जांभळं. ऊर तरण्या माणसाच्या छातीवर धावून गेल्यागत वाटायचा. काळजाच्या देठाला वड लागायची.

धुण्याच्या दगडावर धुण्याचं गठळं टाकलं. वट्यातल्या साबणाचा पांढराधोट गटका बाहीर काढला नि पाटाच्या कडंला अल्लादी ठेवला. पिंढऱ्यांच्या वर लुगडं सारून घेटलं. आवळून कासूटा घाटला. पदराला कमरंत खवला आणि पायाचं कोकं पाण्यात ठेवतानं तिला पाणी गारगार लागलं. त्या पाण्यानं मऊमऊ व्हटांनी तिचं पाय चावलं. "आई गऽ" करत उतरली. "पाणी किती रं गार हाय हे?"

"तुझ्या पायाला हितल्या पाण्याची सवं न्हाई. लई गार हाय. उनाचं आलीयास; आंघूळ करून बघ त्येच्यात." ...मग उरावरची मोठी हुईत चाललेली, फुडं जरा कोच आलेली रामफळं उघडी हुतील. जीवात लावण करून घ्यावी असं गोरंपान दंडाचं कांडं. गिर्रेबाज हिरव्या पानांतली पिवळी केळ पाण्यात हुबी... पाणी होऊन पायांबुडनं व्हावून जावावं हिच्या. तानी नुसती हासली. धावंकडं पाठ करून तिनं पाटात धुणं बुडीवलं. एक-एक लुगडं भिजवून वर काढलं. लुगड्यामागनं चोळ्या भिजीवल्या. पाटाच्या काठावर ठेवल्या. लुगडंचोळ्या निथळू लागल्या. पाणी तुंबून पाटातनं जराजरा बाहीर पडलं. तानीनं आपलं पाटातलं आडवं पाय हुबं केलं... पाणी व्हायला लागलं.

"समद्या तुझ्याच चोळ्या व्हय गं?"

"व्हय."

"एवढ्या?"

"तीन तर हाईत."

"आणि अंगात एक हाय ती. ती तुझी न्हवं वाटतं?"

"माझीच की."

"मग चार चोळ्या झाल्या की."

"असू द्यात. चोळ्यांवर बरं तुझा डोळा?"

"आपलं सहज. बऱ्याच चोळ्या हाईत हं तुझ्या !"

—मोट भरंना झाली हुती. तिथंच पाण्याच्या काठावर घुटमळली. ध्यान बोलण्याकडं हुतं.

तानीनं एक चोळी घेटली. एक बाजू एका हातात धरून दुसरी बाजू दगडावर उजव्या हातानं घासली... येशाचं मन दगडाखाली गावलं.

मोट भाडदिशी वतली. डोणीतनं पाणी बाहीर इसाळलं. पर घटकाभरच. फिरून डोणीत गेलं. पाटानं खाली जाऊन तानीच्या पायाबुडनं पार झालं.

"साबण लावत न्हाईस?"

"तर."

“मग लाव की. तशीच कशाला चोळी घासायची? फाटंल की ती.”

“घासून घासून मऊ करून घ्यायची. मग साबण लावून चार पेट घाटलं की निर्मळ निघतीया.”

...चाबकाच्या वादाड्यानं येशाचा बैल तळमळला. बोलण्याच्या भरात त्येला चाबूक खावा लागला... येशानं हिकडंतिकडं बघिटलं. वारा गप-गुमान बसून ध्यान देऊन ऐकत हुता. झाडं डोळं टवकारून वरनं खाली बघत बसली हुती. भोकरीवर एक चाण्णी भोकरं खाईत बसली हुती. भोकराची जिळबाट बी येशाच्या डोसक्यात पडली. येशानं ती लांब टाकली... दोन-चार मोटा वतल्या.

“तुझं एकटीचं धुणं?”

“व्हय.” तानी चोळीला पेट घालत हुती. दगडावर दणका बसल्यावर पाणी चहूबाजूंला उडत हुतं आणि उगंचच दगडानं डोळं मिचकावल्यागत वाटत हुतं... सातआठ मोटा गपच गेल्या. नुसतं मोटंतनं डोणीत आणि डोणीतनं पाटात पाणी येत हुतं. येशाच्या मनात तुंब घाटल्यागत झालं. शबूदच फुटंना. हुरदं आत आत उतरत खोल गेलं. मोट वतली.

“बायकांच्या धुण्याला कवा साबण लावत्यात व्हय ग?”

“त्येला काय हुतंय? बापयांनीच तेवढी साबण लावून कापडं धुवावीत असं कुठं हाय?”

“तसं काय न्हाई खरं.”

...बैलं मागं सरत हुती. येसणीला वड लागून त्येंची नाकं फाटायची येळ आली. पाठीमागं सरासरा सरताना काळा बैल सारखा ठेचकाळत हुता.

तानीनं ताल धरून चोळ्या बडीवल्या. छाती, कंबर, पोटऱ्या हादरत, हलत हुत्या.

पिळं मुरगाळून एकमेकांवर रचत हुती. पाय मुरगळलेल्या घोरपडी जशा पारध्याच्या झोळीत एकमेकींवर गुमान पडत्यात तसं पिळं. मधनंच एकाद्या चोळीचा पीळ ढिला व्हायचा. अंग सैल सोडायचा. काठावरनं पाटाच्या पाण्यात कलंडू बघायचा.

“पिळा पडला बघ पाटात.”

“व्हय की. ध्यानच न्हाई माझं.”

“माझं ध्यान तुझ्या पिळ्यांकडं. पिळ्याचं ध्यान तुझ्या पायाकडं. खाली येऊ बघत्यात. पाटात. हा: हा: हा:!”

“हसायला काय झालं?” ...तानीनं चोळ्यांचं पिळं पाटाच्या काठावरनं लांब उचलून ठेवलं. पिंजऱ्यातल्या चिमण्यागत ते तिच्या डोळ्यांकडं बघत गप बसलं... घटकाभरानं एकमेकाजवळ सरकल्यासारखं झालं.

“ताने—”

"का रं?"

"काय न्हाई."

...मोट वतलीच न्हाई. बोलण्याच्या नादात बिनभरताच वर आली हुती. पुन्हा फिरून ती मागं सरकत गेली. पाटाला एकदम पाणी कमी पडलं. तानीनं धुण्यासाठी एक लुगडं पायाखाली घेटलं. त्येच्यावर हुबी ऱ्हायली.

गुमानच लुगडं बडीवणं सुरू झालं. येशा ध्यान धरून मोटा भरू लागला. मोट भरली का मोकळी हाय ते नाडा दाबून, हलवून चापचू लागला. हिरीच्या पोटात आत आत मोट पुरी बुडायची. एकदम पाणी ढवळत वर भरून यायची. हिरीत लाटांचं कळपच्या कळप उठायचं. एकमेकीला आदळून लाटा दरडावर पडायच्या. नाड्याला वडून धरत मोट वर यायची. नाड्याच्या पिळाला आतड्यागत ताण पडायचा. मोटंतलं थोडं थोडं पाणी हिरीत सांडायचं... येशा समदं ध्यान देऊन बघत हुता. तानीची लुगडी पायांत भिजत हुती. धुण्याच्या दगडावर कुसकरली जाईत हुती. त्यांस्नी पेट बसायचं. त्या दणक्यांनी सूत ढिलं पडायचं.

ऊन वर चढंल तशी सावली काळी काळी हुईत हुती. गार गार करत हुती. तानीचं धुणं संपत आलं. मोटा गच्चोगच्च भरून चालल्या हुत्या. बैलं कुचंबत हुती. नाड्यावर बसल्यावर येशाचं पाय अंतराळी हुईत हुतं. शेवटचं लुगडं अशी तानी पिळणार इतक्यात येशा म्हणाला,

"ताने—"

"का रं?"

"आँ !"

"अरं, बोल की. मगाधरनं असं का कराय लागलाईस?"

"अऽऽसाबण हाय शिल्लक?"

"हाय की."

"मग माझं एवढं कुडतं धुतीस काय?"

"एवढंच व्हय? मग एवढ्यापायी एवढं दबकत बोलायला काय झालं? ...तुला धुयाला सवड हुईत न्हाई वाटतं?"

"न्हाई गं. साबण नसतोय. तुझा साबण हाय म्हणून म्हणायचं."

"हिकडं आण तर. —तुझा मालकबिलक यायचा."

"त्येची नगं तुला काळजी."

येशानं परवादिशी धुतलेलं अंगातलं कुडतं काढलं. त्येची बटनं काढून धावंच्या गड्ड्याला दगडावर ठेवली... मोटंच्या बाजवांवर दाब पडावा म्हणून दगडं रचली हुती. खालच्या बाजवा मोटंचं वझं सोसत हुत्या.

तानीनं येशाचं कुडतं पाण्यात बुडीवलं. दोन्ही हातानं खळबळून त्यात पाणी

मुरू दिलं. पायावर घेऊन ती त्याला साबण लावू लागली—कुडत्याकडं बघता बघता येशाचं काळीज मोटेबरोबर हिरीत बुडालं. आंघूळ करायला त्येनं बुडी मारली. कुडतं काढून येशा आंघुळीला बसला. तानीनं पाठीवर पाणी मारलं. पाठीला साबण लावतीया काय मऊमऊ हात मोकळाच फिरवतीया, वळखून येईना. येशा डोळं झाकून गप बसलाय...

डोणीत पाणी वतल्यावर मोट मोकळी झाली. तानीनं येशाचं कुडतं पिळलं. येशाला उगचंच हडबडून उठल्यागत झालं.

तानीनं आपल्या धुण्याच्या पिळ्याचं गठळं बांधलं. साबण रामफळीच्या पानात गुंडाळून धुण्याच्या पिळ्यावर ठेवला. गठळ्याला गाठी बांधल्या... येशानं, बैलं मागं भरारा सरंनात म्हणून त्यांस्नी चाबकाचं वादाडं दिलं. हातबी कशानं तर शिवशिवत हुता.

"ताने—"

"अं."

"जातीस?"

"जाऊ या की. कुणीतरी ऐनवक्ताला यायचं नि धुणं जायचं." तानीनं गठळ्याला हात घाटला.

"ताने—"

"ओ."

"माळवं पाहिजे काय गं? वांगी आल्यात. दोडकं आल्यात."

"आणि तेवढ्यात मालक आला म्हंजे?"

"न्हाई मालक यायचा. दुपारी येणार हाय."

"दे चल तर." तानी गठळं तसंच ठेवून हुबी ऱ्हायली. येशानं मोट हुबी केली. बैलं इस्वाटा घेत हुबी ऱ्हायली. कासरा बसण्याच्या मागं नाड्याला बांधला आणि नाड्यावरनं ढेंग टाकून येशा पलीकडं तानीजवळ आला.

"चल माळव्याच्या आवडात."

"चल."

पाटावरचं फुललेलं झेंडू दोघांनी वलांडलं. माळव्याच्या आवडाजवळ रान तुडवत आली. कुपाला दोडक्याचं येल डसलं हुतं. काळ्या कुपावर पिवळी फुलं फुलारली हुती. हिरवी पानं उनाची साय खाईत जिभळ्या चाटीत हुती. कुपावरनं येशा आत घुसला. तानी बाहीरच.

"आत ये की."

"न्हाई बाबा. भ्या वाटतंय. कोणतरी येईल. तूच आण. दोन दोडकं, चार वांगी रग्गड झाली."

हिरमुसल्यासारखी काळी तोंडं केलेली चार वांगी येशानं तोडली. कुपावर अंतराळी लोंबकळणाऱ्या दोडक्यांच्या मानांस्नी नखं लावली. दोडक्याचं द्याठ तळमळलं... येशा कुपावरनं उडी टाकून बाहीर आला. मांडीला काटं वरबाडलं. रक्ताच्या रेघा उठल्या.

"रगत आलं की रं."

"काय हुईत न्हाई त्येला. हे घे." माळवं तानीच्या वट्यात घाटलं. येशाच्या छातीवर तानीच्या नाकातलं वारं पेटलं. छातीवरची केसं थरारली. तानी माळवं घेऊन हलली.

"ताने—"

"काय?"

" रामफळं पाहिजेत पिकल्याली?"

"हाईत?"

"खोपीत हाईत. चल देतो खोपीत."

"खोपीत न्हाई बाबा. भ्या वाटतंय. धावंवर जाती. तिकडंच आण."

...तानी धावंवर गेली.

बैलं शंकराच्या नंदीगत हुबी हुती. त्येंच्या तोंडाला फेस आला हुता. मोट आभाळाकडं आऽ केलेलं डोळं लावून उनाच्या किरणांचं काजवं मोजत हुती.

...पाटातलं पाणी जाऊन हळूहळू आट चालला हुता.

येशा खोपीत एकटाच गेला. कड्ड्यावर हातरलेलं घोंगडं हुतं. आडदणीवर एकटी वाकाळ लांब जाऊन बसल्यागत दिसत हुती. तिचं चारी कोपऱ्यांचं चार गोंडं येशाच्या नाकासमोर लोंबत हुतं. पेटीत जपून ठेवलेलं एकचं एक रामफळ येशानं काढलं. गोल गरगरीत. गव्हाळ रंग तानीच्या पोटागत. येशानं ते दाबलं—मऊमऊ झालं हुतं. त्येच्या देखण्या अंगाला व्हट लावलं. गारगार लागलं. नाक भरून आत आत वास घेटला. आंगठ्याच्या नखाची एक खूण केली.

धावंवर येऊन तानीला रामफळ दिलं.

"घे. एवढंच हुतं ग. लई गॉड हाय. खा हितंच बसून. मी मोट मारतो."

"नगं, जाती. लई उशीर झालाय. आई वाट बघत बसली असंल."

तानीनं गठळं उचललं. रामफळ हातात धरून घराकडची वाट धरली.

येशानं खुळ्यागत हातात चाबूक घेटला. वाटंकडं बघत नाड्याचा कासरा सोडला. बैलाच्या अंगावर चाबकाचा वादाडा थाडदिशी मारून कासऱ्याला हिसका दिला. बैलं मागं सरली... मोट गच्च भरली. बैलं दबीवली. चाकदांडा गुमान फिरू लागला. मोट निम्म्यात आली नि धाडदिशी सोंदूर तुटला. भरलेली मोट निम्म्यातनंच भुसऽऽऽ आवाज करत सांडली.

वड्याकडंच्या पाणक्यापतोर पाण्याचा आट गेला हुता. त्यो उसातनं वराडला, "येशा, आरं पाणी का येईना?"

"सोंदूर तुटला, मर्दा."

...वाऱ्याच्या कानांत वरची झाडं खुसखुसून हासली.

■

सत्यकथा, जुलै १९६५

राजावाणी

...काय रं ह्या पोरांनी दंगा मांडलाय. घटकाभर उनाचं पडूबी दीऽनात.

...कुणाची रं तुम्ही? डुकराच्या पिल्ल्यागत एवढं रं कसं पोरांचं पीक आलं ह्या गल्लीला?— एऽ गणप्या, जातंस का न्हाई आता घराकडं? उगच का डोसकं उठवाय लागलंयास?... ह्येच्या भणं! काय रं वांड हाय हे. उलट बोलतंस? थांब.

...जावा आता बोंबलत तुमच्या आई-बाऽकडनी. कुणाचं बटान देणार न्हाई. गल्ली हाय का पोरं कोंडायचा कोंडवाडा हाय ह्यो?— एऽ येशा, फुरं कर म्हणावं तुझ्या बाऽला आता. शेणी वड्यावर गेल्या त्येच्या. शेंबड्या, काय नाव रं तुझं? भोसल्याचं बेणं दिसतंस तू. जातंस का न्हाई घराकडं?... आता गुमान ही बटनं घ्या नि घराकडं जाऊन कुतऱ्यावाणी पडा. न्हाईतर घुशी मारायच्या गोळ्या घालून ठार मारीन तुम्हांस्नी.— आता पुन्हा खेळताना तर दिसा हितं; बटनं दगडाखाली घालून चेचतोच तुमची.

—ये बाबाजी. —पोरं गा. ऊन न्हाई, तान न्हाई; उगंच डोसकं उठीवत्यात. ह्या गल्लीत बघ उंदरावाणी पोरं हुत्यात... अऽ परवा तुझंबी थानचं पॉर मेलं म्हणं... लई मेली गा बारकी पोरं ह्या दोन-तीन म्हयन्यांत. रोग कसला वंगाळ आलाय बघ... पोरगाच हुता न्हवं का?... ते धरून सात ल्याक झालं तुला... तू म्हणशील आणि हासतोय मी. आणि योक ल्योक झाला नि सगळीच पोरं जगली असती तर गुऱ्हाळात फडकऱ्यांची बेजमी झाली असती. —बस. का आलातास?

—कामाला व्हय? येतो की उद्यापसनं. खरं सव्वा रुपाया हाजरी. न्ह्यारी करून कामाला येणार नि दीस बुडायला परतणार. परवडलं तर बघ. व्हय; न्हाईतर तू आणि म्हणायचा, 'दीस म्हवरायला मळ्यात आलं पाहिजे.' ते जमणार न्हाई. भाकरी-कोरड्यास मलाच करावं लागतंय. ते खाऊन मग मी कामाला यायचा.

—चाकरी? न्हाई रं बाबा. उपाशी मेलो तरी पत्कारलं. खरं वर्साच्या बोलीनं चाकरी म्हणून जल्मात करायचा न्हाई आता. पदरचं खाऊन लोकाचं नाडं तोडायला एवढं कुणी सांगिटलंय?... बत्तीस दिसांचा म्हयना. तेरा म्हयन्यांचं वरीस. 'झाल्यालं खाडं भरून काढीन. रातध्याऽ बलवंल तिथं, लावंल त्या कामाला लागीन.' एवढं करून जीवाचा आटापिटा उन्हाळ-पावसूळ. हाडं निघूंस्तर वंगायचं. बरं टाकीचं काम म्हणून साडेतीनशे रुपयांत हे असलं आडमापाचं वरीस. कंच्या देवानं एवढं सांगिटलंय गा? कामाला वाटलं तर येतो बघ टंपरवारी.

—रोज एकाच्या बांधाला जावं लागलं तरी टंपरवारी काम परवडलं. नि एकादा दीस न्हाई मिळाला तरी रोजगारच झेकास. न्ह्यारीच्या वक्तापतोर खुशाल गावातनं फिरावं. कुणाची 'का रं' म्हणून इचारायची टाप न्हाई. धा वाजता तेबी मनात असलं तर न्ह्यारी करून राजागत रोजगारला जावं. बरं; कुणाचा वाकडा शबूद पडायचं कारण न्हाई. सोतंत्र. दीसभर हुईल ते काम. नि सांजंचं किनीट पडायच्या आत गावात. रखरख न्हाई गा. रातचं तुकडा खावा नि देवा म्हणून गडद निजावं. मधी उठवायचं, 'वैरण घाल, शेणं मागं सार, दावं तुटलं सांद,' असं वाळल्या आगीचं काम न्हाई. मनात आलं तर सकाळी उठावं, न्हाईतर न्ह्यारीच्या वक्तापतोर खालवर वाकाळ घालून खुश्शाल पडावं.

—पावसुळ्यात म्हणतोस? माप काम भरून उरलंय. रोज ढिगानं माणसं कामाला बलीवत्यात आणि लईच घात-मोड पावसुळ्यात झाली तर अशी कितींदी हुणार हाय? आणि झालीच तर एकल्या जीवाला किती खायला लागणार हाय? उन्हाळ्यात भरचक्का काम असतंय. रोज एकादी पावली शिलकीला पडतीया. तेच खायाचं पावसूळसारी...राजाची तरी अशी तब्बीत असती काय?

...काय करायची बायकू? बायकूचं सुख खाल्लं की तीन सालं. अंगावर बोजा काढून लोकाचं नाडं तीनचार सालं तोडलं. केली की चाकरी ! घर घाणवट ठेवून त्येच्यावर दीडशे रुपय काढलं...आता घरबी गेलं बोंबलत, राबणूकबी गेली बोंबलत नि बायकूबी गेली बोंबलत... तिला भोगावचा वतनदार गावला गा. बसून खायाला सोकावली हुती रांड, जाऊ दे तिकडं. उगंच तोंड खवाळतंय माझं... माझ्याबी गळ्याचं कडासनं गेलं म्हणंनास. लई तरास बायकूचा. बायकूपायी कामं करून करून आतडी गळ्याला आली माझी. डोसकं फिरायचं बघ कामं हुडकून हुडकून. "त्याल न्हाई, आणा. चटणी न्हाई, आणा." "आता काय?" तर "आता मीठ न्हाई." "आता काय?" तर "आता पीठ न्हाई." भुलल्यागत झालं त्या 'आणा' नं. एवढंच म्हणतोस? अगा, रोज नुसती बोंब. चोळी न्हाई, लुगडं फाटलं, डोरलं तुटलं— कंबारडं गेलं माझं तिला झाकता झाकता. ठार कामाला जायची न्हाई. खुशाल घरात बसायची... एवढं करूनबी त्येच्या भणं शेवटाला डबऱ्यात घालून

गेली मला... अगा, गाव घेऊन बसायची माझ्यामागं. तॉंड वर करून चालाय लाज वाटायची मला... गेली तॉंड घेऊन बरं झालं. देवळातल्या देवावाणी निर्मळ वाटतंय बघ आता.

—पोरंबाळंबी झाली असती तर त्येंच्या बायली त्येंचाबी तरास झाला असता. रोजगारी गडी मी. रानात श्यात न्हाई, गावात घर न्हाई. काय घालायचं त्यास्नी? दगडं? कडसार-पावसुळ्यात सोताची पोटं आवळून त्यांस्नी घाटलं पाहिजे. न्हाईतर कॉळकॉळ करत उपाशी मरायची. कुणी सांगिटलंय एवढा सराप घ्यायला?

—व्हय. माझ्या बाऽला धरून चौघं भाऊ. माझा बाऽ तेवढा मेला. बाकीचं तिघंजण हाईत. लागल्यात आपआपल्याला संसाराला. पोराबाळांनी, लेकीसुनांनी माप योलइस्तार वाढलाय त्येंचा. माझ्या बाऽलाच मातूर मी एकटा.

—जग म्हणतंय माप माझं घर भुताटकीगत दिसतंय म्हणून आणि तूबी म्हणतोस माझ्या वसाच्या दिव्यात कुतरं मुतलंय. तुझ्या का तोंडाला हात लावाय येणार हाय मला? तुझ्या तोंडानं तू बोलतोय... माझ्या बाऽचा योक वंस आता वाढणार न्हाई. पर माझ्या बाऽच्या बाऽचा तर वंस वाढतोय न्हवं? मग झालं तर; बाऽचा वाढला काय नि बाऽच्या बाऽचा वाढला काय, सारखंच की...

■

सत्यकथा, एप्रिल १९६३

चाकरी

बैलांस्नी वैरण घातली. इंजनाच्या खोपीला कुलूप लावलं. पट्टा पेटीत टाकलाय. वैरणीच्या गंजीला खूण करून ठेवली... आणि काय बरं?

चिमणीत त्याल न्हाई. खंदील घराकडं न्हेऊन त्यातनं त्याल आणलं पाहिजे.

...तास दोन तास रात झालीया; जाऊ या आता घराकडं.

...उद्या ईळभर इंजान चालू करून उसाला पाणी देऊन घेटलं पाहिजे. दोनतीन दिसानं उकराप करायचं हाय. ऊस भरणीला आलाय. मालकानंबी "उकरून, भरणी करून घे" म्हणून सांगिटलंय. बैलांचा भरडाबी सपलाय. काम जास्त लागलंय. त्यांस्नी खायला घाटलं पाहिजे. मालक आता कुळत्याचं पोतं कवा आणतोय कुणाला दखल? लौकरच आणलं पाहिजे. "वाटलंच तर आठवड्या-दोन आठवड्यांचा पगार फुडं ढकला; खरं बैलांची चंदी आणा," म्हणून सांगावं. मग तरी मालक कुळत्या आणंल... समदा मळा माज्या जीवावर सोडलाय. हजार रुपयची दोन बैलं. दोन-अडीच हजारांचं इंजान. धाबारा गाडीचं उसाचं रान. जळाण, वैरण, खोप, व्हय न्हवं, औत-अवजार समदं एकट्याच्या नावानं केल्यागत केलंय. आज रोजी मीच मालक ह्या मळ्याचा.

पायात नवंकोरं पायताण. त्येला आठबारा आण्यांचं नाल आणि धनगरी मोळं. फैनाबाज नवी चंची. अंगात दीड रुपय वाराचं नवं कुडतं. कमरंला काळ्या काडीचं बारीक धोतार. पटका. वसतीचं घोंगडं—एवढा तयीनामा केलाय. कुणाला मिळतंय असलं? मळ्यात गडी म्हणून ऱ्हायल्याबरूबर पंधरा दिसांत मालकानं हे घेऊन दिलं. गड्याचा थाट असला असतोय?... इस्वास मोठा असतोय. माणसाला माणूस निश्चेवानं ऱ्हायलं पाहिजे. जीवाला जीव देऊन वागलं पाहिजे. घरच्या माणसागत राबलं म्हंजे आपूआप मालकाचा जीव जडतोय. मग कशाला गड्यागत

वागवंल मालक? खोटापणा केला, चोरूनमारून न्हेलं की कोण पायताणापशीबी हुबा ऱ्हाऊ देत न्हाईत. मालक आता मांडीला मांडी लावून बसायला परवानगी देतोय, ती का उगंच? पोटचं पॉर राखल्यावाणी मळ्याची निगा नि राखण करतोय मी.

...पांढरंधोट धोतार धुऊन हातरल्यागत चांदणं पडलंय... चोराचिलटाचं भ्या न्हाई. कशाला मरायला येईल चोर असल्या चांदण्यात? दीड कोसावर माशी बसल्याली दिसंल, एवढं टिप्पूर चांदणं... निर्मळ वाटतंय चालायला असल्या चांदण्यात. गार वारा झुळूकतोय. झाड नि झाड पाण्यात बुडवून ठेवल्याल्या गणपतीगत निवांत बसलंय. हळूहळू अंगात चांदणं जिरतंय... देवाची करणी.

...काय गंमत हाय. असल्या चांदण्याचंच पहिलं मला भ्या वाटायचं... चोराच्या मनात चांदणं. कोण बघतंय का काय की, असं वाटायचं. डोळं कोंबडी चोरायला चाललेल्या बोक्यागत हिकडनं तिकडनं फिरायचं. नुसतं भ्या. हातात सानंचा चार बोट रुंदीचा इळा. टाकंल त्येच्यावर केळीच्या मोन्यात उतरल्यागत उतरायचा; तरी भ्या. पायांत तीन तळी पायताण. तरी कळकीचं काटं लागायचं. कुपातनं उडी मारतानं घोट्याला, पिंढरीला वरबडायचं. अंगात काळं मुंडं घालूनबी मन दुचकायचं. कुणी वळीकलंच तर...?

...लई चोऱ्या केल्या. दांगड्या दांगड्या. बारक्या. गावतील तसल्या. बकरी चोरून आणली... धनगरांच्या बकऱ्यांचं बगं शेतकऱ्याच्या रानात बसलेलं. दीसभर तंगून गेलेली धनगरं रातचं प्याऽत्त पडलेली. काळोखात बारीक खंदील ठेवून पेंगत, राखत बसलेला शेतकरी. मी काळं मुंडं घालून हळूहळू बकऱ्यांच्या बग्यांत जायचा. मोठं बघून वडत न्यायचा... पाचपंचवीस बकरी चोरली. कापून खाल्ली. काय थोडी परगावाला न्हेऊन इकली. कोंबड्या चोरल्या. शेरडं लांबीवली... एकदा तर गावातलीच गाभणी म्हस चोरून रातोरात न्हेली नि परगावाला इकली. गवतं, कडबं, मोटा, मेढी, खुरपी, कुराडी, काय गावंल ते शेगलं. शेगलं नि आग पडल्यागत पोटाला खाल्लं.

...दणकंबी तेवढंच खाल्लं. सिद्या धनगर. हुमदांडगा हुता. आरबाट ताकदीचा. त्येचं बकरं चोरून न्हेतानं हातातल्या काठीनं मरूस्तर मला मारलं. हिरवानिळा करून मग कचेरीत न्हेलं. निकमाच्या मळ्यातलं कांदं चोरलं. चोरलं नुसतं मूठभरच. पर निकमाचं चौघं ल्याक हत्तीच्या पिल्ल्यागत तुळीतुंड. म्हटलं, "कोण यायचं न्हाई. घ्यावंत कवळाभर." पोरांनी कुठनं बघिटलं, कुणाला दखल? शिकारीची कुतरी सशावर कशी पडत्यात, तशी चौघांनी चारी बाजूनं झडप घाटली. उठवणीच्या बैलाला झोडीपल्यागत झोडीपलं. बुक्कल्लं. लाथल्लं. पायताणांच्या मोळ्यांनी चुनंगती भित्तीचं टवकं निघत्यात तसं अंगाचं टवकं निघालं. "चुकलो"

म्हटलं. “आता कवा कवा करणार न्हाई” म्हटलं. तरीबी कोण सोडंना. शेवटाला खोपीकडं कांदं हातात देऊन न्हेलं. गोठ्यातली शेणाची पोवटी खायाला लावली नि मग सोडून दिलं... मगदुमाची मोट चोरतानं त्येच्या गड्यानं दांडग्या फणसाएवढा धोंडा उचलून माझ्या पेकटात टाकला. पाठीच्या हाडांचं चिरमुरं झालं. कवाकवा चोरी करू ने; असं झालं.

घराकडं आणलेली चोरी पचीवतानंबी भ्या. कोंबड्याला न्हाई तर बकऱ्याला हूं का चूं करू द्यायचं न्हाई. त्येला कापून खाताना जीवात जीव नसायचा. आता कुणीतरी येईल, मग कुणीतरी येईल; असं वाटायचं. गुमान गुमान खाऊन सपवायचं. उरल्यालं सारं आतल्या आत पुरून टाकायचं. परगावाला चोरीचा म्हाल न्हेतानंबी असंच. कुणीतरी पाठलाग करत येतंय का काय की. गावात पाठीमागं काय काय चाललं असंल, ह्येची काळजी लागायची.

चोरी करून पोटभर खाल्ली नि पचीवली तरीबी पोटात भ्या. चित्ताला समाधान असं न्हाई. चोरी करतानाबी असंच. चोरी खाताना असं. पचीवताना असं आणि पचल्यावरबी तसंच... कवा बिंग जाहीर पडतंय कुणाला ठावं?

...त्यो फौजदार तर हाग्या मार द्यायचा. कोलतांडा घालून पाय बांधायचा नि तळवं गवसून काठ्यांचं पेट घालायचा... आठवण काढली की अंगावर अजून काटा येतोय. कवा कवा खोपड्यात घालून गादी मुरगळल्यागत मुरगळायचा. “पेटीवलं त्या चोरीला. पाच पैशाची चोरी नि पाच लाखाचा जीव जायचा.” बायकू म्हणायची. रगतचंदन लावायची. पोतिऱ्यानं अंग शेकायची. त्याल लावून चोळायची... मलाबी मोठ्यानं कण्हाय यायचं न्हाई. तिलाबी शेजाऱ्यापाजाऱ्याला सांगाय यायचं न्हाई. समदाच चोरमामला नि हळूहळू बोंबला... चोराच्या जल्माला मीठ न्हाई. सगळं जगणंच बेचव आणि असलंच मीठ तर घोड्याच्या मुतागत खराटघोट...

घर आलं. दिवा मिणमिणीत दिसतोय. बायकूची आई आल्याली दिसली. भिताडाला टेकून बसलेली. हातात तपकिरीची चिमट.

“कवा आलासा मामीसाब?” मी म्हटलं.

“दीस बुडाय येऊन पोचली. तुमचीच वाट बघत हुती.”

“हाय बरं?”

“हाय की.”

“मामासाब आलं न्हाईत जणू?”

“ते सकाळला येतील. मीच फुडं आली.”

“बरं झालं. घरात एकटीच म्हातारी हाय. तिला कायतरी मदत करा आता दोन दीस.”

"करती की. दोन दीस का? चार दीस करती. सटी सा मासानं नातू झालाय."

मी हासलो. उद्या पोराचं बारसं हुतं. चार पोरींवर ह्यो पोरगा. जलमल्यावर जीव सुपाएवढा झाला. पोरगाबी वरूट्यासारखा झणझणीत.

"बारसं जोरात करायचं." सासू.

"करू या की." ...मीबी मनातल्या मनात बेत करून ठेवलं हुतं. दोन दीस आदुगरच खाटलं हिणलं हुतं. मालकाला "जुना कासरा तुटलाय" म्हणून सांगून नवा कासरा घ्यायला लावला हुता. नि जुना खाटल्याला बांधाय घराकडं आणला. बायकू बाळत झाली म्हणून बिंडाभर चिपाडं जळणाला आणायची परवानगी घेटली. बिंड्याच्या ठिकाणी दोन बिंडं आणलं. बाभळीची शिरी हुती आणि येळपर्संग पडला तर मालक हातटेकणीला हुताच.

हातातली काठी मधल्या कुडाला लावून ठेवली. खंदील मेढक्याच्या खोलीला अडीकला, पटका आडदाणीवर टाकला. हुश्श करून डोक्याचा घाम पुसला. तिथंच बुडी पोतं घेऊन बसलो.

"बरं हाय न्हवं?" बोलाय कायच सुचंना, म्हणून उगंच इचारलं.

"बरं हाय की, बरं नसायला काय हुतंय? तुमचं कसं चाललंय? चाकरी काय म्हणती?"

"चाकरीसारखं सुख न्हाई. देवाच्या दयेनं ब्येस चाललीया. रोज एकाच्या बांधाला जाण्यापरास हे एकटाकीचं काम सोळा आणं झोकात. कुणाचं एक न्हाई, दोन न्हाई. मळ्यातल्या मालकागत मी हिंडतोय तिथं. माणसाकडनं कामं करून घेतोय, मीबी करतोय, मालकाचीबी शर्द्धा बसलीया... मी मळ्यात गेल्यापासनं मळ्यातलं कस्पाट हललं न्हाई."

भडाभडा बोललो. तवर बायकूनं मऊ आवाजात हाक मारली. बाजल्यावर पडूनच हुती. "जरा हिकडं येतासा काय?"

उठून गेलो. "काय?"

"जरा कान करा हिकडं."

"हं सांग." मी तिच्या तोंडाजवळ कान केला. शेजारी पोरगा डोळं गच्च झाकून नव्यानं जलमलेल्या कुत्र्याच्या पिल्ल्यागत वळवळत हुता. काजाळ, वव्वा, बाळूती, बाळतीण, ऊद ह्या समद्यांचा मिळून योक वास येत हुता... बाळबाळतिणीचा वास.

"उद्यां पोराचं बारसं हाय." तिच्या तोंडातनं बोलण्यासंगं वव्याचा वास आला.

"व्हय." मी म्हटलं.

"नाव काय ठेवायचं?"

"धोंड्या, धोंड्या दुखळात जलमलाय. तसल्यात पहिला, येकचा येक

पोरगा. दगडाधोंड्यागत राहू दे. देवाजवळ तसं मागून घे आणि नावबी धोंड्या ठेवा.''

ती हूं म्हणाली. जरा थांबून बोलली, ''आई आलीया. बाबा येईल उद्या सकाळी. पैपावणं येतील नाव ठेवाय. पोराला कायतरी आंगडंटोपडं, खेळणंपाळणं आणतील.''

''पोरगा झालाय; तर हौसंनं आणायचंच.''

''त्येंच्या हातावर पाणी सोडाया नगं?''

''सोडू या की. करू या धापंधरा माणसांचं जेवाण.''

''आणि अजून कायच तयीनामा न्हाई की.''

''आता करायचा.''

''एक गोष्ट ऐकतासा काय?'' बायकू जरा मान वर करून म्हणाली. मला वाटलं कायतरी कौतुक सांगल. म्हणून मीबी जरा खाली वाकलो.

''कंची?''

''कुठलं तरी एखादं बारकं बकरं उचलून आणा. सगळ्यांची बेजमी हुईल. इच्छेसारखं खायाला मिळंल?''

''थू तुझ्या आयला. लाज वाटती काय? आजपतोर तेच केलं न्हवं? यारी हाय का त्या धंद्याला?... बसून श्याण खावं; लईच ते खावं वाटलं तर.'' तडातडा बोलून घेटलं.

सासू म्हणणारी; ''काय ते? काय ते?'' म्हणत उठून आली.

''तुमच्या लेकीला श्याण खायाची वासना झालीया. मास पाहिजे तिला.''

''मलाच एकटीला न्हवं. समद्यांचं तोंड गॉड हुईल.''

''मग आणावं. पोराचं बारसं हाय; तर चार पैसं जाणारच.'' सासूनं लेकीची बाजू घेटली नि मला शाणपण सांगिटलं.

''पैसं देऊन आणल्यालं नगं तिला.'' मी सुदरून सांगिटलं.

''मग कसलं?''

''चोरून आणल्यालं.''

''हो व्हया! तसं कशाला करायचं?''

''सांगा की तिला. हिच्या भणं गाढवाएवढी झालीया. चार पोरांची आई. शिप्पीभरबी अक्कल नगं हिला? जलमभर पदरातनं तुरी गाळत फिरलो की. बरं; चाकरीचा कागूद केला तवाच हिला सांगिटलं, 'बाई ग, चोरीच्या धंद्यात राम न्हाई. मन पाक ऱ्हाईत न्हाई. हाताला काय लागत न्हाई. गावासंगट वाकडं. पोराबाळांस्नी फुडं जाचायचं. आपली चाकरीच बरी.' एखाद्या देवानं सांगिटल्यागत सांगिटलं. तर हिचं मन बघा की शेणाचा पोतील.'' डोसकं भिरमिटल्यागत झालं.

...न्हाईतरी बायकू जरा वांडच. चोरीत माझ्यावर एक काकाण चढ. भाजीपाला, मिरच्या, जळाणकाटूक, बारकंसारकं शेतकऱ्याचं गोळा करून आणायची. मी आणल्याल्या बारक्या चोऱ्या भरारा कुठंबुटं इकायची. धड्यानं गिऱ्हाकं आणायची. मार खायाला तर दगूड.

भडाडा तोंडात येतील त्या पाचपन्नास शिव्या हासडल्या. दाभणानं ताँड शिवल्यागत गप्प बसली. बोलता बोलता दोन टिक्की पोती घेटली. शेणानं सारीवलेली एक बुट्टी पोरीच्या डोस्क्यावर ठेवली नि बाजारपेठंत जायासाठी झटक्यानं बाहीर पडलो.

"लगा लगा चल. रात झालीया. दुकान झाकायचा वकूत हुईल." पोरीला जरा तणावली. तिनं परकुराचा कासूटा खवला. शेंबूड पुसून पाठीमागनं पळत आली.

वाण्याच्या दुकानात आलो. तिथं आमच्या मालकाचं खातं हुतं. वाणी फळीवर बसला हुता. पटक्याचा शेमला आवळून खवत हुता.

"वाणीदादा, आडीसरी तांदूळ नि तीन मापटी डाळ घाला."

"पैसे?"

"पैसे देईन आठ दिसांनी."

"न्हाई जमायचं." वाणी फळीवरचं त्याल पायाला पुसत म्हणाला.

"पगार झाल्यावर पैसं देईन की. पोराचं बारसं हाय."

"बारसं असू दे, न्हाईतर बारावं असू दे. मला त्येचं सुताक न्हाई. पैसा रोख द्यायचा नि माल पदरात घ्यायचा."

"देईन की तुझं पैसं. का गाव सोडून पळून जातोय कुठं?"

"तुझा नेम कुणी सांगावा? चोर गडी तू. पदरचा माल तुझ्या पदरात घालून, जलमभर तुझ्या मागं पैशापायी लागत बसू व्हय? जवळ पैसा न्हाई, तर पोटाला खावं कशाला?" ...अवघड जाग्याला बोट रुतवलं. मला कळ आली.

"एऽवाणी, उगंच वायद्यावर येऊ नगं. तुझा खातेदार नारायण निंबाळकर, त्येच्यात मी गडी हाय. शनवारी माझा आठवडा भरतोय. आईतवारी तुझ्या हातात पैसं ठेवतो. न्हाईच ठेवलं तर बाऽबाचं नाव सांगणार न्हाई. पाहिजे तर मालकाच्या खात्यावर हे पैसे मांड."

"हे ब्येस, मालकाकडनं चिठी न्हाईतर कुणालातरी बलवून आण जा. तुला लागंल तेवढं घालतो."

"माझ्यावर इस्वास न्हाई व्हय?"

"तुझ्यावर हाय. पर उधार न्हाई. नारायणरावांच्याकडं जाऊन झटक्यासरशी ये जा."

वाण्याच्या बायकूनं वाण्याला आत बलीवलं. च्या केला हुता वाटतं. वाणी

माझ्याकडं बिनबघताच आत गेला. धान्य द्यायचा त्येचा काय इचार दिसंना. च्या घोटंत आत बसला.

मी पोरीला तिथंच ठेवलं नि मालकाच्या घराकडं चाललो... ह्या वक्ताला मालक हितं असता तर वाण्यानं झक मारत त्यांस्नी पदरचा च्या देऊन वर मागंल त्यो म्हाल दिला असता. मी चोर म्हणून म्हाजूर हुतो. मला चार माणसांत कोण बसू देईल? आणि इस्वास तरी कोण ठेवंल? वाण्याचंच बरूबर हाय. म्हणूनच त्येनं माझ्या सोन्यासारख्या पोराचं बारशादिवशी बारावं घाटलं. वळचणीकडंलाबी कोण आम्हांस्नी हुबं ऱ्हाऊ देणार न्हाई. कारण चोर. लांबनं गाव गॉड बोलतंय. द्यायघ्यायच्या वक्ताला वळणावर येऊन थांबतंय. चोरी करीन, म्हणून तोंडावर समदी चांगली म्हणत्यात. नि पाठीमागं, "ह्येच्या भणं, लई सोक्यावलाय गा ह्यो. जरा ह्येची मस्ती झाडून काढली पाहिजे." असं बोलत्यात. कुणाकडनं उसनं घ्यायची सोय न्हाई. कुणाकडं मागायची रीत न्हाई... परवा दिशी इराप्पाकडं मक्याची कणसं मागिटली. "चोरून खावा रं तुम्ही. मागून कशाला खाता?" असं तिड्यानं बोलला... कुणीतर चोरी केली असंल नि माझ्यावर त्येचा संशेव. तवाच असा तिड्यानं बोलला... त्येला काय ठावं, मी चोरी करायचं सोडलंय ते.

मालक सोप्यात बसलं हुतं. मालकिणीनं त्यांस्नी दूध आणून दिलं. पेला तोंडाला लावला. दूध पिऊस्तर मी तसाच दाराच्या बाहीर आडाला हुबा ऱ्हायलो. पेला घेऊन मालकीण आत गेल्यावर मग आत गेलो.

"मालक."

"काय रं भिक्या?"

"मालक, उद्या पोराचं बारसं हाय. चार घरचं पावणं आंगडंटोपडं घेऊन येणार हाईत. त्येंचं हात मला पाणी सोडून वल्लं केलं पाहिजेत.

...तुमच्या हितं मी नुसतं पोटाला खायाला मिळंल म्हणून ऱ्हायलो न्हाई. ते मला चोऱ्या करूनबी मिळालं असतं. पर त्येला इरं न्हाई. कोण वाऱ्याला हुबं ऱ्हाऊ देत न्हाई. —तुमच्या संगतीनं चार लोकांत माझी अब्रू ऱ्हाईल. चारजण मला चांगलं म्हणतील. तुमच्या जीवावर कुणाकडनंबी उसनं काढून मला चार माणसांवाणी जगता येईल. पोरंबाळं रांकेला लागतील. म्हणून मी तुमच्यात चाकरी ऱ्हायलो.

उद्या धापंधरा जणांचं आन्न शिजीवलं पाहिजे मला. घरात धान्याचा योक कण न्हाई. पैसाबी जवळ न्हाई. मला एक चिठी लिवून द्या आता. भूपाल वाण्याकडनं शेरपायली धान्य आणतो."

मालक उठलं. त्येंनी तांबड्या वईतलं एक पान फाडलं, कराकरा चिठी लिवली. माझ्या हातात दिली.

"मळ्याकडं जाणार हाईस का न्हाईस?"

"मळ्याकडं जाईना तर. जीव तिथं ठेवून धड हिकडं आणलंय. आता एवढं धान्य आणून घरात टाकतो. वाळला-वल्ला तुकडा चावून मळ्याकडं जातो. सकाळनं जरा घटकाभर सवड काढून घराकडं येईन तेवढंच.... आणि बैलांचं भरड्याचं पोतं सपलंय. तेवढं बिगीद्यान आणा. कसाची कामं हाईत. बैलं हातटेकीला येतील."

वाण्याकडं गेलो. त्येनं पोत्याचं तोंड बांधल्यागत आपलं तोंड केलं नि चिठी वाचली. गुमानवाणी धान्य घाटलं. वर मागिटल्यावर चार आण्याची च्याऽची पूड दिली. हळदकुक्कू गिन्नीगिन्नीचं दिलं. शेरभर गूळ दिला. मीबी गुमान घेटलं.

पोरीच्या डोस्कीवर डाळीचं गठळं देऊन मी बाकीचं घेटलं नि घराची वाट धरली.

वझं न्हेऊन घरात टाकलं.

"एवढा का उशीर?" बायकू बाजल्यावर बसून पोराला पाजवत हुती.

"तू बसलीयास राजाची राणी बसल्यागत बाजल्यावर. मला तिथं लोकांचं पाय धरून, उसनं मागून आणावं लागतंय. चोरून न्हवं. माणसांत अब्रूनं जगलं पाहिजे. कोण माणूस कसं असतंय, कोण कसं असतंय, कोण वचनावर इस्वास ठेवतंय. कोण ठेवत न्हाई. कोण मालकाच्या जीवावर उसनं देतंय... हजार भानगडी असत्यात. सतराजणांची दारं हिंडावी लागत्यात, तवा संसार हुतोय. बाजल्यावर खुशाल बसून हुकूम सोडायचं नसत्यात."

...गप बसली.

म्हातारीला सगळं धान्य सोडून दावलं. हळदकुक्कू, च्यागूळ ताब्यात दिला.

थोरली पोरगी वझं भुईला ठेवून बायकूजवळ गेली. हळूच तिनं वट्यातलं कायतरी काढलं. मी म्हातारीसंगं बोलत हुतो. मायलेकी कुजबुजू लागल्या.

"कुठनं आणलंस ग हे?"

"वाण्याच्या दुकानातनं. उद्या बाळाचं बारसं न्हवं? त्येला खेळायला आणलंय —चेंडू नि खुळखुळा."

"नाणे." मी वराडलो. डोसकं कोयता घालून चिंबीवल्यागत झालं. "तुझ्या भणं; लोकाचं उचलून आणतीस पत्त्या न्हाई ते." झमामा झोडीपली. ढॉर वरडल्यागत वरडली. परकुरात मुतली. तरी सोडली न्हाई. "घाल ते वट्यात नि देऊन ये चल ज्येचं त्येला."

वाटंनं कुत्र्यागत बडीवली. वणी दुकानाच्या फळ्या लावत हुता... त्येलाबी योक दणका द्यावा, असं वाटलं.

"ए वाणगटा, दुकान राखतोस का हजामती करतोस? बारकीबारकी पोरं तुझ्यातलं काय पाहिजे ते उचलून न्हेत्यात, डोळं हाईत का परट्याची भोकं? ह्यो

घे चेंडू नि खुळखुळा आणि आजपासनं मला चोरबीर म्हटलास तर दुकान पत्त्या न्हाई ते पेटवून देईन.''

पोरीच्या दंडाला हिसका देत मी पाठ फिरीवली.

■

सत्यकथा, एप्रिल १९६४

वरातीचा शालू

सकाळी दोनअडीच तास दिसालाच गावातनं कालवा उठला. माणसं सोनं लुटायला चालल्यागत बाहेर पडली होती. हातात, काखेत जुनी धोतरं, धडपं, शिबडी धरलेली. गल्लीतही तोच कालवा.

"काय ग सोना?"

"आग, कंट्रोलात तांदूळ आलाय म्हणं पचमीचा." सोना गेलीसुद्धा.

अंजना नव्यानं बांधून घातलेल्या वासरागत येडबडली. तिनं जाऊन चुलीच्या मागची गाडगी चाचपली. उतरंड खालीवर करून झाडून बघितली. पेटी अंधारातच उघडून तिच्यातलं गठळं बाजूला काढून आतनं हिकडंतिकडं हात फिरवला. पेटीत अंधार होता... कोंडल्यागत होऊन तशीच भिंतीकडे बघत बसली.

आज सकाळी उठल्याउठल्याच तिच्या मनाला कातर लागली होती... आज पच्चीम हाय. नागूबाची पूजा. निवदापुरतं दूध नि ल्हायापुरतं जुंधळं तरी घरात पाहिजेत. तशात आज तीन महिन्यांनी कंट्रोलात तांदूळ आला. सस्त दरात मिळतोय. कायबी करून आणला पाहिजे. पोरांच्या अंगावर कापडं न्हाईत. निदान भातानं त्येंची तोंडं तरी खरकाटी हुतील आज सणाची.

त्या तंद्रीतच कण्याचं गाडगं चुलीवर शिजत होतं. तिनं ते पुन्हा एकदा उघडून बघितलं. काळी मिचकूट डाव वर काढून कण्या चाटून चावून बघितल्या. शिजल्या होत्या; पण मीठ जास्त झालं होतं... बरं झालं. पावसाळ्याचे दिस. पोरं पाणीच पीत न्हाईत. आता कण्या खराट लागल्यावर तरी पितील. पोटात भर तरी पडंल दुपारपतोर. सणाचा मेळ करून मग सण साजरा करायचा. एखाद्या वक्ताला त्या मेळात दीसबी बुडायचा.

चुलीवरचं गाडगं उतरून उनउनीत कण्या चार परळांत ओतल्या नि निवत लावल्या. रातच्या आमटीचं गाडगं चुलीवर तापवत ठेवलं.

"गण्या, राम्या, ताने, या रंऽ"

कान आत करून दारात खेळत बसलेल्या पोरांनी डाव लुटालूट करून बंद केला नि हात अंगरख्याला पुसत आत आली. सांगून ठेवल्यागत चुलीभोवतीनं भुईवर बसली.

"पोळ्या, भात करणार न्हाईस व्हय ग आई?" रोजच्याच काळ्या कण्यांचं पराळ बघून तानीनं तोंड पाडलं.

"न्ह्यारीपुरत्या केल्यात. दुपारनं सणाचं बघू या."

आमटी कडक तापली. तीन पराळ तिघांच्या पुढ्यात सारले. एक आपल्यापुढं ओढून घेतला. पदरानं आमटीचं गाडगं धरून सगळ्यांच्या परळांत जरा जरा ओतली. उरलेली आपल्या परळात... डाळ कुणालाच नाही.

पोरं भुरके मारू लागली. हाऽहूऽ करत मधनंमधनं घटाघट पाणी पिऊ लागली. परळाकडं बघून ती कण्यांचा ऐवज न्याहाळायची... संपत आल्याचं बघून कमी कमी खायची. अंजना कण्या न भुरकता तोंडात गुमान घालत होती... सान्यातनं एक किरण भिंतीवरनं वळवळत चुलीवर आला नि तिला कळलं की अजून बारा तासाच्या दिसातले नऊ-दहा तास संपायचे आहेत.

दीड वर्ष झालं; असे दिवस संपत होते. पोटात चावून नवरा मेला आणि नको असताना ही आणि तीन पोरं जगली. पण मरताना नवऱ्यानं आपलं घोंगडं, वाकळ, एक धडसं धोतर नि दोन मुंडी पाठीमागं ठेवली होती. ती मुंडी गण्या नि राम्या पावसाळ्यात अंगभरून घालत होते. तानी पाचसात वर्षांची होती पण आईचं जुनेर नेसून हिंडतफिरत होती... दाल्ला हुता तवा पोरांस्नी पोटं नसल्यानसल्यागत वाटत हुतं. पर आता सारखी भूक भूक करत्यात. रोजगार तरी एक दीस मिळतोय नि धा दीस नसतोय.

कुठंतरी वाहावत चालली होती. कण्या चाटता चाटता दारातनं पुन्हा तिची नजर रस्त्यावर गेली नि ती भानावर आली... चटाचटा परळातल्या कण्या गिळून मोकळी झाली. हात धुवून चटाकदिशी जुनेरावरच बाहेर गेली.

"जरा बाहीर जाऊन येती रं." ...पवारगल्लीच्या बाजूनं गेली. पोरं कण्या भुरकत होती.

घटकाभरानं परत आली... चेहरा तसाच पडलेल्या भिंतीसारखा... पोरं खेळत होती.

एकदोन पावलं घरात घोटाळली आणि पुन्हा बाहेर गेली. अनेक ठिकाणी उसन्याला डसली. पण गाव मातीतलं होतं. मातीच्याच चुली होत्या. जैनाच्या कल्लवाकडं गेली.

"पुरं झालं जा आता. दाल्ला हुता तवर दिलं उसनं आणि त्येनं फेडलंबी. तू आता बिनदाल्ल्याची. तुझ्याकडनं कवा पैसा मिळायचा?"

"लगीच चार-पाच दिसात देतो."

''आगं जा. कवा काम लागलं नि पैसा उरला तर. आज-उद्या करत मागच्या येळंला चार म्हयनं टोलीवलंस. एवढं पदरचं देऊन हेलपाटत बसायला कोणच्या देवानं सांगिटलंय?''

''आज पच्चीम हाय. आज कायतरी पोरांसाठी केलं पाहिजे. कायबी करून उद्याच्या उद्या तुमचं तुम्हांला देऊन टाकती.''

''आगं, मग कंट्रोलचं उद्या आणंनास? एवढी घाई कशाला करतीस?... जा आता. उगंच माझं डोसकं उठवू नगं.''

तिला काहीच बोलता आलं नाही. ढासळलेल्या भिंतीच्या ढिगाऱ्याखाली गुदमरल्यागत झालं... तशीच परत फिरली.

''राम्याऽ''

''आऽ''

''कंट्रोलात जा आणि पाळीला हुबा ऱ्हा जा.''

''मी तिकडनं आताच फिरून आलो. लई दाटण हाय. मी चेंगरून मरीन बाई.''

''भात खायाला मिळणार न्हाई मग सांजचं.''

सगळ्याच पोरांच्या तोंडाला पाणी सुटलं.

''आई, मग तानी नि मी जातो. राम्या घरात बसू दे.'' गण्या आईला म्हणाला.

''ताने, तू घरात बस ग. गण्या, तू नि राम्या जावा. मी घटकाभरात आलीच.''

''बरं.''

शेंबूड पुसत, मळक्या टोप्या घालत, चांदव्यातनं वर येणारे केस आत घालत पोरं पळाली.

हळूहळू उशीर होत होता. डोकं झणझणत होतं. काय करावं कळेना. दारातनं रस्त्याकडे बघत उगंचच सोप्यात बसली... रस्त्यानं डवऱ्याची सरू जाताना दिसली. पान खाल्लेली. बावचीच्या शेंगा मोडल्यागत चुटूचुटू चाललेली. नाकात चमकीची नथ.

''आगंऽऽसरूऽऽ''

''का गऽ''

''ये की. तपकीर तरी वडून जा.'' ...खरं तर परवा दिशीच तपकिरीची डबी मोकळी झाली होती.

सरू आली. ''जाती बाई'' म्हणत बसली. ''कंट्रोलात तांदूळ आल्यात न्हवं. मिळत्यात का बघती.''

''कामाला गेली न्हाईस वाटतं कुठं?''

''हां! माणसाला आन्न खायाला मिळंना नि कामाला कोण बलीवणार?''

''मग कंट्रोलला पैसं कुठनं आणलंस ग?'' अंजना कलंडत चाललेल्या आवाजात हसली.

“मामलेदाराच्या हितं जातीया सांजसकाळ. तेवढंच चार रुपडं मिळत्यात.” (कूळकायद्याच्या गडबडीत नोकरी सोडून मामलेदार आपली काळीभोर शेती करायला खेड्यात बसला होता.)

“मला तरी कायतरी काम असलं तर सांग की.”

“येडी का काय. आगं, गाव कसलं हे ववाळून टाकलेलं. मीच सतरा ठिकाणी हिंडतीय.”

“मग उसनं तरी चारपाच रुपय दे.”

“होऽ बया! उघड्यापाशी नागडं गेलं नि रात सारी थंडीनं मेलं—दे तपकीर.” सरू उठायला गडबड करू लागली.

“कंट्रोल आणायला कायच न्हाई ग. पचमीचा दीस. मामलेदाराकडनं उसनं मिळालं तर बघ की.”

“खुळी का काय ! शेरगावातली बाई हाय ती. दोन रुपय कामातलं आगाऊ मागिटलं तर देत न्हाई; नि उसणं देणार हाय व्हय ती?” मधेच तिला काहीतरी आठवलं. “हां ! कायतरी इकायचं असलं, घाणवट ठेवायचं असलं तर ठेवून घेती बघ. ऊठ. काढ तपकिरीची डबी. जाती मी.”

तपकिरीची डबी काढून उजेडाकडं तिचं तोंड करून अंजना म्हणायचं ते म्हणाली, “तपकीर सपलीय वाटतं गं !”

“मग कशाला बलीवलीस गं?” खोट्या फणकाऱ्यानं सरू बोलली. तिनं डबी घेऊन उगंचच बोट तिच्यातनं फिरवलं नि त्याला लागलेले कण नाकापुढं धरून आत ओढले. “जाती बाई.”

बसल्याबसल्या तिनं सुस्कारा सोडला नि स्वैपाकघराच्या अंधारात बघितलं. मगाचा किरण चुलीम्होरच्या हंड्यावर चढून दीस वर येईल तसा खाली घसरत चालला होता...दोन घागरींचा तांब्याचा हंडा. सगळ्या घरात तेवढंच तांब्याचं भांडं होतं ... संसारात तांब्याचं भांडं असावं. दोन गंड पोरं हाईत. त्येंच्या संसाराला तेवढा तरी हंडा ऱ्हाऊ दे.

आठवण झाल्यागत होऊन ती पेटीकडं गेली. पांढऱ्या फडक्याचं गठळं हळूच बाहेर काढलं. उठून उजेडाला आणलं... एखाद्या कागदातला सुगंध उलगडावा तसं तिनं ते गठळं सोडलं. आत ताज्या गुलाबाच्या रंगाचा घरंदाज विणीचा शालू. हळूच उचलून हातात घेतला. सात सल्दातल्या बाईचं तोंड न्याहाळावं तसा बघितला. उजेडात त्याचा उजेड तिच्या तोंडावर पडला. आठवणी उमलल्यागत दोनतीन घड्या हळूच उघडल्या... जरीचा नक्षीदार काठ. त्यात पिसाऱ्याला पिसारा नि चोचीला चोच लावून बसलेले डौलदार मोर, शालूच्या कोवळ्या नाजूक अंगावर मुरडलेल्या टोकदार पानांच्या लहानलहान बुट्या... आणखी उलगडला. पदर

आला. गोल चकत्यांचा, झगमगणारा... हिरव्या चुड्यांच्या हातांनी पुन्हापुन्हा सावरावा असा... अंजना कुठंतरी लांब लांब लांब गेली...

“आईऽ, आगं, चल की, कवाधरनं वाट बघायची?” गण्या अचानक दारात आला.

भानावर आली. “पाळी आली?”

“पाळी आली न्हाई. पर दादा म्हणतोय; आई येतीया का न्हाई कुणाला दखल?”

“आली आली चल. पाळी सोडू नका.”

“बरं.” गण्या पाणी पिऊन, कानांजवळच्या केसांतनं गालावर ओघळणारा घाम पुसत पुसत परत गेला... अंजना गठळ्याच्या तोंडाच्या गाठी बांधून उठली.

“बाई हाईत का घरात?” मामलेदाराच्या दारासमोर उभी राहून ती बोलत होती. बाई बाहेर आल्या.

“का?” नुसता प्रश्न.

“सरू डवरीण माझी दोस्तीण.”

“बरं.”

“एवढा शालू घाणवट ठेवून घेतासा?”

“आण बघू. आत ये अशी.”

बाईंनी शालू उजेडात नेऊन पुन्हापुन्हा बघितला. पलीकडच्या खोलीत बसलेल्या साहेबांना कुचकूच बोलून दाखवून आणला.

“केवढ्याला घेटला होता?”

“सस्ताईत चाळीस रुपयला घेतला बघा.”

“किती वर्षे झाली?”

“माझ्या लगनातला. धा-बारा वर्सं झाली की.”

“मग फार जुना झालाय. टिकणार नाही हा.”

“काय थोडं द्यायचं ते द्या. म्हयन्या दोन म्हयन्यांत लगीच परत करती.”

“गहाणवट नको बाई. तुम्ही लोक वेळेवर पैसे देत नाही. उगीच तुमच्या वस्तू दोनदोन वर्षं सांभाळत बसावं लागतं. व्याजासाठी तुम्ही मग पुन्हा भांडायला उठता.”

“मी तशातली न्हाई जी.”

“पण तसं काही नको. विकत देणार असलीस तर दे.”

“इतक नगं. घाणवटच घ्या. आतापतोर जीवाच्या मोलानं जपलाय. त्येला आता इकून काय करू?”

“तुझ्यासारख्या बायांनी अशाच वस्तू गहाण टाकल्या नि त्यांना पैसे परत फेडता आले नाहीत. व्याज वाढवीत बसल्या नि शेवटी व्याजातच वस्तू मोडीत

टाकून गेल्या. पाच रुपयांच्या वस्तूचं दहा रुपये व्याज करण्यापेक्षा ती वस्तू तेवढीच विकली तर पंधरा रुपये वापरायला मिळतील. —शिवाय तू सरूची मैत्रीण आहेस तर तुला जेवढ्यास तेवढी किंमत देईन. वास्तविक आता चाळीस रुपयांना कित्ती चांगले शालू येतात. हा शालू तर जुना आहे. वापरल्यावर एकदोन वर्षांत फाटून जाईल.''

बाई अंजनाला ऐसपैस सांगून पटवून देण्याची धडपड करत होत्या. पण ''न्हाई बाई, न्हाई बाई'' म्हणत अंजनानं त्याचं गठळंही बांधलं नि ती उठली. तोंड बाहेर केल्यावर तिला दिसलं की दुपार व्हायला आलीय. पच्चीम. घरात धान्याचा कण नि पैशाची दिमडी न्हाई. पोरं कंट्रोलाच्या पाळीत तारताळ्या देत हुबी ऱ्हायलीत. बाहीर जाऊन तरी कुठं जाणार?... पर शालू इकायचा म्हंजे अंग सोलून चामडं इकल्यागत वाटतंय.

हिकडं हे तिकडं ते करत ती तशीच उठली. बाहेर पडता पडता उगाच सौदा बिनसणारा शब्द टाकावा नि मनाची समजूत काढावी म्हणून ती बोलली, ''पन्नास रुपये देणार असलासा तर देती बघा.''

''नाही बाई. फारच महाग पडेल.''

''मग ऱ्हाऊ दे तर.'' ती बाहेर पडलीही. जीवाला जपल्यागत गठळं पदराखाली घेऊन घराकडं चालू लागली.

''एऽ अंजनाबाई.'' बाईंनी पाठीमागनं हाक मारली.

काळजात खोल फावडं मारल्यागत झालं. हिकडं हाक ऐकायला यावी असंही वाटत होतं. त्या तंद्रीतच ती परत फिरली.

शालू सोडून दिल्यावर रिकामं-रिकामं झालेलं फडकं चुरगळून बोळ्याएवढं करून तिनं हातात घेतलं. पन्नासाच्या नोटा आल्यावर ती बाहेर पडली. हातांना नव्या नोटांचा वास लागला... बरं झालं. एवढ्या महागाईच्या दिसांत पन्नास रुपय तालेवाराजवळबी असणार न्हाईत. कोण घेणार हाय एवढा जुना शालू पन्नास रुपयला? बाई भोळी म्हणून फसली. आता पोरांस्नी पचमीला उक्ती धडूतीबी हुतील, माझ्याबी अंगावर एखादं कोष्टाऊ लुगडं घ्यायला येईल आणि कंट्रोलातलं तांदूळबी आणता येतील. एवढा दोनअडीच म्हयन्यांचा पावसुळा कसाबी एवढ्या पैशांवर काढायचा. अधलामधला रोजगार मिळाला तर हाईच. पुन्ना सुगीला पैसं साठवून झकास नवा शालू जसाच्या तसा आणायचा. त्यात एवढी काय अबजूक?

घर आलं. तिनं पेटीला आता कुलूप लावलं. मोठा थोरला धडपा घेतला नि लगालगा रेशनच्या दुकानाकडं गेली.

रामनवमीच्या पालखीला झोंबल्यागत माणसं दुकानाला डसत होती. सुटून धाडधाड पाठीमागं एकमेकावर पडत होती. एकमेकांचे पायताणांचे पाय एकमेकांच्या

पायांवर पडत होते. बोटं चिंबून रक्ताळत होती तरी पुढं जात होती... चारपाच गांधीटोपीवाले त्यांना ओरडून ओरडून सांगून पाळीत नेत होते. पण पाळीत तेवढ्या लांब जायला कुणाचीच तयारी नव्हती. म्हातारीकोतारी, बायकापोरं यांची लांबच लांब पाळी होती. पण मधूनच कुणीतरी बिनपाळीचा दुकानात गेला तर एकदम कालवा उडायचा आणि पिंडावर झडप घेतलेल्या कावळ्यांगत माणसं पुन्हा दुकानाला जाऊन झोंबायची. गांधी-टोपीवाले पुन्हा त्या जनतेला पाठीमागे नेऊन उभे करायचे.

रांग मुंग्यांच्या रांगेगत लागलेली. हळूहळू पुढेपुढे सरपटणारी. राम्या-गण्या दोन माणसांच्या मध्ये हळूहळू चेंगरत चाललेले. अंजना त्यांच्याजवळ जाऊन उभी राहिली.

पोत्यापाठोपाठ पोती सुटत होती. कमी होत होती. नाहीशी होत होती. दुसरी सुटत होती; नाहीशी होत होती... एकएक माणूस एवढंएवढंसं गठळं घेऊन सोनं मिळाल्याच्या आनंदात घराकडं पळत जात होतं. अजगरागत वाकडीतिकडी रांग पुढंपुढं सरकत होती... दुपारचा एक दीड वाजला. भुकेनं माणसं पेकाळली. पाळीतच बसली. बसून पुढं सरकू लागली.

तास दीड तास सरपटणं झाल्यावर अंजना नि तिची पोरं दुकानाजवळ आली नि पुढं दहाबारा माणसं राहिल्यावर "तांदूळ संपला ऽ!" असं म्हणून दुकानदारानं शेवटचं पोतं कचऱ्यासह पारड्यात झाडलं.

"आग लागली ह्या जन्माला !" म्हणून अंजना आणि तिची पोरं खुळ्यागत तोंड करून घराकडं गेली... घटाघटा पाणी पिऊन सोप्यात बसली.

नागोबाला दूध-लाह्याचा निवेद घेऊन बायका वाटेनं जात होत्या... डोक्याला चपचपीत तेल लावून भांग पाडलेल्या. पायांत जोडवी-मासोळी, साखळ्या घातलेल्या. नव्या चोळ्या, नवी लुगडी, कुणाच्या अंगावर वरातीची लुगडी, शालू, हळदीची पातळं, नाकात नथी... सगळं सौंदर्य उमलून आलं होतं. नागोबाचा मान म्हणून रानातील कामं बंद होती... फुगडीघोड्यात धुंद व्हायाला पोरी चालल्या होत्या. तरण्या, नुकतंच लग्न झालेल्या, लग्नाच्या, न्हात्या-धुत्या, पोटुशा.

...अंजना सोप्यात बसून बघता बघता त्यात मिसळली. तरळत-तरंगत नागोबाला जाऊ लागली... लगीन होऊन तीनचार म्हयनं झालेलं. अजूनबी कालच लगीन झाल्यागत वाटत हुतं. वरात जणू रातीच निघाली हुती... गुळाचा उष्टा खडा खाताना अंग झिणझिणलेलं. हज्जार मोगऱ्यांच्या झाडागत फुलून आलेलं... हुरड्याला आलेल्या रानागत समद्या राती हिरव्या धुंद होऊन जगत होत्या... असं वर्ष गेलं. राम्या पोटात राहिला. पोट वर वाढलेलं नि दुसरी नाग पच्चीम आलेली... आता फुगडी न्हाई का घोडा खेळला न्हाई. वरातीचा शालू नेसून फणसाच्या झाडागत

अवघडून लांबनंच समदं बघिटलं. नागोबाला दूध-लाह्या घाटल्या... परत आली नि कडकडलेल्या मिठीत गेली...

"ह्या लुगड्यात फोटू काढावा अशी दिसतीस."

"......"

"तुझामाझा मिळून फोटू काढू या."

"असं पॉट घेऊन?"

"हां ! त्येला काय हुतंय?"

"नगं. फुडं कवातरी बघू म्हण."

...त्या दिशी भीड-मुर्वत सोडून पदूर कांबरून माझ्याच उबीला निजलं.

"लुगडं चुरगळंल. फेडून टाकती."

"नगं; असू दे ...ह्या लुगड्यात पदमिणीगत दिसतीयास तू."

उंबऱ्यातनं पळत येताना जुनेरात पाय अडकून तानी आपटली नि अंजना गडबडून उठली. तानीच्या पाठीत रप्पाटा बसला. "जरा शिस्तीनं येत जा की."

मग सगळं घरच पोकळ फुंकणीगत झालं. लगडून गेलेले आंबे उतरून नेल्यावर झाडाला जसं रिकामंरिकामं वाटावं तसं तिला होऊ लागलं... स्वैपाकघराच्या अंधारात आढ्याकडं ती बघू लागली. सान्यातनं दोन पांढरीघोट किरणं उतरली होती. खुंटीवरच्या घोंगड्यावर ती टवकारलेल्या डोळ्यांगत बसली होती. ते घोंगडं तिच्याकडं रोखून बघू लागलं... उसाच्या मोळ्या, गूळ, जळणाचं भारं, शेतकऱ्यांनी दिलेलं कापणीमळणीचं शेरपायली धान्य त्या घोंगड्याच्या खोळीवरनं घरात आलेलं होतं. ते पोटाला बिनघोर खाल्लं होतं. काय थोडं विकून चोळीलुगडं घेतलं होतं...

बाबाचं मुंडं घातलेला गण्या पळत पळत आत आला नि पाणी पिऊन पुन्हा बाहेर गेला.

चुरगळलेलं शालू बांधायचं फडकं प्राण हरवून जात्यावर पडलं होतं. अंधार असलेल्या रिकाम्या पेटीच्या तोंडाला कुलूप लावलं होतं... डोरलं इकलं. कुंकू गेलं... आता सुसरीनं काळीजच खाऊन नुसता पेंढा भरलेलं मढं. वास गेला. रंग गेला. जीव गेला. सपलं. —नव्या चोळी-लुगड्यांतल्या पोरी जात होत्या. येत होत्या.

अंजनाच्या गळलेल्या हातापायांत जीव आला नि अचानक उठली. पेटीचं कुलूप काढलं नि पैसे घेऊन तडक बाहेर पडली.

"बाई, हे तुमचं तुम्हांला पन्नास रुपये घ्या नि माझं मला वरातीचं लुगडं द्या."

"का ग?"

"काय करायचं? म्हयनाभरात खाऊन जातील ते नि तेवढ्यात लाखमोलाचं लुगडं जाईल."

"लाखमोलाचं?"

"व्हय !"

"वेडी आहेस तू. पोरंबाळं तुझी उपाशी मरताहेत नि तू हे नेऊन काय करणार?"

"काय तरी करीन म्हणं. माती खाऊन जगायला येईल. —हे घ्या पैसं." पन्नास रुपये तसेच टाकून शालू घेऊन बाहेर पडली.

येताना पुन्हा हातापायांतलं बळ गेलं. मग तिला कळून आलं की सकाळधरनं पोटात नुसत्या परळभर कण्याच आहेत. पोटात कडकडून भूक लागल्यागत झाली... पोरांची आठवण आली... ती दुपारधरनं कुठं बाहीरच गेलीत.

घरात गेल्यावर खुंटीवरचं घोंगडं काढून तिनं दुहेरी आंथरलं. अंगावरचं जुनेर अंधारात पिकलेल्या पानागत फेडून टाकलं. वारं बांधलेली घडी उलगडावी तसा शालू उलगडला आणि चांदणं अंगावर घेतल्यागत हळुवार नेसला. सबंध अंगाला चिकटला. मांड्यांना ऊब आली नि शालूला कुठलातरी जुना धुंद वास आला. तो वास घेत घेत तिनं उजव्या हातानं पदर काढला. डोक्यावर गुलाबी रंगासंगं घडी झगमगली. पायाखालच्या घोंगड्याला समाधान वाटलं. दर्पण घेऊन त्याच घोंगड्यावर ती दारातनं रस्त्याकडं बघत बसली.

पण दर्पणात ती थकलेली दिसत होती. गालफडं बसत चालली होती.

दीस बुडायला जाऊन अंधार पत्ता नाही ते उमलत होता. गावाबाहेरच्या नागोबाच्या देवळात निवेद दाखवून फुगडीघोडा खेळून पोरी परत येत होत्या. नाग-पंचीम आता संपतही आली होती. देवळात मिळणाऱ्या लाह्या खायला गेलेली पोरं किनीट पडता पडता अंधाराबरोबर परत आली नि पुन्हा घराच्या सगळ्या भिंती अंगावर ढासळायला उठल्यागत बघू लागल्या.

■

नवयुग, दिवाळी १९६६

गाळ

“दगूड आला खालनं !”

सख्यानं हिरीच्या तळातनं हाक दिली. वाकून बघितलं तर हिरीत काळंघूम दिसतंय. किती खोल खोल फोडत न्हेलीया. आत पाण्याच्या वाटणीचं अंधार भरलाय असं वाटावं. त्या अंधारातनं माणसं मुंग्यांसारखी हळूहळू वर येतानं दिसत्यात... हिरीच्या दरडाला धरून धरून मागंफुडं हलणाऱ्या मुंग्या.

आला दगूड. एवढा दांडगा कशाला दिला असंल ह्यो ! दोन तुकडं केलं असतं तर सख्याचा आई-बा का सर्गाला गेला असता ?... बेनं हाय ते ! कंत्राटदाराकडनं दररोज पावली-आधिली जादा घेतंय नि खाली कामाचा चाप लावतंय. ह्येच्या पावलीपायी माळंच्या समद्या माणसांचं मराण... काय जग तरी ! कंत्राटदार तर हिरीच्या तळात पाहाऱ्यावर असल्यागत बसतोय. बसून बसून त्येच्या बुडाला वाळवी लागली असंल. सारखं डोळं कामावर रोखलेलं. भालं डिवचल्यागत एक-एक शबूद. कोण बोलणार उलटं?

...गणप्या मरतंय. रेडा रुतल्यागत दगूड रुतला त्येच्या डोसक्यात. तरी गणप्या घट्ट. चारपाच वरसं झाली ह्या कामात हाय. खटलंय. त्येच्या डोसक्याचाबी योक दगूड झालाय. हातपाय कामं करून करून शिसं वतल्यागत झाल्यात. खरं गोंद्या नक्की मरणार. नवतर हाय. अजून काम जमत न्हाई... आला दगूड वर.

“गोंद्या, चल खाली.”

मरा आता. गोंद्यालाच हाक मारली. मधली किसनी तशीच मोकळी. बाई माणूस. संभाळून घेटलं पाहिजे. पर किती घ्यायचं? दुसऱ्याचा जीव गेला तरी?

“किसने, तू जा की ग खाली.” गोंद्या.

“मी न्हाई बाबा. मला न्हाई रेटायचा त्यो दगूड.”

"रेटत न्हाई तर मी काय करू? तुझा पायटा हाय; तुलाच घेतला पाहिजे."

"गोंद्या, चल म्हणतो न्हवं खाली." गणप्या दगूड घेऊन अवघडून हुबं हायलंय. "भडव्या, किसनीला कशाला? बापयाच्या जलमाला आलाईस; उतर खाली. न्हाईतर दगूड टाकतो बघ हितं पायट्यावर. एकट्याला उचलून न्व्यावा लागंल."

"थांब आलो. किसने, काम निभत न्हाई, तर गाळाला कशाला आलीयास ग?"

"तुला बघायला. मुकाट्यानं जा खाली."

गोंद्या खाली गेलं. किसनी वाटंवर दगडाला चिकटून हुबी -हायली.

"थांब रं गणप्या. बेतानं दे; न्हाईतर टाकशील पायांवर."

गोंद्यानं कसाबसा दगूड डोसक्यावर घेटला. मणाचं वझं... आई ग ! गोंद्याचं पाय थरथराय लागलं. किसनीच्या आणि त्येच्या मिळून नऊ पायऱ्या कसं चढणार? मरणार आता... एऽऽक ! पाय रेटत न्हाई त्येला फुडं... अशा वक्ताला एक दणक्यात एक पायरी चढायला पाहिजे. गोंद्या एका पायरीवर दोन्ही पाय ठेवून मग वर एक पाय ठेवतंय. एका पायरीवर एक पाय, एका पायरीवर एक पाय ठेवतच रेटत वर न्हेलं पाहिजे... माणसं बघाय लागल्यात त्येच्याकडं. किसनी खालनं वर बघत हसाय लागलीया. आलं गाठत.

"भिम्या, धर दगूड; न्हाईतर टाकतो बघ खाली." गोंद्याच्या हातापायात चळ भरलाय.

"ये गा आणि एक पायरी वर. तुझा पायटा हितं हाय बघ."

"बेन्या, एक पाय दे की खाली. मरशील काय फुडं आलास तर?"

"चल चल वर."

"आयला ह्या जल्माच्या ! धर आता तरी."

"दे." दगूड भिम्याच्या डोसक्यावर गेला.

गोंद्याच्या उरात कोंडलेला सॉस बाहीर पडला.

"हिच्या भणं ह्या पोटाच्या ! दगडं न्हाईतर ह्यो गाळ भराय आलं असतं तर बरं झालं असतं."

...खालनं गाळाची बुट्टी आली. कामाला दम न्हवता.

पायांची कांबटं ताटकळून मोडायची पाळी आली हुती. डोसक्यावरनं समदा पाताळ विरविरीत गाळ खाली वरंगळत हुता. कुजका गाळ. वरीसभर त्यात वरनं पडलेलं आंबं, चिंचा, रामफळं, पानं, पातेरा पाणी खाऊन खाऊन तळाला गेलं हुतं. मढं कुजल्यागत घणत हुतं. दीसभर ह्यो गाळ अंगावर. डोळ्यांत राड गेलेली. सुया कोंबल्यागत डोळं कचकचत हुतं. अंग म्हंजे नुसती घाण गटार.

"गोंद्या, चल. बुट्टी आली बघ." किसनी अंगावर गाळ गाळून घेत हुबी.

“किसने, अजून एक पायरी वर ये.”

“माझा पायटा हितंच हाय.”

“तुझ्या पायट्याला चारच पायऱ्या हाईत. माझ्या पायट्याला साऽ पायऱ्या हुत्यात.”

“भिम्याला एका पायरी खाली ये म्हणावं.”

“मलाबी पाच पायऱ्या हाईत. गोंद्या, किसनीचीच ती पायरी हाय. ये म्हणावं वर तिला. सोडू नगं.” वरच्या पायऱ्यावरनं भिम्या बोलत्याला.

“मी येणार न्हाई बघ. आगत असली तर ये; न्हाईतर बुट्टी खाली टाकती.”

“...झक मारली त्येच्या आयला कामाला येऊन. थांब. बुट्टी उचल. खांद्यापतोर तरी येऊ दे की माझ्या.”

“नारळीच्या झाडागत उच्च हाईस. हात पोचत न्हाईत माझं. उचल तुझी तू. न्हाईतर वाक खाली.”

“गुडघं मोडायची पाळी आली वाकून वाकून. हातांनी उचल की जरा.”

“आटीप आटीप. घोळ घालत बसू नगं. पाठीमागनं दुसरी बुट्टी आली. अंगावर पडंल माझ्या.”

“बरी भेटलीयास माझे बाये.” गोंद्यानं किसनीच्या डोसक्यावरची बुट्टी उचलून घेटली.

किसनी कुदांड्या म्हशीगत. कंत्राटदाराचं कूळ; म्हणून कामाला घेटलेली. रांडमुंड हाय. काम निभत न्हाई. तरी येतीया आणि कसाबसा दीस ढकलतीया. शेवरीच्या फोकाटीगत पातळ. एकशेवडी. बुट्टी दिली की चराऽरा वाकती. असल्या माणसाच्या हातनं गाळाचं काम हुतंय? कंत्राटदारानं सफय पायटा दिलाय. तसल्यात एक पायरी कमीच. गोंद्याला अवघड पायटा. चढतीचा. तसल्यात ही डिंबऱ्या बाभळीगत गिड्डी. हात कवा उचलत न्हाई. गोंद्याला तिच्या डोसक्यावरची बुट्टी उचलून घ्यावी लागतीया... मघाशी गंमत झाली. गोंद्या तिच्याजवळची बुट्टी एक पायरी खाली जाऊन वाकून घ्यायला गेला. तर ही बया “तोंडापाशी तोंड आणू नगं.” म्हणून गोंद्यावर भुकली. वाकून वाकून गुडघं तुटायची पाळी आली हुती म्हणून गोंद्या खालच्या पायरीवर गेला हुता; तर हे असं. बेतानं समद्या बुट्टीला हात घालाय गेलं तर छातीला छाती चिटकती. मग, “योऽबया” म्हणून बोंबलती. काय करायचं? लांबनं बुट्टी घेऊन घेऊन गोंद्याची पोटातली आतडी वर आली हुती. एकटाच किती उचलणार? गरीब पडलं. कुत्रं केलं हुतं त्येला.

“भिम्या, बुट्टी आली बघ. झटक्यानं चल.” गोंद्या.

“थांब गा तिथं. वरनं माझी बुट्टी घेटल्याबिगार खाली कसा येऊ मी?”

“पायऱ्यावर ठेवू का बुट्टी मग?” लटपटलेलं गोंद्या.

“हुबा ऱ्हा तिथंच. बुट्टी खाली ठेवलाबिवलास तर सांगिटलं न्हाई म्हणशील.”

"डोसकं फुटायची पाळी आलीया; चल लवकर."

"गाळाचं काम हाय गा हे. फुलाच्या बुट्ट्या व्हावून न्ह्यायच्या न्हाईत. निभत न्हाई, तर आलाईस कशाला?"

"लई कामाचा बापय हाईस, मला म्हाईत हाय; ये."

मागनं किसनीनं वरडून खाली बुट्टी ठेवली हुती. सुट्टी झाल्यावर गोंद्याच्याच उरावर ती पडणार. गोंद्या चिन्नभिन्न झालं. कुणाला काय बोलावं त्येला कळंना. बुट्ट्यांमागनं बुट्ट्या येत हुत्या.

...चारआठ आणे चढ मिळत्यात म्हणून आलं हुतं. तेवढंच आपलं बिडीकाडीच्या वरच्या खर्चाला हुतील. खुळा इचार. दुसरं काय.

गाळाच्या कामाला येत न्हवतं तवा त्येनं कवळ्या सांजंलाच गाळाची माणसं गावात आलेली बघिटली हुती. गाळ नि पाणी अंगावर पडून पडून माणसाला थंड वाजतीया म्हणून गाळाच्या कामाची लवकर सुटी हुतीया. लवकर जाऊन माणसं गावात मजा मारत्यात. बाजारपेठेतनं फेऱ्या घालत च्याचिवडा खात्यात. काम करतानंबी मधनं पाणी प्यायला, पान खायला घटकाघटकाभर सुटी मिळती. बुट्ट्या हिकडनं तिकडं देत, मजा मारत, गमत्या करीत दीस कसा जातोय कळत न्हाई. शिवाय दुपारच्याला मळ्याच्या मालकाचा च्याऽ फुकट... लांबनं बघतानं हे असं दिसतंय.

गोंद्याला वाटलं, जावं कामावर. कुठं उगंच रोज एक-एकाचा बांध पुजत बसायचं? आणि तेबी दीस उगवायच्या आत कामावर हजर... ढेकळं फोडायची, बांध घालायचं; ऊस उकरायचं; पेकटाचा कणा नि कणा ढिला हुतोय. त्येच्यापेक्षा हे आपलं काम बरं. ह्यो गोंद्याचा इचार.

पर काय खरं न्हवतं. बाळतिणीचं दु:ख बाळतिणीलाच ठावं. दीस सरता सरत न्हाई. बांधून घाटलेल्या ढोरागत तिथंच बसतोय रवथ करत. उनाच्या रखात गाळात अंग नटनटून जातंय. घोरपडीच्या अंगागत खरबुडं हुतंय. आतनं खाज उठतीया पर खाजवायला फुरसत नसती... दंडांच्या खुड्ड्या निखळून पडायची पाळी आलेली असती.

"एऽ गोंद्या, पायांत काय दगडं बांधल्यात व्हय रं तुझ्या? चाल की भराभरा. माळ खुळंबलीया मागं; दिसत न्हाई?" कंत्राटदार हिरीच्या तळातनं टवकारला.

"अवघड पायटा हाय गा माझ्या बाबा. तुला काय खाली बसून सांगायला. जरा तोल गेला तर खाली तळात आतडी हातरली जातील माझी. कसली दगडं हाईत खाली ! ह्यो पायटा बघ ये जरा किती अवघड हाय त्यो."

"आरं, काय तुलाच अवघड पायटा न्हाई. निभत नसलं तर जा घराकडं. न्हाईतर ये खाली. तळ-बुट्ट्या उचल ये."

“न निभायला का हातापायांतली रगतं वाळल्यात माझ्या?”

“मग हाल झटक्यानं तर.”

“पाय मुरगळून धुण्याचा पिळा झालाय हितं. त्येची कोण चौकशी करतंय काय?”

“आरं, काय तुझाच पाय मुरगळतोय का काय? का तूच एकटा गाळाच्या बुट्ट्या वर न्हेतोयास?... रड रड जरा बायकागत. बायका, मर्दा, तुझ्या बरोबरीनं कामं करत्यात. आटीप.”

गोंद्यानं दोनतीन बुट्ट्या जरा लगालगा न्हेल्या. मुरगाळलेल्या पायावर ताण पडला. त्यो लईच दुखाय लागला... पायऱ्यावर गाळ पडून पडून निसारडं झालं हुतं. किती जरी जपून चाललं तरी पाय निसरतच हुता. पडलेला गाळ बाजूला वडायची सोय न्हवती. माळ काय थांबायची न्हाई. बुट्टीमागनं बुट्टी येत हुती. गोंद्याचा जीव घेत हुती. बऱ्यात बरं, न्हाईतर मघाशी पाय मुरगळला त्या वक्ताला खाली सरळ हिरीत जायाचा... हाडांचं चिरमुरं झालं असतं. किती खोल काढलीया हीर!

बघवत न्हाई इतकी खोल. तरीबी हीर-मालकाचं चित्त थारी न्हाई. अजूनबी काढतोयच. पाणी दोन मोटंचं हाय. पर त्येला फुरं हुईत न्हाई. बागाईतवाला. ऊस, केळी, कांदं, लसूण, खपली, मिरच्या; चैन हाय त्येची. पैसा खोऱ्यानं बुट्ट्या भरून वडतोय... गोंद्याच्या नशिबात गाळाच्या बुट्ट्या भंग्यानं वडल्यागत.

“गोंद्या, आटीप. पाय लई मंद पडतोय बघ. एवढा ह्यो कोपरा वर न्हेऊन झाला पाहिजे. त्याबिगर निर्वा न्हाई. उद्याच्या सुरुंगाला रान मोकळं झालं पाहिजे. दीस बुडायला आला... न्हाईतर मग आज तास-रातीपतर काम करावं लागंल.”

खरं बघाय गेलं तर सुटीचा वकूत मघाशीच होऊन गेलाय. पर कंत्राटदारानं वडून धरलंय. माणसाकडनं काम करून घ्यायचं नि फायदा मातूर ह्येला. ताक ढवळायचं त्येंनी आणि ह्येच्या भाकरीवर लोणी. माणसं आपली मरत्यात उरावर धोंडं घेऊन. पगारात मातूर योक पैसाबी चढ मिळत न्हाई. येळ-पर्संगाला काम मातूर दीस बुडूस्तवर.

...सांज झालीया. गार वाऱ्याची झुळूक अंगावरनं व्हावून चाललीया. गाळानं नि राड पाण्यानं अंग भिजून थबथबलंय. बाभळबोरीच्या झाडागत एकएकाच्या अंगावर काटा हुबा ऱ्हायलाय. तरीबी कामाची सुटी हुईना. आता सुटी कवा व्हायची नि माणसं आंघुळी कवा करायची? थंड पाण्याच्या आंघुळी. त्यो का कंत्राटदार ऊन पाणी तापवून देणार हाय? व्हय बाब काकडलाईसा, करा ऊन पाण्यात आंघुळी; असं म्हणणार हाय? उलट हिरीच्या तळात सुरुंग लावल्यागत डोळ्यांच्या वाती करून बसलाय... अजून घण, पहारा तळात खणखणाय लागल्यात. कवा बंद व्हायचं हे काम?

...वरनं वाळवाचा पाऊस आला पाहिजे. सगळं पायटं नि सुरुंग भिजून काला व्हावंत. मग तरी बंद हुईल काम. न्हाईतर दगूड ढासळला पाहिजे खाली सख्याच्या अंगावर. पेकाटच मोडलं पाहिजे त्येचं. सख्या मेला म्हंजे सगळ्या माणसांनी चार-चार आणे पट्टी काढून त्येच्या पदरात बांधायची. त्याशिवाय त्येच्या पिंडाला कावळा शिवणार न्हाई. बेनं एका पावलीसाठी सगळ्या माणसांचा जीव घेतंय... शेजारीच कंत्राटदार बसला असंल. चुकून त्येच्या डोसक्यात सख्याचा घण पडावा; न्हाईतर त्येच्याबुडी सुरुंग उडावा. गंमत हुईल. सुटीबी हुईल... न्हाईतर ह्या किसनीलाच ढकलून द्यावी खाली. उगंचच दुसऱ्याला तरास द्यायला आलीया. काम निभत न्हाई ते न्हाई; वर आणि नाकाची मिरची तिखाट. गाळातच कोंबावी तिला. चार माणसांनी उचलून एक भला दांडगा दगूड हिच्या डोसक्यावर द्यावा आणि 'तळातनं वर जा' म्हणून सांगावं. काय जातीया वर? बा आला पाहिजे तिचा. न्हाईतर सर्गात गेलेला दाल्ला... पाल चिरडल्यासारखी दगडाखाली मरंल.

गोंद्याचं मराण वर आलं. खालनं आणखी एक दगूड हत्तीच्या मुडद्यागत वर येत हूता. गणप्याचंबी हातपाय नेभळून गेलं हुतं. आल्यापासनं कामाची घनचक्कर सुरू हुती. दगूड येईना तरी गण्या कुथत कुथत वर आणाय लागलंय... गण्या, दे टाकून खाली. पडू दे कंत्राटदाराच्या डोसक्यात.

...देवा रं ! मेलं वाटतं कोण. कालवा उठला खाली.

"काय झालं रे?"

"काय झालं कुणाला दखल."

"गोप्या, काय झालं रे?"

"आंऽऽ?"

"अरं, काय झालं?"

"काय झालं काय की. —सख्याच्या अंगठ्याला पहार लागली वाटतं."

"आरं, अंगठा फुटला सख्याचा. समद्या पाण्यातनं रगत झालंय."

"आरं, बघता काय? सुटी करा आता."

"टाका बुट्ट्या पायट्याला. गोंद्या, टाक त्यो दगूड खाली पायट्याला."

"आरं, एवढा धर. माझ्या हातातलं न्याट गेल्यागत झालंय."

"टाक टाक खाली. सुटीचा वकूत कवाच होऊन गेलाय."

"आरं, टाकू नगा. एवढ्या बुट्या जाऊ द्यात वर." कंत्राटदार.

"टाकल्याबी बुट्ट्या खाली हिकडं."

भिम्यानं गोंद्याच्या डोसक्यावरनं दगूड घेटला नि पायट्याला टाकून दिला.

"आरं, नगं. ह्या चारपाच बुट्ट्या होईल; एवढ्या न्ह्या वर." तेच सुरंगाचं तोंड.

"झाली. माळ मोडली."

काय थोडी माणसं माळ मोडून वर पळाली नि काय थोडी आंघुळी करायला हिरीत पळाली. वर आलेल्यातली शेजाऱ्याच्या हिरीवर आंघुळीला पळाली. सख्याच्या अंगठ्याला कंत्राटदार पटक्याची फाटकी चिंधी काढून बांधत हुता. त्या दोघांकडं कुणाचंबी ध्यान न्हवतं.

भिम्या आणि गोंद्या कापडं हिरीच्या काठावरच टाकून शेजारच्या हिरीवर आंघुळीला पळालं. शेवड्याच्या हिरीला मोट चालू हुती. दोघांनी पाटात अंग खळबळलं. एकमेकांच्या पाठीवरनं एकमेकांनी हात फिरवून पाठीवरचा गाळ काढला.

"गोंद्या, आटीप. गावात माझं जरा काम हाय. लवकर जाऊ या."

"झालंच. मलाबी गावात लवकर यायचं हाय."

"का?"

"का काय? घराची वड का थोडी असतीया?"

"आटीप तर."

दोघांनी आंघुळी केल्या. वल्ल्याच अंगानं, हातानं पाणी झाडत परत आलं.

"गोंद्या, पान खायला पाहिजे गड्या. ईळभराच्या कामानं तोंडाला कडू आलंय."

"चल की देतो. मलाबी खायाचंच हाय."

दोघं गाळाच्या हिरीवर आलं. पर्त्येकानं आपआपली कापडं झाडली. गोंद्या कावरंबावरं झालं.

"भिम्या, आयला, कुणीतरी शेणाचा पू खाल्लाय."

"काय झालं रं?"

"इच्या भणं कुणीतरी माझी चंची पळीवली."

"कुणी पळीवली असंल रं?"

"कुणाला दखल."

"चंचीत आणि काय हुतं?"

"तर रं. दोनअडीच रुपयचा अडकित्ता हौसेनं घेटला हूता. आठ आण्याचं पैसं. शिवाय कात, सुपारी, चुना, पानं."

"काय करायचं ह्या माणसांस्नी?"

"कुणाला पचायची न्हाई म्हणंनास. ज्येनं न्हेली असंल ते हगवण लागून मरंल. गावावरनं ववाळून टाकलेली ही माणसं हाईत... नुसती गाळ !"

हीर निवांत झाली हुती. तिच्या भवतीनं, अंगावरनं, तळातनं समदा गाळ वरंगळत हुता.

■

सत्यकथा, मे १९६५

माणूस

कसलं ऊन... नि कसलं तान. पाला-पातूऱ्यागत जलम मर्दा आमचा. मालक मॉट धर म्हणंल तवा धरायची; सोड म्हणंल तवा सोडायची. एक न्हाई दोन न्हाई... कुतरं मुतून गेलेल्या दगडागत गप बसायचं. —उनाचंच आलाईस?

—केवढं न्हेलं बांधाचं गवात? ...आरं, माणूस म्हटल्यावर चोरी करायचंच. म्हार-मांग असतंय. दीसभर पोटाला चिमटा बसला की रातचं इळा-दोरी घेऊन भाईर पडतंय. मूठपसा गावंदरीकडंचं मिळंल ते घेतंय.

—भाजी असलं तर भाजी, भेंड्या तर भेंड्या; फावलं तर उकडून खायापायी शेंगाचं याल. कुठं मिरच्या-बावच्या; मिळतील त्या वट्यात आणि मागनं पोटात. न्हाई तर सरताशेवटी न्हाईच काय गावलं तर मग असा गवताला हिसका बसतोय. चारदोन आण्याला इकायचं नि पॉट जाळायचं. हाय काय नि न्हाई काय. काय खातील घरात बसून?... समदीच काय तुमच्यागत तालेवार लागून गेल्यात?

—मी कुठं तालेवारी आपल्या आपून चालत येतीया म्हणतोय? माप तुझ्या बाप-पणज्यांनी घाम गाळला असंल. मला घेऊन काय करायचा हाय? का शेंदूर लावून पुजायचा हाय का म्हसूबा करायचा हाय? माझं म्हणणं येवढंच बग; बांधाच्या चार पेंड्या गेल्या म्हणून तुझ्यासारख्यानं उगंच इवळू ने.

—व्हय की. माझ्या बांधाला तुझा बांध लागून असला म्हंजी काय झालं? आणि माझ्या बाऽनं तरी ह्यो मळा कुठं नि कवा खरीदी केलाता खरं; बांधाला बांध जरी लागून असला तरी डोळ्यात त्याल घालून, कमरंचा काटा ढिला हुईस्तवर माझी राखण असतीया. मध्यानरातचं बैलांस्नी वैरण टाकाय उठलो की मालक म्हणतोय, 'गणप्या, जा; वड्याकडं फेरी मारून ये जा' —कुतरं जरा वाऽव केलं की; 'गणप्या, ये माळव्याभवत्यानं चक्कार टाकून.' —रातध्याऽ वसतीच्या काठीगत

गणप्या हुबा. गवतावरची माशी हालली तरी वळखायची पावर हाय. म्हणून हितलं कस्पाटबी हालत न्हाई.

—तुम्ही बसतासा बाजीरावी भोगत बायकापुढनी घरात. हुट्टावरनं शेळ्या राखतासा मर्दा हो आणि बांधाची गवतं गेली म्हणून आमच्या नावानं वरडता.

—आणि आपलंच खरं. आरं, बांधाला बांध लागून असला तरीऽ आणि तुझ्याच तेवढ्या बांधाचं गवात गेलं तरीऽ मी त्येला काय करणार? मी का ह्या तसरीचा खंड-पत्कुरा घेटलाय राखणीसाठी? शेजारी असलो तरी काय झालं?

—भारा न्हाई; चार भारं गेलं असंल. मी कशाला बघून यायला पाहिजे — नगं नगं. मोट मारू नगं तू. —आणि मीबी काय आता वड्याला जाऊन बघून येणार न्हाई आणि तुला मोटबी मारायला जमायचं न्हाई. मालकाची बैलं हाईत बाहत्तरखोडी. त्यांस्नी मोटक्याबी तसलाच हुबाला लागतोय. —हे बघ, ह्यो बाळ्या कसा ढुंगाण भाईर काढून सरतोय बघ. अअऽस्सा वादाडा दिला पाहिजे बघ ह्येला. सारी धाव ह्येनं रुंदावून टाकली. अंऽऽ! अंऽऽ!—बघिटलास काय? चाबकाची वादी तुटली तरी घणमनत न्हाई. —आणि ह्याऽ सोन्याचा बा; सरताना सर्गाला जातोय. अअऽस्सा हिसका माराय लागतोय. नाक फाटून येसण हाडाला लागलीया ह्येची. कित्ती जरी हिसकं मारलं तरी सरत न्हाई. कासरं तुटत्यात; पर गडी काय वळणावर येत न्हाई. अंऽऽ! अंऽऽ! चऽल. बाळ्या. —ढोरासंगे ढॉर व्हावं लागतंय, जानबा. तर अशी मोट चालतिया. गड्याचा जलम आणि रेड्याचा जलम सारखाच. —तुला निभती व्हय ह्या बैलांची मोट माराय? पाटाला पाणी कमी गेलं म्हंजी घोंगडं काखंत देऊन मालक वड्याच्या भाईर घालवंल मला.

—आणि आपलंच खरं. आरं, माझा बांध कुठला? मालकाचा म्हण. माजा बा काय इनामदाराचा वारस लागून ऱ्हायला? मग कशाला असं लोकांचं नाडं तोडत बसलो असतो?... कळतंय तवाधरनं गांडीला अशीच लंगूटी हाय; चाकपटीत नाडा अडीकल्यागत. त्यात काय फेर न्हाई नि बदल न्हाई. आठ वरसाचा झालो. बाऽ म्हणाला. 'ऱ्हा ढोरं राखाय.' ह्याच मालकाच्या हितं तवाधरनं झाकणी-परळात कण्या वरपत आणि खाल्ल्यालं सारं गांडीच्या मढ्यावर घालत ऱ्हायलोय. योक पैसा म्हणशील तर दातावर मारायला न्हाई... ढोरं राखता राखता पाण्याची दारं मोडाय शिकलो. पाच-सात वरसं गेल्यावर आणि पाणी पाजून पाजून कुजल्यावर मग कुठं मालकानं रीण दिलं. नि बाऽनं माझं लगीन केलं... रीण फेडायला आऽणि पाचसात वरसं रात-ध्याऽ ढोरागत राबलो. ...येजासकट मुद्दल फेडूस्तर निम्मा जलम वाळूत मुतल्यागत गेला... त्या पाच-सात वरसांत बायकूला कुत्र्यागत पटाऽटा चारपाच पोरं झाली. देवबी इच्याभणं आमच्याच पदरात वरसाला याक पॉर टाकतोय... आता ह्येंची पाच पोटं आणि आम्हा नवरा-बायकूची दोन पोटं; काय

काटं घालून भरायची?... झालं. लागलो त्याच वाटंला. मागलं तसं फुडं. राब-राब राबतोय तरी जीव काय जाईत न्हाई नि काम काय सपत न्हाई... तुझ्यागत काय बळंनं जगलोय व्हय. मी?

—आता कुठली आलीया मर्दा, सुटणूक ! आता असंच. शिवळंला कसं नाड्याचं तिडं हाईत बग; तसं तिडं आतल्या आत आतड्याला पडल्यात... दगूड फुटला असता उनातानात राबून. पाला पाचूळा नि आमचा जलम सारखाच... कोण कळकळ करतंय आमची? ईळभराच्या कामानं रातरी कनकन आली तरीबी मालक काय कामं करू नगं म्हणत न्हाई... आता असंच एक दीस काम करता करताच कामाच्या जाग्याला आमचं मढं हुब्यानं पडायचं... तुझ्यागत का आम्ही तालेवार हाय? काय सरणार हाय तुझं चार पेंड्या गोरगरिबांनी गवात न्हेलं म्हणून? माणूस हाय तिथं चोरी करायचंच.

■

सत्यकथा, दिवाळी १९६१

सुख

...दाराच्या बाजूला नवं छप्पार. नव्या बाभळीच्या साली काढलेल्या गोऱ्यापान मेढी. कवा न दिसणारं आतलं नाजूक आंग मुरडून हुभ्या ऱ्हायलेल्या... वटी भरलेल्या नव्या न्हवरीगत त्यांस्नी आडसाराचं वझं. खाऊच्या पानागत हिरवंचार कळकीचं आडसार. मागून आणलेल्या शेवरीचं वासं. घाणीरड्याच्या नांगट्यांचं पांजराण. कडब्याचा नवाकोर कूड. आत घुंगुरटीबी जाणार न्हाई एवढा आटून बांधलेला. मग त्यातनं माणसाची नजर कशी जाईल? दावणीचं दगाड एकमेकाला लगटून रवलेलं. गोठ्यात तांबडी तांबडी मऊ माती. त्या मातीच्या गादीवर बसलेली म्हस. आटीव अंगाची, काळीभोर. टिक्की. चारी पायाचं खूर पांढरं. अवघडून दिसांत पडलेल्या बाईगत बसलेली... आज वील, उद्या वील. 'त्येंनी' गोठ्याच्या दारात बसलेलं.

"निर्मळ बसलाईस दत्तू?" बाहीरचं कोणतरी.

"बसलोय सहजावारी."

"छप्पार बरं घाटलंस दारात?"

"म्हस घेटली गा."

"कवा?"

"झालं दोन आठवडं."

"याऽला झालीया वाटतं?"

"वतांबलीया न्हवं."

"बरं केलंस. पोराबाळांस्नी दूध झालं. चार मापं इकून पैसंबी येतील." बोलणारा बोलला.

...हुरदं भरून आलं. हातातली भाकरी हातात ऱ्हायली नि तव्यातली तव्यात... कोरड्या हिरीला एकदम पाच-पन्नास झरं लागावंत तसं झालं.

लाडाची हिराबी असंच बोलली... दोन-तीन दीस झालं. लाडाच्या मळ्यात गेली. ऊन हुतं. मोटा सोडून सारी जेवली हुती. झाडाबुडी पडली हुती. हिराच तेवढी श्याण कालवत हुती. मी तिथं हातात खुरपं-दोरी घेऊन गेली.

"हिरा, उनाचंच श्याण लावाय लागलीयास?"

"सवड हाय तवर लावून घ्यायचं. का आलीयास?"

"उसाच्या पाल्याच्या दोन पाती पाहिजेत गं !"

"एवढ्या उन्हाळ्यात कोण देईल गं तुला? बैलांस्नी वैरण न्हाई नि तू इक्रीला पाला मागतीयास. कसा द्यायचा?"

"इक्रीला कशाला मागू मी? म्हस घेटली गं !"

"कवा?" तिचा हात थांबला. बैलाच्या डोळ्यागत मोठं डोळं करून बोलली.

"पंधरा दीस झालं की."

"बरं झालं बाई. वल्लीला लागलासा. घे जा दोन पाती... म्हस याऽल्यावर मापभर चीक दे म्हंजे झालं." दोन पाती दिल्या... कांद्याच्या पातीवाणी हिरवाहिरवागार पाला हुता. एकटीच्या उचलणीचा भारा झाला.

पाल्याच्या पाती काढतानं हाताला कुसळं लागली. मनगटांस्नी पानं कापली. कापलेलं घामानं चुरचुरत हुतं; खरं, मन गुलाबावाणी फुललं. वारा लागंल तसं चुरचुरणं कमी आलं.

दारात भारा टाकला. म्हशीनं आँऽ केलं. "मीच बाई आता तुझी धनीण." म्हणून पाल्याच्या दोन पेंढ्या तिच्याफुडं सोडल्या... खराटा घेऊन श्याण पाठीमागं सारलं. पाठीवर हाताची थाप दिली. आंग गारगार लागलं. कास वतांबून गेली हुती. थानं केळागत ताठलेली.

उरलेल्या पेंढ्या आत न्हेल्या. खोपड्याला लावल्या. दोरीखुरपं ठेवून बसली.

पोरं उनाचं गपगार पडली हुती. तेबी पाळकाचा दीस म्हणून घरातच हुतं. निजून उठलं हुतं. चिलमीतली राखुंडी इझीवता इझीवता म्हणालं, "कुठं गेलीतीस एवढ्या उनाचं? आणि ह्यो पाला कुणी दिला?"

"लाडाच्या हितनं आणला."

"जरा सांज करून जायाचं. एवढ्या उनात उसात गदमदतंय. कापल्यावर चरचरतंय."

"चरचरू दे. त्येला काय हुतंय? सांजंचं म्हस फिरवून आणायची कुणाच्यातरी साराकडनं; म्हणून आता गेली हुती."

घटकाभर गप ऱ्हायलं. चिलीम बटव्यात घालून बटवा बांधल्यावर म्हणालं, "म्हशीनं तुझी वळख ठेवलीया बघ. तू आल्याबरूबर आँऽ केली."

मी हासली... म्हशीपायी रगात आटीवलं हुतं.

...सा सालं झाली. माळकराची सीता हासूरकर दिवाणाच्यात दूध घालत हुती. मी तिथंच भांडी घासाया जाईत हुती.

मी पाऽटंची चाण्णी उगवाय उटून खांडाला जाऊन आलेली. 'त्येंच्या' न्हारीसाठी दोन भाकरी थापटलेल्या. इतक्यात सीता आलेली.

"बायना, येतीस न्हवं भांड्याला? चल बोलत बोलत जाऊ या !"

"आली गं. परात एवढी खळबळती."

"चल बाई, लवकर. कासांडीवरला फेस जिरतोय."

मी बाहीर पडली. गुडघ्याच्यावर जुण्यार. कसंबसं लाजंपुरंत अंग झाकलेलं. तेबी इगरून केळीच्या पानागत झालं हुतं. वाऱ्यानं फाटावं असं. गळ्यात डोरलंबी सरळ न्हाई. कपाळावर कुक्कू हाय हाय, न्हाई न्हाई. चारपाच दीस डोसक्याला सदागत फणी लागलेली न्हाई. पायांत चेपली तर लगीन झाल्यापासनं न्हवती... दीस ढकलत हुती.

बाहीर सीता हुबी. हातात लख्ख घासलेली पिवळीधम्मक कासांडी. तिच्या तोंडावर लोण्यागत पांढरा फेस खुसखुसत हुता. कपाळावर एवढा अस्सा ताजा कुक्कू. डोसकं इचरलेलं. ढाबळी लुगडं पायाच्या घोट्यापतोर. नवाटी मोडलेली न्हवती. गळ्यात बेलपानाचं चिताक. हाताला सोभतील अशी हातभरून काकणं. पायांत नव्याकोर बिनठिगळांच्या चेपल्या. त्यांस्नी तीनतीन म्हयन्याला त्याल. मऊसूत. काळ्याकरंद. पायांत जोडवी.

मी तिच्यासंगं म्हारीण गेल्यागत चालली. माझं मलाच चोरल्यागत हुईत हुतं. वाटंनं जातानं सकाळच्यापारी खडा बोचला. जलमल्याली येळ आठवली.

"चेपल्या घेऊनेस आता?" आपल्या चेपल्या करकरा वाजवत सीता म्हणाली.

"घ्यायच्या बाई आता. पोटाला खाऊस्तर जीव चाललाय. चेपल्यांस्नी आणि पैसं कवा घालू?" मांडीवरनं जुन्यार उडालं. ते मांडीवर झाकत मी बोलली.

सीताचं लुगडं गडद अंजिरी रंगाचं. "लुगडं कवा घेटलंस?" मी ऱ्हावलं न्हाई म्हणून इचारलं.

"घेटलं पंधरा दीस झालं. मागच्या म्हयन्याचं दुधाचं पैसं आलं. त्यातनं घेटलं. मासुळ्याचं फासं मोडलं हुतं; ते जोडून घेटलं."

"बरं हाय बाई तुझं. म्हशीनं धन दिलीया तुला. न्हाईतर माझं नशीब बघ हे; जलमभर भांडी घासून घासून हात कुजायचं."

सीता माझ्या बोलण्याला हासली. तिनं चिताकाचा गोंडा मागंफुडं केला.

पायरीवर चेपल्या काढून दिवाणाच्या बायकूला सोप्यात जाऊन तिनं दूध घाटलं. दिवाणाच्या बायकूनंबी 'सीताबाई' म्हणून हाक मारली. दोघी बसल्या. बोलल्या.

मी गुमानवाणी आत गेली. न्हाणीतला भांड्याचा ढीग उचलून परड्यात न्हेला. खरकाटं पाणी वतलं. राख घेऊन भांडी घासत बसली.

...सांजसकाळ चार घरं भांड्यांपायी हिंडत हुती. शिळंपांक उरलेलं फाटक्या पदरात घ्यायचं. हात बाजूला धरून पदराखालनं घराकडं आणायचं. पोरंबाळं जगवायची. भिकाऱ्याची तऱ्हा.

तेंबी कामास्नं येता येता एकदोन पेंढ्या वैरण आणायचं. शेजारणीच्या म्हशीला ती द्यायचं. ती च्यापुरतं दूध द्यायची. हळूहळू तिची म्हस आटली. दूध बंद झालं. लालभडक च्या म्हणून पोरं पिईनात. रडायची. तोंडात घेटलेला च्या थुकायची. तशीच जेवणाच्या वक्तापतोर ऱ्हायाची... वंगाळ वाटायचं.

एक दीस बामणाची भांडी घासून आली. तेबी घरात हुतं. त्यांस्नी म्हटलं, "कायबी करून एक म्हस घेऊ या."

बामणाच्या हितनं आणलेल्या कोरड्याशा संगं भाकरी खाईत ते म्हणालं, "खुळी हाईस. अंगावर लंगुटी मिळंना आणि आभाळाला ठिगाळ लावायला कशाला जायाचं?"

तिथंच बोलणं सपलं... त्येंचंबी खरं हुतं. पोटाला मिळूस्तर आतडी कुपावर पडल्यासारखं हुतंय; मग म्हशीसाठनं पैसं कुठलं आणायचं? रोजगाऱ्याचा जलम. हातपाय हलत्यात तवर राबायचं. ठकलं की पोराबाळांच्याकडं बघायचं. त्येंनी न्हाई बघिटलं की पोट-म्हतारं होऊन डोसकं टेकायचं.

...माझ्या बाऽनंबी असंच डोसकं टेकलं. माझ्यामागं कुणी बघिटलं न्हाई त्येला... मला 'हे' बघायला आलं. ह्येंचं ना रान; ना घर. पर हातपाय धड हुतं. राबून खाईल म्हणून ह्येंच्या गळ्यात बाऽनं मला बांधली. ह्येंनी दिलेलं दीडशे रुपये द्याज वरीसभर बसून खाल्लं, नि मरून गेला... माझा संसार चार मेढीखाली हुबा ऱ्हायला. रुपयभराची मातीची गाडगी, झाकण्या घेटल्या. त्येंनी घर भरलं. हातावर पॉट घेत तीनचार सालं ढकलली. पॉरबाळबी न्हवतं. मग कच्च्या इटांच्या चार भित्ती बांधल्या. छप्पराचं घर झालं.

कामं करून करून हातांची हाडं झिजू लागली... पोरं भरारा झाली. काखंत, पोटात वझं घेऊन रोजगार केला. देवाच्या दयेनं संसाराचा योल पसरू लागला.

पोरांस्नी दांगडं करायपायी जीव तुटू लागला. मी गण घाटला; पाऽटचं उठायची. च्याऽचं पाणी पिऊन जळणाला जायची. उसाची खोडवी, जुंधळ्याचं सड, माळाची शेणकुटाची खांडं आणायची. पावसुळ्यात माळाला जाऊन चरणाऱ्या ढोरांचं श्याण आणायचं. परड्यात ढीग करायचा. उन्हाळा आला की त्येच्या शेणी लावायच्या; असा नेम घाटला. रोज एक तरी वझं आणायचीच. वझं आणूस्तर दीस म्हवरायचा. त्येंच्या न्ह्यारीला दोन भाकरी थापटायच्या. त्यांस्नी कामाला लावून

द्यायचं. मग भटाबामणाची भांडी घासून यायची. घराकडं येऊन भराभरा पोराबाळांस्नी भाकरी थापटून हिरव्या-दुरव्या द्यायच्या. जरा तुकडा चावायचा. तवर रोजगाराचा वकूत. रोजगाराला फडक्यात भाजीभाकरी गुंडाळून जायाचं.

पोरं दांडगी झाली. पर आमच्या अन्नानं काय दांडगी झाली न्हाईत. आमच्या अन्नानं उपाशी मेली. देवानं दीस मागं रेटलं. पोरं तिथंच ऱ्हायली; म्हणून वाढली म्हणायचं. आपूआप हाडांचं सापळं उंच करू लागली. लाजंपुरतं नेसू लागली... उघडानागडा संसार आभाळाच्या मायेखाली वाढला. धरती हातरुणाला हुती. मांडा कराय कोंडा मिळाला. फुकटच्या पाण्याचं लई उपकार झालं. चुलीला दगडं तशीच मिळाली. माळा मुंरडीला जळाण मिळालं; म्हणून जगलावं.

हळूहळू सुख घरात आलं. थोरलं पोरगं धाअकरा वर्साचं झालं. लोकाची ढोरं त्येनं राखूळीला घेटली. उन्हाळ्यात कुरणाला नि पावसुळ्यात माळाला न्हेऊ लागलं. म्हयन्याला ईसबावीस रुपय पाडू लागलं. कुणाचं एक न्हाई, दोन न्हाई. कुणाचं "का रं?" म्हणून घ्यायला नगं. सोतंत्र धंदा. आपूण भलं, आपलं काम भलं आणि कामाची काळजीबी न्हाई. ज्येंची त्येंची म्हसरं धारंच्या वक्ताला न्हेऊन पोचीवली म्हंजे झालं. त्याशिवाय कुणाबुणाची ढोरं धुऊन देतंय. त्येंचं थोडं च्यापाणी मिळतंय. त्यादिशी घरातनं च्या बिनपिताच जातंय. कवा सणादिशी काळजीनं जेवायला बलीवत्यात. कुणाबुणाचं वझ्याचं दळाप गिरणीतनं दळून आणतंय. तेवढ्याच चारदोन आण्याचं हाटेलात जाऊन मनासारखं खातंय.

त्येच्या खालची पोरगी गुजराच्या हितं पोरांस्नी खेळवाय जाती.

दीनभर त्यांस्नी झोकं घालती. हगलंमुतलं बघती. घर लोटून काढती. जेवतीबी तिकडंच. तिचं ती आपलं पॉट बाहीरल्या बाहीर भरती. धडूतीबी त्येंच्या पोरांची तिला मिळत्यात. म्हयन्याच्या अखिरीला तिचं दोन रुपय आमच्या संसाराला लागत्यात. बाकीची बारकीसारकी पोरं तिच्यासंगं कवाकवा खायाच्या वासानं जात्यात. त्यांस्नीबी घासघासभर मिळतंय... आंधळ्याच्या गाई परमेसूर राखतोय.

आम्ही दोघांनीबी पैसा शिलकीला पडावा म्हणून डोळ्यांचं दिवं नि हाडाचं चंदन केलं. सुगीच्या टिपणाला कुणाचं गूड खुडलं. शेंगा काढल्या. कापूस येचला. भात बडीवलं. कुणाच्या घाण्यात उसाची चिपाडं हालवायला गेली; नि खड्याखड्यानं गूळ साठीवला. काय मिळंल ते काम केलं. मुंगीवाणी दाणादाणा संसाराला लावला.

ह्येंनीबी सुगीत जुंधळा कापला. मळण्या केल्या. शेंगा उकरल्या. ऊस उकरलं. घाण्यात फडकरी म्हणून, कवा घाणकरी म्हणून पडंल ते काम केलं. भातं कापली. लावण्या केल्या. गंज्या रचल्या... शेतात हजार काम असतंय. त्यातलं एक म्हटलं तर सोडलं न्हाई.

सालाची नसली तरी पाच-सात पोरांच्या नि आम्हा दोघांच्या पोटाची पाचसा

म्हयन्यांची बेजमी व्हायची... चवलीपावलीनं पैसा उतरंडीला पडला. पैसा शिलकीला पडतानं बघून हे म्हणायचं, " बायने, आता तू भांडी घासायला कशाला जातीस? सोडून दे तिकडं. बरं दिसत न्हाई ते."

"भांडी सोडून कसं भागंल? चार पैसं मिळत्यात. कवा गोडधोड खायला मिळतंय. अंगावर फाटकंतुटकं घालायला देत्यात. माणसंबी धरून ठेवल्यागत हुत्यात. पोराबाळांची लगनं हुयाची हाईत; चार पैसं कर्जाऊ मिळतील त्येंच्या संगतीनं." असं म्हटल्यावर हे गप बसायचं.

थंडीच्या दिवसांत पोटाची चुंबळ करून, मुरगळून पडलेली मी ह्यांस्नी दिसायची. कुडकुडायची. निजंतल्या निजंत "देवा रं !" म्हणून इव्हळायची.

हे सकाळी उठून म्हणायचं, "अंगावर ढाबळी लुगडं याक घे. थंडीचं दीस हाईत आणि पैसाबी शिलकीला पडलाय; दोन धनगरी घोंगडी घेऊ या. आम्हांस्नीबी हुईल नि आमच्या उबीला पोरंबी पडतील."

"काय नगं. दार बंद केल्यावर थंड कशानं लागतीय? ह्या खिडकीला एवढा कुणाच्या तरी हितला फळीचा तुकडा मागून आणा नि दार करून घ्या. खिडकी झाकली की आतली हवा आत नि बाहीरची हवा बाहीर. चुलीतलं रकसं पाणी मारून इझीवलं नसलं म्हंजे झालं. आपल्याआपून आत ऊब येतीया. आगदीच काय उघडं-नागडं पडत न्हाई आम्ही. पटकुरं हाईत. वाकळंची बोतरं हाईत. म्हारामांगांची पोरं बघा जावा; निसनागवीच असत्यात. त्यांस्नी थंडी वाजत नसंल?"

असं म्हणून त्यांस्नी गप बसीवलं. शिलकीचा पैसा शिलकीला ठेवला. कवाकवा उपाशी दीस काढलं; खरं उतरंडीच्या पैशाला हात लावला न्हाई.

त्यांस्नीबी हे कळत हुतं... दिवाळीचा सण हुता. सुगी चांगली लागली हुती. रात-ध्याऽ राबून राबून ह्येंनी चार पैसं जास्त पाडलं हुतं.

दिवाळीची सकाळ झाली. मी पोरांस्नी खोबऱ्याचं त्याल चोळून आंघुळी घाटल्या. ववाळलं. त्येंनीबी आंघूळ केली. जुनंच अंगावर घाटलं. ववाळून घेऊन कामाला चाललं. मला बरं वाटलं न्हाई.

"आज दिवाळी हाय. आजचा दीस ऱ्हाऊ दे काम. अंगावर याक उत्तं शिवल्यालं कुडतं आणा जावा. जांभळ्याच्या दुकानात हाईत बघा." मी बोलली.

"काय नगं मला. मी का आता पोरगा हाय? हाय त्येच्यावरच चालवायचं. पोरंबाळं पोटाला पिकल्यात त्यांस्नी घालायचं. आम्हांला कसला आता दिवाळीदसरा?"

"पोरांस्नी घालायापुरतं तरी आपून धड ऱ्हायाला नगं?"

"मला काय हुईत न्हाई. तुलाच वाटलं तर याक लुगडं घेऊन ये."

असं म्हणून त्येंनी न्ह्यारीची भाकरी फडक्यात गुंडाळली नि कामाची वाट धरली.

रात झाली. पोरं पोटाला खाऊन पटकुरात पडली. कुणी एकमेकाच्या फुड्यात,

कुणी एकमेकांवर पाय टाकून, कुणी भुईला गपगार झाली. मी त्येंच्यासंगट तुकडा चावला. माझी भांडी-कुंडी हुईस्तवर ते घोंगडं पसरून तंबाकू मळत बसलं. धुण्याचं गठळं घेऊन मी त्येंच्याजवळ गेली. गठळं सोडलं, "हे घ्या अंगराख. येतं काय बघा ते अंगाला."

"आणि कशाला आणलंस हे?" अंगराख्याकडं बघत ते म्हणालं.

"आणावं वाटलं..."

"तुला लुगडं आणलंस?"

"न्हाई."

"बायने, एवढं कशापायी करतीस? साठवून काय करायचं एवढं?"

कवा न्हाई ते त्येंनी माझं दोन्ही हात धरलं. अंगावर काटा आला. तरुणपणात पहिल्यापहिल्यांदा वाटत हुतं तसं वाटलं. "पोरंबाळं आता सुखाला लागल्यात. आठवड्यातनं दोनतीनदा त्यांस्नी भात खायला मिळतोय. घर बांधलं. तुझा-माझा, पोरांचा रोजगार भरपूर येतोय. सगळं सुखात चाललंय. तुझ्या हाताला येश येत चाललंय आणि आता पोटं आवळून उतरंडीला पैसा कशाला ठेवायचा? कशाला गाठीला गाठ मारून जुण्यार नेसतीस? हालक्यापैकी एकादं लुगडं घे. नवं नेसलं तर कोण काय फाशी देणार हाय?"

"आदूगर म्हस घ्यायची, मग लुगडं. अजून पन्नासभर रुपय साठलं की अडीचशे रुपयं हुतील. पोराबाळांनी सपनातबी दूधदुभत्याचं पांढरं पाणी बघिटलं न्हाई. त्यांस्नी तेवढं मिळू द्या."

आज दिवाळी होऊन पाचसा महिनं झालं. लक्षुमी आल्यावाणी म्हस घरात आली. पोरं-बाळं वतनदाराच्या पोरागत भवत्यानं उड्या मारत्यात. शेणाची पोवटी पडली की भरून टाकत्यात. तिला पाणी दाखीवत्यात. गवताची पेंढी टाकत्यात. "आमच्या घरात म्हस आणली की !" म्हणून ज्येला त्येला सांगत्यात.

ह्येंनी म्हशीकडं बघत तंबाखू वडत्यात; म्हशीकडं बघत माणसासंगट बोलत्यात. आपूण होऊन वाटंनं जाणाऱ्या माणसाला बोलीवत्यात. "ये" म्हणत्यात. "बस" म्हणत्यात. "तंबाखू वड" म्हणत्यात. आपल्याच बटव्यातली तंबाखू चिलमीत घालून वडायला देत्यात. कुणी तंबाखू मागिटली तर चिमूट भरून भरारा देत्यात. तंबाखू वाटल्यागत करत्यात.

...म्हस आणली त्येच्या दुसऱ्या दिवशी माळकराची सीता हातात दुधाची भरलेली कासांडी घेऊन मला बलवायला आली, "चल ग बायना."

मी चालली... तिच्या संगट जुण्यारातनं चालली. पायांत चेपल्या न्हवत्या. डोसक्याला त्याल न्हवतं. कपाळाला ताजं कुक्कू न्हवतं. हातात पितळंचा एक-एक बिलवर... म्हारीण चालल्यागत.

...आणि माझ्यामागनं माझ्यातली दुसरी बायनी येत हुती. हातात पितळंची लखख कासांडी, दुधानं भरलेली. फेस वर फसफसतोय. बायनीच्या पायांत नव्याकोर चेपल्या, त्याल घाटलेल्या. कुरकूर वाजणाऱ्या. अंगावर इकत घेटलेलं, ढाबळी लुगडं. दंडाला हिरवी पुणेरी चोळी. तिच्यात पैसं खवलेलं. कपाळाला ठळक कुक्कू.

..."कुठं चाललीस बायना?"

"जाती बाई, दूध घालायला."

■

सत्यकथा, नोव्हेंबर १९६३

वारकरी

काळूखं मिट्ट पडलंय. डोळ्यांत बॉट घाटलं तरी ते दिसायचं न्हाई. पावसाचं थेंब असल्या काळूखात टपटपाय लागल्यात. गुमाऽन. टपटपून काय करत्यात कुणाला दखल ह्या काळूखात? एवढंएवढंसं असत्यात, खरं ह्या वक्ताला दांडगं दांडगं असल्यागत वाटत्यात. लुटून न्हेल्यागत गाव गपगार झालंय. थेंब ऐकत बसलंय... कुठं कुठं तरी दिसणाऱ्या चांदण्यांचं डोळं टवकारून. काय दुनिया दिसती ही. झाड न्हाई, झुडूप न्हाई, घर न्हाई, माणूस न्हाई, समदा अंधार. वर भुतांचं तुकडं झाल्यागत झिपरं ढग... आणि अंधारात माझा मलाबी न दिसणारा मी. हाताला अंग लागतंय; पायाला घोंगडं लागतंय; डोळं लुकलुकतानं पापणीला पापणी लागतीय; म्हणून मी हाय म्हणायचं... जाऊ दे.

उद्या ढगातल्या ढगात दीस उगवंल. पाटंचंच उटून पंढरीची वाट धरली पाहिजे. त्याबिगर वाट वसरायची न्हाई. पंचवीस का तीस मैल हाय हितनं पंढरी... इठ्ठला!

सगळं येवस्थित हाय. दोनतीन जेवणापुरतं जळाण हाय. ते झाल्यावर तिथल्या तिथं मग काय तरी बघाय येईल. लई कुठं न्ह्यायचं? हेच ह्या पावसात जपायची पंच्यात. पोत्याच्या तळाला घालून ठेवावं लागतंय. बारक्या डब्यात झुणक्याचं पीठ हाय... पाणी वतायचं नि पाताळ झुणका करायचा. भात कालवाय काय तरी पाताळ झालं म्हंजे झालं. कागदातलं चटणीमीठ मातूर भिजलंय. पावसानं मिठाला पाणी सुटलंय. दुसरा कुठलातरी कागूद बघिटला पाहिजे आणि चटणीबी फडक्यात बांधली पाहिजे. न्हाईतर तीबी भिजून जायाची. दोनतीन चिपटी तांदूळ पाचसा दीस सहज पुरतील. कुणाला एवढी भूक असतीया? दोनदोन दीस च्याऽच्या पाण्यावर निघत्यात. पचतच न्हाई तर खाणार काय?... आणि काय बरं? पायांत काय घालायची गरज न्हाई. पावसुळा हाय. तसल्यात अनवाणी वारी करायची... पायांत

धडसं हाय तरी कुठं खरं. कांबरायच्या घोंगड्याची खोळ डोक्यावर घ्यायची. हातरायचं पटकूरबी पोत्यात कोंबावं झालं. थंडीचं दीस हाईत. निवारा मिळतोय न मिळतोय. कुठंबी उपेगाला येईल.

मध्यान्ह रात झाली वाटतं. घुबाड आरडाय लागलंय... ऐकू ने म्हणत्यात.

...पर ऐकू येतंय त्येला काय करायचं? वाईट हुतंय. काय वाईट व्हायचं हाय आता माझं?... खरं बघाय गेलं तर ह्या साली पंढरीला जायाला मिळंल असं वाटत न्हवतं. मागच्या सालीच वाटत हुतं, आपली माती आता पाचसा म्हयन्यांत वैकुंठाला जाईल. पर अजून कर्मदशा सोडत न्हाई. हाडं लवंडाय तयार न्हाईत. एकमेकावर जशी रचल्यात तशी बसल्यात. लडबडत्यात. खडबडत्यात, पर ढासळत न्हाईत... इठ्ठला ! आताच्या परास गेल्या साली आंग जास्त दुखत हुतं. हातापायाचं एरंड आताच्यापरास जास्त सुकलं हुतं. इळ्यानं बॉट कापलं हुतं; तर रगात आलं न्हवतं. कुठलं येईल? आटून गेलंय समदं फिरून फिरून. पांडुरंग कसं जगीवतोय; कुणाला दखल? अन्नाचा कणबी दोन-दोन दीस पोटात नसतोय. पावसुळ्यात तर हिकडनं खाल्लं की तिकडनं बुळकांडतंय.

ह्या साली पाऊस जरा मायंदाळच हाय. मिरग्या रोगानं कितीबाला ढोरं मेली आवंदा. गावदरीकडंनं गिधाडं नि कुतरी उतू आल्यात. पाचपन्नास ढॉर सोलून टाकलंय. हाडांचं सापळंबी तसंच पडल्यात. म्हातारीकोतारी, दम्मेकरी, नाळरोगी, बरीच इठ्ठाल म्हणाय लागल्यात. ह्यो म्हयनातरी यमराजाला सणागत वाटतोय... आम्हीबी जगलो तर जगलो; न्हाईतर इठ्ठाल! आता कुठली धडगत आलीया?

...पर पंढरीला जायाचं. इठ्ठलाचं दर्शन घ्यायचं. आठधा दीस तिथं ऱ्हायाचं. ते ध्यान, दरबार बघिटल्याबिगार मागं फिरायचं न्हाई... अठ्ठावीस युगं इटंवर हुबा हाय. शेजारी रुकमामाय. चंद्रभागंला आंघुळी करत बसल्याली. पुंडलीक, चोखोबा, नामदेव, सखूबाई—समद्या संतांचा मेळा. दिंडीला दिंडी थटून हुबी ऱ्हायलेली. हिण्याला हिणा. माणसाला माणूस. हळूहळू फुडं सरकत्यात. इठ्ठलाच्या पायांजवळ जात्यात.

मुंग्यांच्या रांगेवाणी माणसांची रांग. हरिनामाचा गजर... बोला पुंडलीक हरिवरदा; ग्यानबा तुकाऽराम! —बरं वाटतंय, त्यो माणसांचा दरया बघून. गल्लीगल्लीला कीर्तनं पडलेली असत्यात. जिकडंतिकडं इठ्ठल जगात असतोय. कीर्तनाला येऊन बसतोय. चंद्रभागंला भक्तीचा पूर आल्याला असतोय. वरनं पाऊसपाणी आभाळधनी पाडत असतोय...त्या पावसात भिजणारी पताका नि वारकरी उदंड ! पावसाचा गजर. माणसांचा गजर. माणूस माणसाला थडकून गजर. लाटा लाटंला थडकून. हरीनाम हरीनामाला... समदी पंढरी दुमदुमली... इठ्ठाल इठ्ठाल !

समदीकडं नुसता पाऊस. माणसांचा, हरीमानाचा आणि वरनं मेघराजाचा... पर ह्या पावसात ऱ्हायाचं कुठं पंढरीत? ह्या वक्ताला पैसाबी जवळ न्हाई. हाईत ते

चारसा रुपय किती दीस पुरणार? न्हायासाठी एकएका आकणाला तीनतीन रुपये रोज. कुठलं द्यायचं एवढं? बाहीर पाऊस तर आभाळ इरघळत चालल्यावाणी... चंद्रभागंचं वाळवंट पाण्याखाली बुडून गेलं असंल. मुंगी न्हायाला कोरडी जागा शिल्लक नसंल तिथं. ही आषाढीवारी तर भरचक्का. पाक झाडून माणूस येतंय.

कुटल्यातरी घरवाल्याला गाठावं झालं. हातापाया पडून देवाचं दर्शन हुईस्तवर आसरा घ्यायचा. देव बुद्धी देईल की त्येला... पर त्येचंबी धंद्याचं दीस असत्यात. पंढरपुरातल्या माणसांस्नी वारीचं दीस म्हंजे धंद्याचं दीस. चार पैसं कमवायचं. सालाची सामगिरी करून ठेवायची.

च्या बायला ! देवाला माणसं येत्यात नि हे धंदा करत्यात. वारकऱ्यांच्या भक्तीवर ह्येंचा धंदा. देवाच्या भावनेचा इक्रा करत्यात. उतरणाऱ्या दर गड्यामागं चार-चार, पाच-पाच रुपय घेत्यात. टाळ, देवाच्या मूर्त्या तागडीत घालत्यात नि वजनावर इकत्यात. तुळशीच्या माळा वारीच्या दिसांत चार पैसं म्हागच. उकीड्र्यावर पडल्याला कोळसा दळत्यात नि बुक्का म्हणून इकत्यात. आम्ही त्यो भक्तिभावानं लावतोय. हिणा, टाळ, बुक्का, तुळशीमाळ, द्याव; समदं बाजारात मांडल्यालं. ढिगावर ढीग घालून ठेवल्यालं. सगळं एकात. भावल्या, चमचं, बटनं, सुऱ्या, कोयतं, चाकूबी त्यातच नि द्याव, तुळशीमाळ, टाळबी त्यातच... काय जग हाय!

देवाच्या दारापाशी तर देवदर्शनाची इक्री. मागल्या दारानं, चोराला न्हेल्यागत न्हेत्यात नि सर्कशीतला वाघ-सिंह न्हाईतर हत्ती-घोडा दाखवून आणल्यागत करत्यात. देवाच्या वाराचा सवाल ! म्होरच्या दाराला मागच्या दारानं देवाला घाटल्यालं हार फिरून इकायला आणत्यात. बारकीबारकी पोरं कोणच्याबी गटारीकडंच्या दगडाला शेंदूर लावत्यात. हार घालत्यात. चिरमुरं-ल्हाया टाकून "देव हाय; पैसा टाका. देव हाय; पैसा टाका." म्हणत धंदा करत्यात. रातचं जाऊन शिनेमा-तमाशा. पर्त्येक वारीत हमखास चोऱ्या. गुंड, मवाल्यांची सुगी... मठातल्या भानगडी. दागिन्यापायी गळं दाबून मारलेलं. तळघरातलं खून... देव हाय का न्हाई कुणाला दखल? का समदा मनाचाच ख्योळ?

देव असता तर मी ह्या दशेला का आलो असतो? का मला समद्यांनी फसीवलं असतं? आणि भीक मागाय तर का लावली असती? माझा मीच मला वारकरी म्हणतोय. जग काय म्हणतंय कुणाला दखल? काय फरक हाय माझ्यात नि भिकाऱ्यात? भाऊबंदानं धूळधान केली की माझी... उत्पन्न हुतं. उत्पन्नाला बघून भणीनं लेक दिली हुती. दारात लगीन करून हातात सोन्याची आंगठी घाटली हुती... एवढं सायास करून, पद्मिनीगत बायकूला ठेवूनबी ती का पळून गेली? —चुलत्यानंबी असाच इंगा दाखीवला. बाऽसारखा वाटला हुता. "एका पायानं पांगळा हाईस. बायकू पळून गेलीया. पोटाला कोण घालंल तुझ्या? पॉर न्हाई, बाळ

न्हाई. मागंफुडं एकटाच हाईस; —ऱ्हा माझ्यात. मी घालतो तुझ्या पोटाला.'' असं म्हणून मला ठेवून घेटलं. ढोरं राखाय लावली. त्येंची शेणं-घाणं काढाय लावली. गड्यांच्या संगट मरूस्तर कामं केली. राखणी केल्या. डोळ्यांत तेलं घालून जोपा केली... का? तर चुलता हाय. बाऽकाय नि बाऽचा भाऊ काय; एकच. असं वाटलं. पर वळणावर गेला. पाया पडाय जाऊन पाय धरलं नि इस्वासघातानं वर उचललं. बोलता बोलता कागदावर कवा अंगठा करून घेटला; कुणाला ठावं? जमीन माझ्या पोटापायी मोडीत घाटली; म्हणून माझा हिस्सा काढून घेटला. साल्या गेला मातीत खरं. आता त्येच्या पोराबाळांच्या घरावरनंबी गाढवांचा नांगूर फिरंल, चांगल्यानं मरायची न्हाईत ती. देवाला हे कसं बघवतंय? देव असता तर माझं बापड्याचं एवढं वाटूळं हुईस्तर गप बसला असता का?

चार खून पचवून येळगुड्याचा गुंड्या सुखासमाधानात मेला. त्येला कुणीबी हात लावला न्हाई. मेल्यावर फुलाच्या ढिगातनं न्हेला... नि आमचं कुठंतरी वळचणीकडंला मढं पडायचं. कुतरं हुंगून जायाचं. बेवारशी म्हणून मुनशीपाटलीच्या डब्यातनं मसणवाटात जायाचं. देव असता तर ह्येंच्या हातापायांतनी किडं पडलं असतं. चण्णंबोडं येचून मेली असती.

...इठ्ठाल इठ्ठाल ! जाऊ दे. त्येंचं मन त्येंच्यासंगं. माझं मन माझ्यासंगं. त्येंच्या मनात सुख हुतं का दुख हुतं, मला काय ठावं? मी असा कंगाल झालो; म्हणून देवाच्या ध्यानी लागलो. ह्यातच समदं आलं—आणि ही का समदी माणसं खुळीच हाईत? किती पैसा खर्च करत्यात ! पेरणीपाण्याचं दीस असूनबी देवदर्शनाला येत्यात. दाटणी-मिटणीतनं चेंगरत्यात. धडपडत्यात. देवाला बघून धन उधळत्यात. मन येडं हुतंय त्येंचं. जीवासारखा जपल्याला पैसा उगंचच उधळत असतील ही माणसं?... ग्यानबा-तुकाराम का खोटंच सांगत्यात? रेडा बोलीवला ग्यानदेवानं. तुकारामाचं अभंग नदीत बुडवल्यालं वर आलं. चिखलात तुडीवल्यालं गोऱ्या कुंभाराचं पॉर साजिवंत झालं... इठ्ठाल इठ्ठाल! काय माझं हे मन! आरारा! शेतखाना रं शेतखाना !

...चुकलं बाबा इठ्ठला! तोबा तोबा! पांडुरंगा, मी तुझ्या पंढरीला भक्तिभाव घेऊन येतोय, तेवढा न्हाईसा करू नगं. तू अस; —न्हाईतर नस. तुझी मूरत तेवढी त्या देवळात दिसू दे. समदी दुनिया तुझ्या पायांवर डोसकं ठेवून जातीया. तिथं माझंबी डोसकं टेकू दे. दुनिया येडी असंल तर मीबी येडा, दुनिया शाणी असंल तर मी शाणा. —देव असू दे, न्हाईतर नसू दे. दुनियेच्या वाळवंटातला माझा कण. तसाच त्या दाटणीत ऱ्हाऊ दे. दाटणीसंगं वाहात जाऊ दे. येगळून पडाय नगं... इठ्ठाल इठ्ठाल! हाईस बाबा तू, हाईस. समदीकडं हाईस. माझ्या वाद्याच्या मनालाच पाप चावलं.

...देवा, नगं ही आता संशेवाची श्याण कालवायची वासना. तू हाईस असं आजपतोर वाटत आलं, म्हणून कसाबसा जगत आलो. आता वाचा बंद कर, तुझा गारगार हात पाठीवर फिरवून वैकुंठात फूक मला आता. वाट चालवत न्हाई. तरुणपणात ईसतीस मैल चार-चार तासांत चालायचा. आता चालणंच हुईत न्हाई. जीव मेटाकुटीला आलाय. काय आशा न्हाई. तू पर्सन्न व्हावंस हीबी वासना न्हाई. जीवाची वडाताण करून तुला भेटावं; एवढंच वाटतंय... सपीव आता मला. हाडं, कातडं, जीव, मास जाऊद्यात आपआपल्या घराकडं. लई दीस एकाजागी नांदलं... तुझ्या पायांजवळ त्येंची वाटणी कर. लाज जाईल, राग जाईल... दिवा इझून थंडगार काळूखं हुईल. साठ सालं उघडं ऱ्हायल्यालं डोळं आता ठकल्यात. निवांतवाणी निजू दे त्यांस्नी.

...इठ्ठाल ! एवढी हाक आता ऐक बाबा.

■

सत्यकथा, फेब्रुवारी १९६४

वखार

दिसाची तणावलेली उन्हं पडक्या भिंतीवर पडली आणि तिच्यावरचं बरेच दिवस वाळून पडलेलं गवत वाऱ्यानं जरा जरा डुगडुगलं. सुबऱ्याच्या अंथरुणात सुंद होऊन पडलेला अजगर हळूच वळवळला. अंगावरची वाकळ जिती झाली... पाय तणावताना तिचा पायशाचा भसका जास्तच टरकला...

ही वाकळ सुबऱ्यापेक्षाही जुनी. बाच्या वेळची. ह्यातील तिनं अनेक माणसांची सेवा करून मसणाकडं पाठवलं होतं. आता तिचा टाका ढिला झाला होता. अधनंमधनं मणकं मोडल्यागत निखळला होता. म्हाताऱ्या माणसाच्या चामडीगत ती विसविशीत झालेली. बेवारशी प्रेताची उचलून आणल्यागत वाटायची.

तिच्यात सुबऱ्या रात्रभसर जगत होता. हयातभर तो असाच तिच्या आधारानं जगत आलेला होता. दिवसभर इकडतिकडची लाकडं उचलून, ओझी वाहून, शेणी रचून तो कैंगटीला यायचा नि दीस बुडला की पोटभर जेवून, घुटकाभर 'आग' पोटात घालायचा नि मेल्यासारखा त्या वाकळंत पडायचा... या वाकळंनं असंख्य माणसं मेलेली बघितली. हिच्या साक्षीनं इथल्या लाकडांचं वजन त्यांच्या सरणासाठी झालं. माणसांतला आक्रोश ऐकून तिच्या अंगावर हजारो टाके उठले होते.

पडक्या भिंतीवरनं त्या वाकळंवर ऊन पडलं नि तिच्या भोकातनं सुबऱ्याच्या अंगावर आलं की त्याचा चहा यायची वेळ होते. कळकट नि काळपट पितळेच्या केटलीतनं काळा मिचकूट चहा घेऊन सातआठ वर्षांचा श्याम्या येतो... चहा थंड होऊ नये म्हणून सुबऱ्याला अगोदरच उठून सकाळच्या गोष्टी आटपून घ्याव्या लागतात. कधी राखुंडी लावायची तर कधी नुसत्याच बोटानं दात घासायचे आणि चहासाठी तोंड तयार ठेवायचं.

"च्या ऊन हाय काय रे, श्याम्या?"

“केटली तरी ऊन लागतीया.”

“आणि च्या?”

“आता च्याबी ऊन असंलच की.”

कधी चहा ऊन असतो, कधी नसतो. चहा ऊन नसला की मग तीन दगडांची चूल पेटवावी लागते. चूल पेटवायचं त्याच्या जीवावर येतं... कधी मसणात धूमधडाका जळत असलेल्या सरणावरच चहा गरम करून आणण्याचा विचार त्याच्या मनात येतो... वायाच जळत असतंय हे. तेवढातरी त्याचा उपयोग हुईल —पण तिथं कुणीतरी जिती माणसं असतात... मेलेल्या माणसाला पुरा जाळायला ती उभी असतात. मग तिथं चहा कसा गरम करणार? तो चुलीवरच ऊन करून पोटात जाग आणावी लागते.

ऊन जास्तच चरचरू लागलं आणि कामावरची लाकडं फोडणारी महारं आली. शिरू माळ्याच्या मळ्यातल्या दोनतीन बाभळा स्वस्तात मिळाल्या म्हणून घेतल्या होत्या. त्या फोडण्यासाठी गेले पंधरा दिवस महारं कामाला येत होती... कुणाच्या तरी मर्तिकाला आल्यागत ती यायची. ना सोयर ना सुतक. कसातरी दीस घालवून मजुरी खरी करायची त्यांचा विचार.

“का रे उशीर केलास?”

“झाला जी जरा उशीर.” एक जण.

“बाजारातनं इकत आणून पोटापाण्याचं करायचं असतंय. भाकरीतुकडा तरी घेऊन आलं पाहिजे.” दुसरा.

“अस्सं व्हय !... मला वाटलं, कोण मेलं वाटतं म्हारवड्यात.”

“न्हाऽऽई. हॅः हॅः हॅ.”

“मग जरा लौकर येत चला की... कामंबिमं करून मेलासा तर फुकट लाकडं देईन म्हणं.”

...दोनतीन दिवस झालं, गावात कोणच मेलं नव्हतं.

महारांनी लाकडं फोडायच्या कुऱ्हाडी कानसनं हळूहळू घासल्या. वेळ घालवता येईल तेवढा घालवला आणि फोडायच्या लाकडांजवळची जागा सफय करून एक भला मोठा व्हंडा मुडदा आणून टाकल्यागत त्या जागेवर ढकलत आणला... हाताला थुंकी लावून कुऱ्हाडी हातांत घेऊन ती लाकडाला दणकं देऊ लागली.

कामावर नजर ठेवत एका बाजूला बाभळीच्या व्हंड्यावर सुबऱ्या कावळ्यागत बसला. काहीतरी विषय टोकरून काढून महारांना कामावर गुंगवत हेता.

“ओमाना, च्यायला दोनतीन दीस झालं; एकबी गिऱ्हाक आलं न्हाई.”

“वखारीवर एखादी झेकासपैकी पाटी लावा की.”

“कशी लावावी म्हणतोस?”

"हितं मेल्या माणसासाठी चांगल्यापैकी जळाऊ लाकूड मिळंल. आमच्या खर्चानं वाहून न्हेऊ. एका दणक्यात मढं जळलं न्हाई तर पैसं परत—अशी लावायची. हा: हा: हा:!"

"म्हंजे गपागपा माणसं मरतील म्हणतोस?"

"अं." ओमाना.

"तसंच करावं... आता तूच बघ —एवढं म्हागाईचं दीस; पर अजून दगाफटका न्हाई; ऑ?"

"आता कुणाला ठावं काय खाऊन जगत्यात ती."

"तू काय का म्हणंनास; ह्या गावची माणसंच लई चेंगट. माझ्या म्होरं तर बघ पाचपन्नास म्हातारडी ह्या गावात हाईत... त्येंच्या शेणी मी हितं आणून ठेवल्यात. पर फुडं यायला कुणी तयार न्हाई."

"तर काय... आता आमचंच बघा की. उन्हातानात दीसभर आम्ही हितं मरतावं; पर जीव काय जाईत न्हाई."

"तुमचा काय उपयोग? तुम्ही मेलासा तर काय फायदा? आमच्या शेणी-लाकडं जाग्यावरच की. उलट मेलास तर नुकसानच !"

"ते कसं हो?" गंगाराम.

"लाकडं मग फोडणार कोण?"

...सगळेच हासले. महारांच्या बरगड्यांची हाडं खळखळली. कवट्या निखळून जाण्याइतक्या मानेवर हलल्या. कोण कशासाठी एवढं हासलं काहीच कळलं नाही. विनोदाचं नुसतं निमित्त होतं.

घटकाभर तसाच गेल्यावर गंगाराम सहज बोलल्यागत म्हणाला, "मालक, आजपतर फोडलेल्या लाकडाचं पैसं तेवढं द्या बरं का... तीनचार दीस झालं, पोटाला काय न्हाई."

"तुझी पैशाची लई झगझग म्हणनास गंगाराम."

"पोटाला नगं? कामं तरी व्हायला पाहिजेत ही... आम्ही काय गंमतीनं मागतोय व्हय पैसं? तुम्ही काय कुठं जाणार हाईसा?"

"कुणाला ठावं? उद्या मेलोबिलो तर... कुणी सांगावं माणसाचं. आज हाय तर उद्या खलास."

"अहो, ते पर्तेकाचंच हाय. पर मरूपत्तर तरी जगायला पाहिजेत की. तवर पोट काय गप्प बसणार हाय?"

"आता दोनतीन दीस झालं तू बघतोसच. मणभरबी लाकडं जाग्यासनं उठायला तयार न्हाईत. हुतं तेवढं पैसं त्या गिरू माळ्याच्या पदरात बांधलं.

...आता मालाचा उठाव झाला तर पैसा हातात येणार."

"मला कळतं हो हे. पर पोटाला असं सांगून कळणार हाय व्हय? ही हाडकं हुबी हाईत तवर त्यांस्नी केलं पाहिजेच की."

"बघू म्हणं; आजउद्या एकादं मर्तिक झालं म्हंजे."

उन्हं वरवर येऊन जळत होती. महारांच्या पेकटांचं मणकं तुटत होतं. निजलेल्या माणसाच्या डोसक्यात उंचवर उचलून भला मोठा दगड खच्चून टाकावा. तशी ती लाकडांवर कुऱ्हाडी हाणत होती, कूऽकुंथून घाव घालत होती. खच्चून मारलेल्या कुऱ्हाडीचा दणका डोसक्यात बसल्यावर लाकूड फाऽड करून चिंबत होतं.

सुबऱ्यानं नदीकडं येणाऱ्या वाटंवरनं गावाकडं नजर टाकली. सगळ्या रस्त्यावर स्मशानशांतता पसरलेली. एकही मर्तिक येताना दिसंना... त्याच्या जीव जास्तच खालवर होऊ लागला... आयला ह्या जल्माच्या ! अजूनबी कसं कुणी येत न्हाई.

महारांनी जेवायची सुटी केली आणि शेणी रचलेल्या मांडवात ती जाऊन बसली. तिथंच रचलेल्या शेणींना तक्क्या देऊन त्यांनी घराकडनं आणलेली कोरड्यास भाकरी सोडली. समोर फटपांढऱ्या उन्हात फोडलेल्या लाकडांचा पांढरा ढीग चामडी सोडून टाकलेल्या जनावरासारखा पडला होता... महारांनी भाकरीचं तुकडं मोडलं... मागच्या शेणी त्यांच्या भाकरीकडं डोकावून बघत बसल्या... भोवतीनं सगळं अस्ताव्यस्त तयार जळण पसरलं होतं. मधे महारं तुकडा चावीत होती.

सावलीला जाऊन बसलेला सुबऱ्या उठला. जवळच्या नदीवर गेला. काठावरच्या मसणातनं वर आला नि रोजच्या जागी जाऊन नदीत आंघोळीला उतरला... वरच्या बाजूला गारेगार शेवरीचे मळे. त्यांतनं वाहात नदी बाहेर येत होती. तशीच मसणाला काठावर घेऊन पुढं गेलेली. पुढंपुढं दोन मळे सोडले तर काठावर बरीच वाळू पडली होती. त्या वाळूत माणसांच्या हाडांचा चुरा सापडायचा. पिंडदानाचे विधी तिथं व्हायचे. कावळ्यांची गर्दी नेहमी दिसायची. तिथं ते पिंड खाऊन पाणी प्यायचे. माणसं तिथंच हात धुऊन घरी जायची... नदी पुढं वळण घेऊन नाहीशी झाली होती.

त्या नदीत आंघोळ करून सुबऱ्या वरती आला. जरा बरं वाटलं. कमरेचा लंगोट काढून त्यानं पाण्यात खळबळला. खाटक्यानं मेंढराची आतडी धुवून निरपल्यागत पिळला. डोईला बांधून वखारीकडं चालला.

महारं तुकडं गिळत होती. नरड्यांचं घाटं वरखाली वरखाली हलत होतं. सगळ्या वखारीवर ऊन जळजळीत पडून जळण कडक वाळवत होतं... मांडवाखालची लाकडं, शेणी त्याला दचकून एका जागी जाऊन गर्दी करून बसल्यागत दिसत होती. दांडगा तराजू तीन वाशांच्या तिकाटण्याला धरून काटा लागल्यागत एका पारड्याचा पाय वर करून उभा होता. दुसऱ्या पारड्यातला दगड एका माणसाच्या

उचलणीचा तरी असेल. तेवढी पाच जळणं एका माणसाला लागायची. शिवाय शेणी वेगळ्याच.

सुबऱ्या आपल्या छपरात गेला. अंधार नि सावली त्या छपरात एक झाली होती... त्याच्या जन्मापासून हे छप्पर होतं. बापाच्या वेळचं. बापाचा जन्म यातच गेला. सुबऱ्याही ह्या छपरात येण्यासाठी बाळपणापासनं सारखी मसणवाट तुडवत होता. इथं येऊन विसावत होता. या छपराच्या समोरच्या बाजूला खिडकीसारखं एक भोक आहे. त्यातनं वखारीतलं सगळं जळण दिसायचं... त्या जळणाकडं बघत बघत सुबऱ्या जेवायचा. पाठीमागच्या बाजूला एक वासा आडवा टांगला होता. त्याच्यावर त्याची जुनाट लक्तरं शून्य होऊन लोंबकळत होती. मातीची घागर गारठून एका खोपड्याला ओल आलेल्या जागेतच बसली होती. तिच्यात नदीचं पाणी आणलेलं असायचं... हे पाणी पिऊनच सुबऱ्याचीही पोरंबाळं वाढत होती. खरकटं पाणी तिथंच खोपड्यात टाकल्यामुळं त्याचा कुबट वास कायम नाकात भरत होता... ते सगळं छप्पर कसं बेवारशी वाटायचं. त्या छपराच्या तोंडाला जाऊन सुबऱ्या तुकडा खाऊन धूर काढणाऱ्या महारांकडं बघत बसला.

"आटपा रे."

"झालं की. तंबाखू वडली की उठतावंच."

"असल्या उन्हात कसली तंबाखू वडतासा? माणसांची काहिली व्हाय लागलीया; उठा."

काहीतरी निमित्त काढून घटकाभर सावलीला बसलेली महारं उठली. बाहेरचं ऊन त्यांना छळायला उठलं होतं. हातात कुऱ्हाडी घेऊन ती जन्मावर वैतागून गेल्यासारखी उभी राहिली.

लाकडाच्या व्हंडक्यावर कुऱ्हाडी दणकून पडू लागल्या. सुबऱ्याच्या पोटात काहीच नव्हतं. सकाळचा नुसता चहा. काहीच न पचणाऱ्या आजारी माणसाला मिळतो तेवढा. भूक वाढत जाईल तसं जगात जगण्यासारखं काहीच नाही असं त्याला वाटत जाऊ लागलं. तशात दोन-तीन दीस काहीच विक्री नाही... करायचं तरी काय? आज कोणतरी उलथलं तर बरं हुईल. दोन-तीन दीस पोरं घरात दातखिळी देऊन बसल्यात. त्येंच्या पोटाला एक वक्ताला तरी घाटलं पाहिजे... आयला, त्यो आयतवड्याचा म्हातारा किती डोंगलाय. अजून आटपत न्हाई. कशाला जगलंय कुणाला दखल ! खायाला कार नि भुईला भार. पोराबाळांस्नी अडचणच की... गल्लीत तेवढंच एक लई म्हतारं हाय...

महारांनी लाकडाखालनं निघालेलं एक किरडूक कुऱ्हाडीच्या तुंब्यानं ठेचलं, लाकडाच्या तुकड्यावरनं टाकून देण्यासाठी वर उचललं.

"काय रे ते?"

“किडकं हुतं हो.”

...परवा दिशी गल्लीत साप निघाला त्यो कुटं गेला कुणाला ठाऊक ! मीबी त्येच्या भणं साप निघालाय म्हणून कुणालाच बोललो न्हाई... बोललो असतो तर इनाकारण समद्यांनी त्येला ठेचला असता. मुकं जनावर. आपल्याला काय करतंय ते. कळ काढली नसली म्हंजे झालं... साप कळ काढल्याबिगार कुणालाच चावत न्हाई. खरं असंल न्हाई हे?... पवाराच्या घराच्या बाजूनंच असा गेला. त्येच्या वैरणीत गेला असंल. पवार वैरण काडाय गेला म्हंजे ! वैरण सपता सपता...

“बाबा, भाकरी आणली.” दहाबारा वर्षांची मंजी छपराच्या दारात उभी होती.

“कवाधरनं गं? भुकंनं जीव जायाची पाळी आली की हितं.”

“भाकरीचं पीठच न्हवतं घरात. पवाराच्या मिणत्या करून आईनं उसनं आणलं.”

तिनं डोसक्यावरचं भाकरीचं गठळं खाली उतरलं नि सुबऱ्याच्या पुढ्यात ठेवलं. तोंडावरचा घाम पुसत ती उभी राहिली. सुबऱ्या भाकरी सोडू लागला.

“बाबा, जनवाड्याचा आजा मेला न्हवं?”

“कवा?” एकाएकी कानांत प्राण आले.

“सकाळीच मेला की. अजून आला न्हाई हिकडं?”

“न्हाई.” भानावर येऊन सुबऱ्या एकदम उत्तरला. डोळे पूर्वीसारखे केविलवाणे झाले. दाढी वाढलेला चेहरा एकदम भेसूर नि क्रूर दिसत होता. तो पूर्वीसारखाच सुतकी दिसू लागला. कोरड्यास वाटक्यात घेत तो म्हणाला, “त्यो कसा येईल हिकडं? लिंगाड्याच्या जातीत मढी पुरत्यात गं. जाळत न्हाईत.”

मंजी मातीच्या घागरीतलं पाणी घटाघटा पीत होती. महारं उन्हात फुटत होती. बाभळीची काळी लाकडं करपत चालली होती.

“रेशन आणायला आईनं पैसं मागिटल्यात... सणाचं काय तरी कराय पाहिजे म्हणालीया.”

“ईख खायला जवळ पैसा न्हाई.” सुबऱ्या.

“थोडं तरी देच म्हटलंय. घरात कायबी खायला न्हाई.”

तुकडा गिळत सुबऱ्या गपच बसला. घटकाभर मंजी त्याच्या तोंडाकडं बघत बसली. तिला आठवण झाली.

“बाबा, आई तुला शिव्या देत हुती.”

“का?”

“तू पैशे देत न्हाईस म्हणून. पोराबाळांनी काय खायचं म्हणती.”

“मरा जावा म्हणावं तिकडं. कुठलं आणू पैशे? धंदा बसायची पाळी आलीया...

मढ्यावरचं तरी उचलून आणलं असतं; तर तीबी येत न्हाईत.''

''कुठलं तरी घेऊन का हुईना, आईनं पैशे आणच म्हटलंय.'' मंजी डिंकासारखी पैशाला चिकटून बोलत होती.

''आगं, कोण देणार?... का त्यो गण्या भोसल्या तरी अगाऊ देणार हाय?... बघू म्हणं आज सांजपत्तर वाट. न्हाईतर करू काय तरी.''

भाकरी खाऊन सुबऱ्या उताणा पडला. महारं मरणाऱ्या माणसांना शिव्या घालत एक-एक गाठ फोडत होती.

मळका टॉवेल गुंडाळलेला एकजण उन्हाच्या रखातच छपरासमोर उभा राहिला.

''मर्तिकाचं जळाण लावून द्या मसणात.''

सुबऱ्या ताडकन उठून बसला.

''गणू भोसल्याचं.''

''आरा रा ऽ ऽ!''

''आजारी हुता दोन-तीन म्हयनं. तसल्यात म्हातारपण.''

''वंगाळ झालं गाऽ.''

''जगंल असा वाटत न्हवता.''

''म्हातारा चांगला हुता.''

सुबऱ्या झटक्यासरशी घोंगड्यावर उठून बसला. बूड झाडून त्यानं हातांची टाळी वाजवली नि पायांत खेटरं सरकवून तो तराजूकडं गेला.

''आलं वाटतं कोण?'' ओमाना महार.

''आलं... गणू भोसल्या.''

''(बरं झालं.)''

महारांनी कपाळावरचा घाम बोटांनी निरपला. सराईतपणाने सुबऱ्यानं ताजव्याच्या साखळ्या सारख्या केल्या. मंजी लाकडं आणायला मदतीला धावली. तराजू करकरला. वजनाचा धोंडा जिता झाल्यागत पारड्यात बसूनच वर खाली पारड्याबरोबर झोकं घेऊ लागली. भर उन्हाला भिऊन बसलेली लाकडं जळायच्या तयारीनं भराभर खाली येऊ लागली. ताजव्यातनं उड्या मारून एका बाजूला आडवी-तिडवी एकमेकांवर पडू लागली. शेणी पारड्यात पडायची वाट बघत सुबऱ्याकडं डोळं लावून बघू लागल्या... ओमानानं खूप उंचावर कुऱ्हाड वर उचलून बाभळीच्या गाठीवर हाणली. सरणातलं डोसकं फुटावं तशी गाठ ताऽड करून फुटली. दोन फाकोळ्या झाल्या.

''ओमाना, आता फुरं करा ते. पाट्या घ्या. चार पाट्या टाकून येऊ या.'' सुबऱ्या झराझर वजनं करत होता.

मसणात लाकडं गेली. तिरडी अजून यायची होती. पण सुबऱ्याचा त्याच्याशी

काही संबंध नव्हता. त्यानं मोजून तीस रुपये घेतले आणि पाट्या घेऊन तो परत आला. जळणाची व्यवस्था करायला पुढे आलेला इसम जळण राखत मसणात गणू भोसल्याची वाट बघत बसला.

म्हारं तंबाखू ओढून कामाला लागली.

"मालक, दीस चांगला उगवला बघा. पोटाला काय तरी मिळणार आज." गंगाराम.

"जास्त काय नगं. पाच-पाच रुपय द्या म्हंजे झालं... तोंडावर सण आलाय."

"आरं, देऊ की. एवढं का भ्यायला लागलाईसा? पैशे असलं म्हंजे मी काय न्हाई म्हणतोय?" सुबऱ्याचं मन इंगळासारखं फुललं होतं.

"मंजे—"

"काय?"

"अग, काय काय? बसू नगं. ही फोडलेली लाकडं मांडवात रचू या, ये." तो कामाला लागला.

"बारकी टरफलं येचून घेते. आईनं थोडी जळणाला आण म्हटलंय."

"बरं बरं, येच तर येच."

मसणात आग भडकली. एका बाजूला असलेल्या बेलाच्या अर्ध्या झाडावर ज्वाळा धुरासह झेपावल्या... बेलाचं झाड अर्धांग झाल्यागत अर्धंच थरथरलं... वखारीतनं धूर दिसत होता. लाकडांचा तडातड आवाज होत होता.

"लाकडं चांगली दमाची मिळाली हं भोसल्याला." ओमाना.

"नशीब त्येचं." सुबऱ्या.

भांडी घासून घेऊन आणि थोडी टरफलं गोळा करून मंजी जायला निघाली... बराच वेळ झाला होता.

"बाबा, पैशे दे की."

"हे घे. धा रुपय हाईत बघ. टाकशील कुठं तरी."

"न्हाई."

"तिच्याजवळ दे. मिळंल तेवढं रेशन आण म्हणावं... आणि सणाचं काय तरी गोडधोड करायला सांग."

"हं."

भांड्यांचं आणि टरफलांचं गठळं घेऊन ती घराच्या वाटेनं चालली... दहा रुपयं मिळाले होते. जीव सुखावला होता. घरात आईला बरं वाटणार होतं. सणही साजरा होणार होता... तंद्रीत, आईकडून दोन आणे खायला मागून घेण्याचं स्वप्न फुलवत ती घराकडं चालली... येतानं वाट मोकळीच हुती. पर आता फुलांचा सडाच्या सडा. तांबडी, पांढरी, गुलाबी, वासाची. —मंजीचं मन आणखी फुललं. मसणात गणू भोसल्याची कवटी फुटल्याचा आवाज तिच्या

कानांवर आदळला. पण त्याच्याकडं तिचं लक्षच नव्हतं. घराची वाट चालता चालता कुठलंतरी गाणं म्हणत तिनं रस्त्यावर पडलेलं एक छानदार रंगीत फूल उचलून आपल्या केसात खोवलं.

■

प्रपंच, जून १९६६

मुंडरी

रंजीस झाली न्हाई गं मी. खरं, अशी रात झाली की काळजात लाक करतंय. रगात पळून पळून हुरदं फुटल्यागत हुतंय. किती ग मी भुतागत ऱ्हायाची?

—माझ्या जल्माचं लई भ्या वाटाय लागलंय म्हणंनास मला. मुंडऱ्या कपाळानं वावराय जीव चर्र हुतोय. रात पडल्यावर तर काळीज आड्याला टांगल्यागत हुतंय बघ. म्हणूनच दार उघडं ठेवत न्हाई रातचं.

—ते सगळं खरं. पण साऱ्यांची मनं सारखीच नसत्यात गं. वयल्या आळीचा डोंगऱ्याचा राण्या माझं मन नसतानं उगचच रातचं बोलाय येतोय. 'जा' बी म्हणाय येत न्हाई —त्येची नुसती आठवण झाली तरी अंगावर काटा हुबा ऱ्हायलाय बघ. —मस्तवाल हाय बोकूड. पाचकळ बोलून मस्ती कराय बघतोय. म्हणतोय कसा, "मी तुला हाय. गप. भिऊ नगं. कोण तुझ्या वाटंला जाणार न्हाई." रेडा उठता उठत न्हाई.

—हे याकच म्हणतीस? ध्या-दिवळीचं राबून खायचंबी भ्या. रोजगारानं गाळाच्या कामाला गेली की वांड बापय बळंमनं माझा पायटा तळात घालत्यात. न्हाईतर दोन बापयांच्या मदी. —गट्टी केल्याली असतीया गं त्येंनी. —गाळाची बुट्टी देतानं हिकडं तर सजावरी दिल्यागत करत्यात, घेटल्यागत करत्यात. हिकडं तर उराला ऊर भिडीवत्यात. —थट्टामस्करीत काय पाहिजे ते बोलत्यात गं. मनाचं श्याण श्याण हुतंय बघ. एकदादोनदा जीव आवरून म्हणूनबी बघिटलं, "मी का कळवातीण हाय व्हय रं?" तर हासत्यात.

—कुठंबी जा. सारं रोजगार करून बघिटलं. पाल्याच्या सऱ्या धरल्या की हे हालकट भाडे मला बापयाकडंचीच पात बार करून टाकत्यात. मनात धाकधूक असती. पर ध्यादिवळीचं कोण काय करायचं न्हाई, माणसं माप हाईत म्हणून मी

बसती पातीला. बायकाबी दुसऱ्या असत्यात संगं संगं. पर मदी गेल्यावर काय दिसतंय गं ! तवा बघ थट्टा करत करत हात धरत्यात. वसाण काढायचं निमित्त करून दंडाला धरून खुरपं हिसकावून घेत्यात. ''हितं किराळ ऱ्हायलं बघ, हितं तण ऱ्हायलं बघ'' म्हणून पदराला धरून वडत्यात नि दाखिवल्यागत करत्यात. काय बोलायचं? हात, पदूर, सोडून घेती झालं.

—असं कसं म्हणतीस गं? माझ्या पायात माप धड च्यपली हाय. एकएका भाड्याचं तोंड फोडायला उशीर लागायचा न्हाई मला आणि 'त्येंनी' हुतं तवा निंबाळकराच्या शिवऱ्याचं तोंड फोडलंबी हुतं म्या. पर आता हाताला धराय गेलं तर मी रोडकी, नि बोलाय गेलं तर बोडकी. पाठीमागं कोण दुमाला हाय व्हय मला? त्या देवाचं दार झाकलं; पॉरबी आलं न्हाई पोटाला माझ्या.

—असं न्हवं गं. मला समदं तुझ्यागतच वाटतंय. पर हे पॉट जाळाया नगं? माणसं तोडूनबी भागत न्हाई. त्येंच्या संगट—त्येंच्या ताफ्यातनं—कामाला गेलं तर कोरचतकूर तरी भाकरी मिळतीया. न्हाईतर एकटीला वगळून टाकत्यात. मग एकटं कामाला जायाचं कुठं? हातात काकाण न्हाई, गळ्यात डोरलं न्हाई, कपाळाला कुक्कू न्हाई, अंगावर सोभाग्याची एकबी खूण न्हाई. किती केलं तर मी मुंडरी.

—बाईमाणूस. भ्या वाटतंय बाई मला एकटंदुकटं रोजगाराला जायाला. ऊस, जुंधळं, गवतं, वडं, एक ना दोन, हज्जार जागी जीव पाणी पाणी हुतोय. म्हणून तर ह्येंच्यासंगं कामाला जायाचं. पोटापायी सारं गप गिळून घ्यायचं बघ.

—'त्येंच्या' बरोबर मलाबी कसा साप फोडला न्हाई बघ की. मळवट भरून त्येंच्यासंगं गेली असती. जीव गंगाजऽळ झाला असता माझा.

—नगं बाई. बोललीस ते लई झालं. तू तरणी, तुझा दाल्ला तरणा, तिथं वसतीला मी कसं यायचं? जळलं रूप एक दिलंय ते भगवानानं— इस्वास हाय ग तुम्हा दोघांवरनीबी; पर नगं. एक करता एक व्हायचं. हज्जार तोंडानं जग बोलतंय. त्येला कुणी हात लावायचा? बायकांची अब्रू दिव्यागत. जरा फुकली तरी इझून जायाची.

—जातीस? जा... मन चेचल्यागत व्हाय लागलंय बघ तू जातानं. हे घे कुलूप. घाल बाहीरनं नि सकाळनं जरा लौकर दार उघड; जळणाला जायाची हाय.

■

सत्यकथा, मार्च १९६५

सासुरवाशीण

सारजा, जरा मुरवाणला टाकभर आण म्हटलंय गं सासूबाईनं. —कुठं गेली सगळी माणसं?...

च्याऽगूळ आणलाय. च्याऽ करतीस?... कर बिगीद्यान.

—मच्याल्याची कमळी मुलासकट काळबराच्या हिरीत पडली गं. तीन दीस झालं नि आज मढं वर आलं. तिथंच धावंवर टाकलंय... बघवत न्हाई गऽ बाई. खेकड्यांनी आणि माशांनी डोळं खाल्ल्यात. डावा गाल खाल्लाय. पायांच्या पिंढऱ्यांचं लचकं तोडल्यात. मऊ लागलं ते सगळं अंग खाल्लंय बघ... वांग्याचं भरीद करतानं खुरप्याच्या टोची मारत न्हाईत काय; तसं जागजागी खाल्लंय तिला.

—बघिटलं की भडभडून येतंय बाई... तिचं पॉर गंऽ सोन्यासारखा ल्योक होता बघ. तिनं गच्च उराला धरल्यालं तसंच हाय. थॉनचं पॉर; तरी तेबी चोळीसंगट गच्च बिलगून बसलंय.

—पंचनामा चाललाय. पोलीस आल्यात. गाव फुटलंय काळबराच्या हिरीवर... बिचारी सासुरवासी हुती गं. दाल्ल्यानं नि सासूनं मरूस्तर हालहाल केलं... आता मेल्यावरबी हालहाल ! मढं पोटफाडीत न्हेणार हाईत म्हणं... बाई गंऽ पेटीवलं ह्या बायकांच्या जल्माला !

—सीतासावित्रीगत हुती गं सोभावानं. तिचा दाल्लाच मारकुटा हाय मेला. सासू तर कंजारीण हाय नुसती. मरगाबाईगत लाख डोळं हाईत तिला. सगळीकडं नजार असती तिची. मायलेकांनी मिळून जलमभर कमळीला मारमार मारली बघ. गऽप मार खायची. एकदा तर इतकी मारली; अंग नि अंग खेकड्याच्या पाठीगत हिरवंगार झालंतं. आदूगरच अंग गोरंगोरं ; त्येच्यावर फड्याच्या पानागत वळ उठलंतं बघ. म्या तिच्या अंगातली चोळी फाडून काढलीती... सुजून डम झालंतं

अंग नि बावटं. भांगात खोक पडलीती... राख झाली त्या नान्ग्याची. कैंगटून जीव दिला बघ तिनं. निर्मऽळ झाली !

—कुठलं गं. मला सारं माहीत हाय. आज पाच दीस झालं. शनवारी बघ. आम्ही दोघी संगंसंगंच पाण्याला गेलो हुतावं. नदीसनं पाणी भरून, धुणं धुऊन परत येत हुतावं. तिच्या काखंत एक घागर, डोसक्यावर एक घागर हुती. खांड्यावर लुगड्याचा पिळा हुता. नाकासमूर बघत घराकडं येत हुती म्हणंनास. इतक्यात तिला कुणी बाप्यानं हाक मारली. पाठीमागं फिरून बघिटलं तर म्हायारचा वळकीचा माणूस... बायकाच्या जातीला तेवढंच फुरं असतंय की. तशात ही तुझ्या-माझ्यागत सासुरवासीण. तीन वरसं झाली, एकदाबी म्हायारला लावून दिलं न्हवतं तिला. न्हवरा वांड गं; आईच्या अंकीतला नि सासू कैदासीण. घालूनपाडून बोलायची नि लेकाला हाणबडीव म्हणून सांगायची. दाल्ल्याची ती तऱ्हा. बसता लाथ, उठता बुक्की. त्येच्यासंगट तीन सालं डोंबी दिली तिनं... तर म्हायारचं माणूस बघून कढ आवरला न्हाई का तिला. घटकाभर भान इसरून ऱ्हायली बोलत. घळाघळाघळा रडली. सासू-न्हवऱ्याचा जाच सांगिटला... सगळ्या गावाला वंगाळ वाटतंय; त्यो तर म्हायारच्या वळकीचा. घटकंच्या ठिकाणी दोन घटका बोलत हुबी ऱ्हायली.

सासूच्या मनात भोपळ्यागत गाठ. तिला आला संशेव. कुठनं बघिटलं कुणाला दखल. आली की लेकाला घेऊन.

कमळीनं ते लांबनं बघिटलं. म्हायारचा माणूस आपल्या वाटंनं गेला. बिगीबिगी कमळी आपल्या वाटंनं चालली. असा अडवा पदूर करून डोळं पुसत हुती; इतक्यात पाठीमागनं एक फळकर गाईनं हुंदाडी मारली... त्या गाईलाबी आलं दुखणं; त्याच वक्ताला ती कशी उधळली कुणाला दखल. झालं की वाटूळं. आगीत त्याल ! कमळीचा गेला तोल. तोंडघसी पडली. काखंतल्या मातीच्या घागरीची झाली दोन भकलं. नि डोसक्यावरच्या तांब्याच्या घागरीचा गळा चेपून आत गेला.

त्यो मुडदा न्हवरा धोतार वर करून तवर तिथं आला... कुणी सोडवायची? न्हवराबायकूचं भांडाण... ढोराला मारल्यागत तिला मारत घरापत्तर न्हेली गं. मी तर काय करणार? माझ्या वाटंनं मी गुमान गेली... माझंबी काळीज लाकलाक करायला लागलं. मला वाटलं, आता माझ्याबी दाल्ल्याला जाऊन सांगतोय वाटतं... पाच दीस झालं बघ.

नि आज तिचं हे मढं... त्या हिरीवर एवढी माणसं जमल्यात. खरं कुणी कुणी रडत न्हाई बघ तिच्यापायी. तिचा दाल्ला तर ब्येऽस तंबाखू वडत बसलाय. सासू कमळीच्या मढ्यालाबी अजून शिव्या द्याय लागलीया. तिच्या नावानं बोटं मोडाय

लागलीया. म्हणतीया, ''रांडंनं माझ्या लेकाचं वाटुळं केलं.'' —वंगाळ गंऽ बाई सासुरवासिणीचा जलम.

...च्याऽला उसूळ आला बघ. आटीप गं; बराच उशीर झाला. माझी सासू येईल बाई वटावटा करत.

■

सत्यकथा, मे १९६३

उनाचं

“रामू.”

“रकमा.”

“उनाचंच?”

“मोट लावायला... कवा आलीस?”

“कल राती.”

“हाय बरं?”

“बरं नसाय काय झालं?”

“न्हवं; सासरची माणसं कशी काय हाईत... वागत्यात चांगली?”

“बेस वागत्यात.”

“बरं... जाऊ? मान अवघडाय लागलीया मोटंनं. वल्लीच मोट हाय. सुटल्याबरूबर भाकरी खाल्ली आणि उनाचंच आलो घेऊन. चाळण झालीया... ठिगळाला ठिगाळ सांधलंय; तरीबी पाणी गळतंयच.”

“नवी घ्यायची मग. दोनआडीच सालं झाली असतील की हिला?”

“तर. तुम्ही ह्या तसरीचं रान खरीदी केलंसा त्याच वरसी घेटली... गुऱ्हाळ झाल्यावर लावणीच्या वक्ताला इतक घेटल्याली.”

“मग तीन वरसं हुईत आली.”

“तुझ्या बरं ध्येनात हाय?”

“आठवणीत नसाय काय झालं? त्याच साली जरा वळख नव्यानं झालीती. तरीबी पहिल्या दमालाच धुणं धुयाचं न्हाई म्हणून पाटावरनं परत लावून दिलं हुतंस.”

“लावणीचं पाणी हुतं गं. त्या वक्ताला बायकांचं धुणं कसं धू द्यायचं? ...कशाबशाचं असतंय. लावणीला खपत न्हाई ते... वड्याला सांगिटलं हुतं मी तुला समदं समजून.”

"तिसऱ्या दिशी."

"व्हय. भर उनाचं आली हुतीस. तसरीला कुणी न्हवतं. मीबी एकटाच गवात कापत हुतो... लावण झाली हुती... मळ्यात कोण न्हवतं... आई भाकरी घेऊन येणार न्हवती म्हणतानं बाबा भाकरी आणाय घराकडं गेला हुता... खोपीत ढोरांस्नी वैरण न्हवती म्हणून मी वड्याच्या गवताला आलो हुतो... तुला बघून एकदम माझं मन झळाळलं... अंगावरनं ढामीण गेल्यागत झालं... लई भूक लागली हुती."

"...माझ्या डोक्यावर जेवणाची बुट्टी हुती."

"...माझा इळा थांबला. मी इचारलं, भाकरी घेऊन चाललीस? तुझं नाव–सुदीक मला ठावं न्हवतं."

"...तवा हातातल्या गवताच्या एका मुठीची पेंडी बांधून तू पाठीमागं टाकलीस."

"...ऊन करून तू मळ्याकडं चालली हुतीस... मी इचारलं, 'ऊन केलंस?' मग तू म्हणालीस, 'झालं वाईच. जेवणं तरी आटपायला नगंत?'"

"...तसं म्हणून चालली हुती."

"मग मी म्हटलं, 'थांब घटकाभर. उचलू लागून जा.' तू थांबावंस म्हणून मी बोललो... चारपाच पाचुंडंच गवात हुतं. माझ्या एकट्याच्या सहज उचलणीचा भारा हुता त्यो. (तुलाबी ते कळलं हुतं.) तरी तू तशीच हुबी हुतीस."

"न्हाई. जेवणाची बुट्टी खाली उतरता उतरता मी म्हणाली हुती, 'जेवलास का न्हाई अजून?'"

"मी म्हणालो, 'न्हाई अजून. बाबा गेलाय घरला. आता यील भाकरी घेऊन.'"

"—खाणार जरा भाकरी?"

"...तुझा भाऊ-बिऊ आला म्हंजी?"

"...त्यो न्हाई यायचा. मळ्यात एकटाच हाय."

"...आणि मग भाकरी कमी झाल्याली दिसंल की त्येला?"

"...हूं! त्येला कुठलं ठावं, मी घराकडनं किती भाकरी आणल्यात ते?"

"व्हय. तू तसं म्हटल्यावर वड्याच्या पाण्याकडं तू-मी गेलो. तू भाकरीचं चवाडं सोडलंस. नगं नगं म्हणतानं तू एकच्या एक भाकरी हातावर ठेवलीस. कोरड्याशाच्या गाडग्यातला दोडका बोटानं गाळून तिच्यावर ठेवलास... पैल्या घासालाच मी वंजळभर पाणी प्यालो."

"तवा तू मला म्हटलं हुतंस, 'तू वाईच खा की.' पर मी खाल्ली न्हाई. मग तू थोर चतकूर भाकरी माझ्याकडं उरवून दिलीस."

"...माळाकडंच्या जुंधळ्यांतबी तू एकदा बाटूक काढताना असंच झालं हुतं बघ?"

"कवा ते?"

"शिपाट काढत हुतीस बघ; मधल्या आवडात. भुईमुगाच्या आऱ्यातनं जुंधळ्याचं आरं हुतं. जुंधळा डंग लागला हुता. शिपाट मातलं हुतं. शेरडाकरडांस्नी वैरण काढाय म्हणून तू आली हुतीस. वैरण करता करताच पाखरं मारत हुतीस... उगंच आधनंमधनं 'हाऽहूंऽ' करत हुतीस बघ."

"व्हय."

"तुला हासू येतंय आता त्येचं... तवा मी उसात पाणी पाजत हुतो. ढीग लागला हुता ऊस आमचा. गुऱ्हाळाला आला हुता. शेवटाचं पाणी फिरत हुतं... तवा तुझा साद मला ऐकू आला. माझं पाण्याकडचं ध्यान उडालं... तुझ्यापायी मोकारसा ऊस मी हडकून काढला. मधला तेवढाच मोडून घेटला. तुला ऊस द्यायची वासना झाली हुती... पाखरं मारायच्या निमितानं माझ्या जुंधळ्याच्या वावरात घुसून मी तुझ्या बांधाकडं आलो."

"आणि मला ऊस देऊन गेलास."

"ते कुठलं? मी तुला इचारलं, 'शेंगा देणार काय?' मग तू म्हणालीस, 'घे की. द्यायच्या काय त्यात?'"

"व्हय; तसं मी म्हणाली हुती."

"मग तिथंच आम्ही शेंगा भाजल्या. पळत जाऊन मी उसाचा वाळला पाला आणला हुता. तुला उशीर हुईत हुता. घाई घाई."

"अर्ध्या शेंगा तशाच टाकून मी भावानं हाळी मारली म्हणून खोपीकडं गेली."

"व्हय. पाव्हणं बघायला आलं हुतं; म्हणून तू त्याच वक्ताला शेरडांची वैरण घेऊन घराकडं गेलीस... पर ते घर मोडलं. तुझ्या आईनं मनगंड द्याज मागिटलं त्येंच्याकडं."

"नवरा चांगला न्हवता म्हणून."

"मला बरं वाटलं हुतं ते घर मोडल्यावर."

"पर दुसऱ्याच महिन्यात मला 'हे' घर आलं आणि चटक्यासरशी माझ्या तोंडात साखार पडली... लगीन झालं."

"भेंड्या जून होईस्तवर झाडावर कोण ठेवतंय?... आता कसं चाललंय तुझं?"

"बेस चाललंय. दोन धाकटं दीर, एक नणंद हाय. पहिलं लगीन; पहिली सून. सगळी कशी झेलत्यात. 'त्येंचा' बी सोभाव देवागत हाय."

"बरं... जाऊ मी. कायतरीच बोललो; न्हाई?"

"मलाबी उशीर हुईल."

"जा... कितींदी ऱ्हाणार हितं?"

"दिवाळी हुईस्तवर."

"गंमत म्हणून इचारतो, मूलबाळ काय?

"—आणि पाच म्हयन्यानं. जा आता. मान वझ्यानं लईच अवघडली तुझी. चेहऱ्यावर घाम आलाय. बोलवंना झालंय तुला..."

"जातो. ठिगळं लावून घेऊन येतो."

■

सत्यकथा, ऑक्टोबर १९६२

मुद्या

नरसू आल्यावर पारूनं चुलीवरचं पाणी तापलेलं गाडगं उचलून दारातल्या दगडाशेजारी अबदार ठेवलं. नरसूनं डोक्यावरच्या, अंगातल्या, कमरंच्या चिंध्या काढून खोपड्यात गोळा करून ठेवल्या. लंगुटी गच्च करून तो दारातल्या दगडावर आंघोळीला बसला... भुईला टाकलेल्या दोनतीन महिन्यांच्या पोराला खळगं रुताया लागलं म्हणून ते धोतरात बांधलेल्या मांजरागत वळवळून रडाय लागलं. पारूनं त्याला मांडीवर घेटलं... घरात तेवढीच मांडी मऊमऊ होती. पोरगं त्या मांडीवर पडलं नि गपगार झालं... भवतीनं गाडग्यांचा संसार. दुधावरची साय जपल्यागत ती ही गाडगी संसाराला लागल्यापासनं संभाळत होती. गाडगी आतनं बाहेरनं शेवाळली होती. तरी पाणी तापवून देत होती. घरात सबंध बदबद आवाज करणारी काळी गाडगी. नाराज झालेली, फुटू बघणारी. काही चिंबली होती, काहींना अवस्थी दगडाचं कोपरं लागून भोकं पडली होती. पण पारूनं चिंबलेल्या गाडग्यात मिळेल तेवढं मूठपसा धान्य ठेवलं होतं. भोकांच्या तोंडात बोळं कोंबून घेऊन काही गाडगी कसंबसं का होईना; पण पाणी संभाळत होती... दीस इकडचा तिकडं होईत होता.

आंघोळ करून नरसूनं उंबऱ्यावर ओलं पाय झाडलं नि खोपड्यातल्या कापडांवर भिजक्या हातांना अडकलेलं पाणी शिंपडलं नि तो तसाच आत गेला.

"अंग पुसायला काय तरी दे गं.''

"मळक्या कापडांनी पुसा की.''

"अग, मर्तिकाची कापडं ती.''

पारूनं जीभ दातांत धरली. इकडंतिकडं बघून शेजारचं लुगड्याचं फडकं त्याच्याकडं टाकलं. "हे घ्या. आंग पुसा नि अडदाणीवर पसरून टाका.''

अडदण भरपूर मोकळी होती. अंग पुसून नरसूनं बाळूतं अडदणीवर जाळ्यागत पसरलं.

“वाईच च्या असला तर करशील का? सकाळधरनं पोटात कायबी न्हाई. पाटलाकडं गेलो नि रडारड सुरू झाली.”

धर्मा पाटलाच्या पोराला मातीआड करून नरसू परत आला होता... तीन पोरींवर झालेला एकचा एक पोरगा. नऊदहा महिन्याचा झाला नि अचानक त्याला खोकल्यातापानं वेढलं. तालुक्याला नेऊन चांगल्या डॉक्टराला दाखवून आणलं. इंजेक्शनं केली. तालुक्याच्या गावात सातआठ दीस मुक्काम केला. स्पेशेल टॅक्शी करून सरत्या दिशी तर कोल्हापूरला नेला. पाण्यासारखा पैसा ओतला; पण पोरगं पिकावरचं धुकं गेल्यागत हातातनं नाहीसं झालं... पाटलीणबाई नुसती हंबरत होती.

नरसूनं पुढं जाऊन शेताच्या बांधाला डबरा काढला नि आल्याबरोबर पोरगं मातीआड केलं.

“...पोराला जरा घ्या. च्या ठेवते चुलीवर.”

नरसूनं त्या आंघोळीच्या ओल्या हातांनीच पोराला मांडीवर घेटलं... दोन अर्धीकच्ची तशीच वाया गेल्यावर हे पोरगं जन्माला आलं होतं... चारपाच वर्षांच्या संसारात गाडगी हासली होती.

मांड्यांवरचं जुणेर खाली ओढत ओढत पारू चुलीजवळ गेली... नरसूचं डोळं पारवाळं उतरल्यागत पोराच्या अंगावर उतरलं नि त्याचं अंग नि अंग बारीक टिपू लागलं.

“पोरगा लाट्याच्या लाट्या हुता ग.”

“आँ !”

“न्हवं; पाटलाचं पोरगं ग. घाण्याच्या लाटंगत भरलं हुतं बघ.”

“भोग म्हणायचा पाटलीणबाईचा.”

“राम्या म्हणत हुता, वड्यापतोर आणूस्तवर हात अवघडून गेलं.” नरसूच्या हाताला बारीक कढ आला.

पारूनं गुमानच गुळाचा खडा चहाच्या डेचक्यात टाकला... कडवट पावडरीला थोडी गोड चव आली. तीनदा उकळून पावडरीचा कडवटपणाही धुऊन गेलेला. उतरंडीचं गाडगं उतरंडीला ठेवत ती म्हणाली, “बारक्या पोराचं काय सांगवत न्हाई बघा. दिसायला दांडगी दिसत्यात नि कायतरी झालं म्हंजे फटाकदिशी गाडग्यागत फुटून जात्यात.”

नरसूनं पोराला उरासंगट वर घेटलं. “पुरायच्या वक्ताला तर माझ्या हातांनी मातीच ढकलंना त्येच्यावर. टाळूवर तूप थापलेलं. अंगाला तेल लावून आंघूळ

घाटलेली. थंडगार गडद निजल्यागत दिसायचं... दसऱ्याच्या सणाला शिवलेलं चिटाचं अंगराख अंगावर तसंच हुतं.'' ...पोरग्याला डोळा लागला होता.

''पैला पोरगा म्हणून पाटलीणबाईनं लई हौस केली. चांदीच्या तोरड्या, वाळं, सोन्याची सरी... कापडं बघितली तर चाट्याचं दुकानच घरात आणल्यागत दिसायचं.''

''पैला पोरगा...'' नरसू एवढंच बोलला आणि त्याचं डोळं खोपड्यातल्या अंधारावर सरपटत जाऊन अंधार उकरू लागलं... कमरेएवढा त्यानं काढलेला खड्डा, उगवतीला पोराचं तोंड नि मावळतीला पायसं करून निजिवलेलं, हळूहळू माती सारलेली. तरी पोरगं गप्पच. त्याच्या तोंडावरची शांत नीज जराही न हललेली... पोराच्या त्या तोंडाकडं नरसूचं मन निरखून बघतेलं.

''पोराच्या कानांत सोन्याच्या मुद्या हुत्या ग. पाटलांस्नी म्हटलं, 'मुद्या काढून घ्या.' तर म्हणालं, 'त्येचं त्येच्यासंगं. हौस केली हुती... त्येच्या मुद्या इकून का पोटाला खाणार हाय मी?' काय बोलणार मी? गप बसलो. हळूच तोंडावर माती ढकलली. काळीभोर माती तोंडावर बदबदली... शेवटाला खड्डा भरून आला.''

पारू गुमानच बसली. ताटलीत चहा सोधला नि नरसूच्या पुढ्यात ठेवून तिनं पोराला आपल्या जवळ घेटलं. नरसूचं सकाळधरनं कोरडं पडलेलं नरडं शेकलं. ''कानांतल्या ताज्या मुद्या बघून तर पोरगं खरोखरच निजल्यागत वाटायचं बघ.''

पोराच्या कानांवरचं जावळ मागं सारत पारू म्हणाली, ''पोराला तीन म्हयनं हुईत आलं. कान टोचलं पाहिजेत.''

''एखादा चांगला दीस बघून टोचून घे की.''

''आणि त्येला मुद्या?''

''मुद्या !'' नरसूचं डोळं आणि तोंड एकदम बोललं. पोरगं स्वप्न पडत असल्यागत आपल्यातच गडद निजलं होतं; ते एकदम मोठ्या आवाजानं हातपाय हलवून दचकलं.

''खुळी का काय? धर्मा एक तालेवार माणूस हाय. त्येला ते जमलं. आम्हांला कुठलं जमायला आलंय?''

''आपलंबी पैलंच पोरगं हाय.''

''असलं तरी काय झालं? पैसं नगंत त्येला?''

''बाळतपणाला काढलं तसं काढायचं आणि फेडायचं.''

''अजून तेच तीस रुपये फेडायचं हाईत. पाटील नावानं खडं फोडाय लागलाय.''

''पोराची हौस कवा करायची मग?''

''तवर काळं दोरं घालून कान टोच म्हणं. मग सवड हुईल तवा पैसा साठवून घेऊ.''

चुलीशेजारी बसून राख किवचत पारूनं दोन दिवस विचार केला नि काळं दोरं

घालून पोराचं कान टोचलं. जगातली पहिली कळ पोराच्या कानाला चावली नि तिच्या मोबदल्यात त्याला एवढ्याएवढ्याशा काळ्या दोऱ्यांचं दोन तुकडं कानांत घालायला मिळालं.

...आता त्यानं मान धरली होती. वरच्या काजळून, किडून मोडकळीला आलेल्या आढ्याकडं बघत ते पडून राहायचं... जगानं दोरं दिलं तरी तिकडं बघून हासायचं. कधी आडदणीखाली टाकलं की वरच्या चिंध्यांचं खेळणं करून हातपाय हलवीत बोलू बघायचं... अंगावर पाटलीणबाईकडनं मागून आणलेली सुरकी असायची... सुरकी बरोबर बसली होती.

हळूहळू पारूनं गावातली कामं वाढीवली. बामणाची दोनचार ठिकाणची भांडी घासायला तिनं सुरुवात केली. पाटलाच्या घरात पडलेला केर ती काढायची. घराच्या भोवतीची घाण काढून घर स्वच्छ ठेवायची... विटाळशी बाईच्या बोळा केलेल्या धडोत्यागत पोरगं कुठंतरी एका बाजूला बाळुत्यात गुंडाळून ठेवलेलं. पोट भरून रडायचं नि पोट भरून निजायचं. पाटलाचा वाडा स्वच्छ झाला की अंगावर केर उडालेल्या मळक्या जुणेराला हात पुसून शिळंपाकं गोळा करून ती घराकडं जायची... गावावरनं ओवाळून टाकल्यागत घर एका बाजूला होतं.

पावसाळा आला. दारातल्या उकिरड्यावरचं काळ्या रंगानं साकळलेलं पाणी दारात आलं. दारात नेहमीचा डमक झाला. नरसूनं दोनतीन रुंद दगड ढेंगेच्या अंतरानं त्यात टाकून दिलं आणि तो उड्या मारत घरात जाऊ लागला... जवळच बाजूला दगडावर आंघोळ. दुधासाठी ठेवलेल्या शेळीच्या लेंड्या दारातनंच उकिरड्यावर टाकायच्या. त्या लेंड्यांच्या वासानं पाणी खतलेलं आणि त्या खतलेल्या पाण्यानं वळचणीला झाडोरं वाढलेलं. त्याच्यावरनं चिलटंघुंगोरट्या घुंई घुंई करत आत यायच्या... अशी चिलटं आसपासच्या घरातनं, खूप वाढली होती. बाहेर जायची नि कुठलं तरी खरकटं खाऊन अंगाला हातपाय पुसत आत यायची. कुणाला ठाऊक न होता अंधारात कुठंतरी जाऊन बसायची... नरसूचं घर त्यांपैकीच एक होतं.

पाऊस झीम बसला, शेतं ओलीकिच्च झाली नि नरसूला घरात बसायची पाळी आली.

ओल शिरून सोपा शिवशिवत होता. तिथं नरसू पोराला घेऊन समोरचा पाऊस दाखवत बसत होता... पाऊस म्हणजे त्याला काय ठाऊक? पण पाऊस पडत होता नि चिलटं-घुंगोरट्या जन्माला येत होत्या. कामाला गेलेली पारू भिजलेल्या जुणेराच्या खालनं शिळं तुकडं घेऊन आली. अंगावरचा जुणेराचा चोथा धरून तिनं तो अंगावरच जागजागी पिळला. पोराला भिजक्या चोळीखालच्या उबीत पाजायला धरलं... घरात पोराला तेवढी ऊब मिळत होती.

पोरगं चराचरा पिईल तसं अंगाचा कढ उतरत चालला. जरा बरं वाटलं.

तोंडावरची एका बाजूची ओली बट बोटानं निरपत ती म्हणाली, ''काम बघून येता काय कुठंतरी गावात.''

''आता कुठं बघू आणि? कालच बघून आलो न्हवं? एवढ्या पावसुळ्यात कुणाच्या हितं काम असणार?''

''शिळ्यापाक्यावर तरी किती दीस काढायचं? पावसुळ्यात पोटाला भूक एक आग लागल्यागत लागतीया आणि जुंधळं आणायला एक पैसा म्हटलं तर घरात न्हाई.''

''पतऱ्याच्या डब्यात चारपाच रुपय तरी असतील.''

''ते पैसं न्हाईतच म्हणायचं घरात. पोराला मुद्दा करायच्या हाईत त्येच्या.''

''पावसुळा झाल्यावर करू या की. मला काम असतं तर एवढी पाळी आली असती?...तसल्यात म्हागाई. भवतीनं पुराचं पाणी वाढल्यागत वाढाया लागलीया.''

पाचसहा दीस शिळ्यापाक्यावर आणि अर्धा चतकोरवर गेले. शेवटाला नरसूनंच पारू कामाला गेल्यावर साठवणीचं पत्र्याचं डबडं मोडलं नि त्यातलं सगळंच्या सगळं तीन रुपये साडेअकरा आणे काढलं. एक धडपा नि पोराला घेऊन तो पावसातच अंगावर पोतं घेऊन बाहेर पडला. साडेतीन रुपयांचं जोंधळं आणलं. उरलेल्या पैशांची चहाची पूड आणि गुळाचा खडा घेऊन आला.

भिजून काला होऊन दोघंही घरात आलं.

पारू घरात आली नि तिनं पाहिलं. चेपलेलं डबडं फेकलेल्या टरफलागत सुनं सुनं होऊन चुलीवर पडलं होतं. फडाफडा दोनचार शब्द बोलली. नरसू गप्पच... मग मनातल्या मनात तिलाच बरं वाटाय लागलं. शिळंपाक सुरात पाचसहा दिवस खाऊन तिचंही तोंड शिळ्या कोरड्याशागत आंबलं होतं... दुपारच्याला दळून दोघांनीही दोनअडीच, दोन-अडीच उनउनीत भाकरी संगंसंगं बसून आमटीबरोबर खाल्ल्या. पोटात ऊब आली... पोरगंही चुलीच्या उबीला मळक्या फडक्यात गुंडाळून ठेवलं होतं. मांजरागत ते डोळं मिटून ऊब चाखत राहिलं. कानातलं काळं दोरं अंगाची गच्च गाठ मारून घेऊन गुमान बसलं होतं... पारूच्या काळजात मुद्द्या टोचत राहिल्या.

मंगळवारी दुपारी ती कामासनं आली नि मुलाला उरासंगट घेटलं. तिचं डोळं एकदम काळ्या तव्यासारखं झालं.

''पोराला ताप आलाय वाटतं.''

''नसंल ग. तुझं अंग घामानं थंड झालं असंल; म्हणून तुला त्येचं अंग ऊन लागतयं.''

''ते कुठलं? लईच ऊन लागतंय नि.''

''बघू बरं.'' नरसूनं पोराच्या सुरकीखाली हात घाटला नि त्याला पोराचं मऊमऊ अंग उनात तापलेल्या रेशमाच्या कापडागत लागलं.

पोराला बामणगल्लीतल्या नाटोलीकराकडं नेऊन दाखवलं. त्यानं औषध नि पुड्या दिल्या.

चार दिवस झाले तरी ताप उतरेना. डोळं झाकून पोरगं चित्रागत पडलं. चौथ्या दिवशी तर खेकड्यागत तळमळू लागलं. श्वासोच्छ्वास जोरानं जायचे-यायचे. मधेच थांबू लागलं. नरसूचं नि पारूचं काळीज आड्याला टांगल्यागत झालं. पळापळ केली. पहाटे जास्तच ताप आला. दोघंही पोराला घेऊन नाटोलीकराकडे गेली. त्यानं औषध दिलं नि सांगिटलं, ''तालुक्याला घेऊन जावा वाटलं तर.''

नरसूच्या हुरद्याला चीर गेली.

''तुमच्या हातनं व्हायचं न्हाई म्हणता?''

''ताप वाढतच चाललाय. त्येला आता मी तरी काय करणार?''

''तालुक्याला खर्च लई येईल आम्हांस्नी.''

''जास्त नाही यायचा. पंचवीसतीस रुपये घेऊन जावा.''

दोघंही उनउनीत गोळा घेऊन घराकडे आली.

''पाटलांकडं जाऊन अंगावर तीस रुपये घेऊन या.''

''देतील का आता मला ते? अजून त्येंचं ईस फिटायचं हाईत.''

''ताप लई भरलाय म्हणून सांगा... हातनं जाईल पोरगं.''

नरसू उठला नि पटक्याच्या चिंध्या काखंत मारून बाहेर पडला. पाय पाटलाच्या घराकडे उचलत होते. मन तिसरीकडेच कुठंतरी भरकटत होतं.

दोन तासांनी परत आला.

पोराला मांडीवर घेऊन पारू तळमळत होती. नाटोलीकरानं दिलेलं औषध शिंपीनं घालत होती.

''किती वाट बघायची?''

''समदं गाव पायाखाली घाटलं.''

''पाटलांनी काय दिलं न्हाईत?''

''नुसतं पाच रुपय दिलं. 'मागचं फेडा तवा फुडचं न्ह्या' म्हणतोय.''

''आणि?''

''आणि काय? गावात साताठ जणांकडं जाऊन आलो. पर कुणी हात फुडं करायला तयार न्हाई.''

''एकानंबी न्हाई दिलं?''

''पावसुळ्यात त्येंच्याच पोटाला न्हाई; तर ते तरी कुठलं देणार?''

''इरपक्ष सोनाराकडं तरी जाऊन या.''

''आलो त्येच्याकडंबी जाऊन. कायतरी जिन्नस घाण टाक म्हणतोय— कुठला टाकायचा आता?''

पारू घटकाभर थांबली आणि पोराला नरसूकडं देत म्हणाली, "जरा संभाळा. बामनाच्या घराकडं जाऊन येते."

नरसूनं पोरग्याला घेटलं. गुंडाळलेला धडपा ऊन वाटत होता. "बिगीद्यान ये. उशीर लावू नगं."

"कशीतरी तेवढी भांडी घासते...पैसे मागायला तरी तोंड पाहिजे."

मनाचा धडा करून पारू गेली. नरसू अवघडून पोराला मांडीवर घेऊन बसला. अंगावरनं चरबटलेला हात अबदार फिरवू लागला... नुकत्याच जन्मलेल्या कुत्र्याच्या पिलागत अंग पातळ. छातीच्या पिंजऱ्यात चिमणी डुगूडुगू सारखी वर खाली धपापतेली. कानाच्या पाळ्या कोंबड्याच्या शिरगुरीगत लाललाल होऊन जावळाच्या सावलीत शांत तगमगतेल्या. नाकात नथ टोचल्यागत मुद्यांच्या जागी काळं दोरं. नरसूनं ते दोन बोटांनी चापचलं...फडक्यात गुंडाळलेलं मूल मांडीवर शांत. डोकं थंड पडावं म्हणून चपचपीत लावलेलं खोबऱ्याचं तेल. त्यात जावळ भिजलेलं. तोंडावर तेलाचा हात पुसलेला...आंघोळ करून थंडगार निजल्यागत. अंगात पाटलाच्या पोराची मागून आणलेली सुरकी. ती बरोबर बसलेली...अंधारातल्या खोपड्यात उंदीर खुडबुडला नि खोपड्यासंगट उभं केलेलं फावडं खणकरून खाली पडलं ...कुदळ फावड्याकडे तोंड करून कुजबुजली... मांडीखालची भुई एकदम लाक्करून हलली नि कमरंएवढा एकदम डबरा पडल्यागत झालं...

अंधारात गेलेलं डोळं अंधारातच कधी नाहीसं झालं होतं; ते एकदम जाग्यावर आलं नि त्यानं पोराला मांडीवरनं उचलून उरासंगट घेटलं. पोरानं बारीक डोळं उघडलं नि बापाकडे बघिटलं. तेवढ्यानं त्या डोळ्यांच्या कळ्या थकल्या नि पुन्हा विश्रांतीसाठी झाकल्या... ताप उतरत चालला होता. नरसूच्या तोंडात गुदमरलेली हवा बाहेर पडली. बारा वाजता पदराखाली हात धरून पारू आली.

"मिळालं?"

"सा रुपय मिळालं."

"बरं झालं. पोराचा तापबी उतरलाय. मगाशी डोळं उघडून बघत हुतं... जरा पाणी पाजलं. पाणी प्यालं... आता जरा दूध पाज म्हंजे बरं वाटलं."

ताप उतरलेल्या पोराला पारूनं उरासंगट घेटलं. जीव भांड्यात पडल्यागत झाला.

"उद्या सकाळी आठ वाजायला तालुक्याला जाऊ या."

"आणि पैसं?"

"आता धाअकरा रुपय झाल्यातच. आणखी धापंधरा रुपय सकाळपतोर कुठलं तरी बघतोच. तू काळजी करू नगं." ...डोळं पोरावरच ठेवून नरसू कुठंतरी लांब बघत निश्चयानं सांगत होता...पारूच्या जीवाला कोंबारं फुटल्यागत झालं.

दुपारी जरा उघडीप पडली. नरसू बाहेर पडला. चिखल तुडवत एकटाच धर्मा

पाटलाच्या शेतावर जाऊन आला. सोनारकट्ट्याच्या पायरीवर घटकाभर बसून आला. पाटलाच्या इकडं काय थोडं घरातलं काम करून आला... दुपारपासनं जरा इकडंतिकडं हिंडावं असं त्याला वाटत होतं.

रात्री नऊदहा वाजता पुन्हा ताप चढला. पोरगं पुन्हा तळमळाय लागलं. पारूचा जीव झडला. सकाळचं औषध पुन्हा घोटभर पाजलं. शिंपीत थानातलं दूध पिळून त्यात गोळी उगळली नि ती पाजली...सापाच्या जबड्यात गेलेल्या बेडकीगत पोराचं सुकलेलं ओठ आऽ वासायचं नि हळूच मिटायचं.

"आता काय करायचं हो?"

"काय हुणार न्हाई. सकाळच्यागत ताप उतरंल. आजची रात्र कशीतरी काढू या नि उद्या सकाळच्याला तालुक्याला जाऊ या."

रात्रीचे अकरा वाजले. ओलंकिच्च गाव थंड झालं. डोळ्यांत बोट घाटलं तर दिसंना. काळ्या आभाळात आता पाणी होतंय का मग पाणी होतंय, असं घाईला आलेलं ढग. ढिगानं ढीग भरलेलं... ऊनजाळ पिंजऱ्यात पोराची चिवचिवणारी चिमणी धाप्या देतेली.

नरसूनं कंदील पुसून तो भडका लावला. खालच्या आवाजात बायकोला म्हणाला, "मी जरा बाहीर जाऊन येतो."

"आता?"

"व्हय. तासाभरात येतो. पोरग्याचा ताप उतरंल. तवर बस. उगंच घाबरून कुणाला बलवू नगं. काय हुणार न्हाई."

"तुम्ही कुठं जातासा?"

"मसणात. ते तुला काय करायचं?... गप पोराजवळ बसून ऱ्हा म्हंजे झालं."

अगोदरच बाहेर काढून ठेवलेलं फावडं नि कुदळ खांद्यावर घेऊन आणि भडका झालेला कंदील हातात घेऊन तो बाहेर पडला... पारू तळमळणाऱ्या पोराजवळ बांधून घाटल्यागत गप बसली.

मिट्ट काळोखात धर्मा पाटलाच्या शेताच्या बांधावर भडकलेला कंदील ताज्या जखमंगत भगभगत होता. तेवढीच तीन हाताची जागा डोळं फाडून बघत असल्यागत भासत होती. भोवतीचा काळोख गपगार बघत उभा राहिलेला... आपल्या जाग्यावरनं उलथलेली तीन दगडं हात बांधलेल्या पहारेकऱ्यागत एकाजवळ एक पडलेली.

डिखूळलेल्या मातीत कुदळ दणकत होती. फावडं मागं-पुढं हलत होतं. तेवढंच उजेडात दिसायचं. बारीक काहीच नाही. जितं होऊनच जणू कुदळखोरं काम करत होती.

उघड्या झालेल्या कवटीच्या दोन्ही बाजूला दोन हात हळूच गेलं नि तिच्या झडलेल्या कानांजवळची माती बेताबेतानं चाचपू लागलं. घटकाभरातच मातीनं

मुद्दा झालेल्या दोन मुद्या हाताला लागल्या... पिकं शहारली. त्यांच्या पानांत सापडलेलं पाणी टपाक टपाक सांडलं. काळोख सापासारखा मागं सरला नि कंदील खास्करून नागासारखा वर उसळला. गवतात ढामीण घुसल्यागत अंधारातनं पुढं जाऊ लागला... बारा वाजलं असतील. हिकडं-तिकडं चारपाच तासांची बाब... सकाळी सोनार... "मुद्या घ्या." "पंधरा रुपये देईन." "काय येतील ते द्या."..."हे घे पैसे." "देव पावला बघा." —"आता आटीप. ऊन व्हायच्या आत जाऊन पोचलं पाहिजे." "व्हय." —"जयशिंगाऽ! ताप आला हुता माझ्या सोन्या." ...कंदील अंधाराला आग लावू बघत होता. भिंग कधी फुटून जाईल असं त्याला झालं होतं.

...अंगावर दरदरून घाम सुटलेला... घामाच्या एकाएका भोकात एकएक मुद्दी. अंगावरनं सगळ्या मुद्याच. चाळणीगत घामाची सबंध भोकं मुद्यांनी भरलेली. जरा अंग हललं की मुद्या हलतेल्या... पोतं भरून ढीगच्या ढीग... सोनं नि मोती दिसतेलं. मुद्या सगळीकडे लगडल्या होत्या तरी घाम बाहेर येत होता नि तुपागत आळून मुद्दी होत होती. दाटकीर्र होत चालल्या होत्या. ...खदाखदा मोत्यांचं दात काढून हासत होत्या.

भगभगतेला कंदील नि खोरं-कुदळ सोप्यातच मध्ये ठेवून नरसू आत गेला नि बेफाट वावटळीतलं बाभळीचं झाडं हलल्यागत झिंझ्या सुटलेली पारू अंग कुठंतरी फेकून द्यावं तशी उमळली... "काय झालं रं हे देवाऽऽ!" ...ऊर फुटलं.

पोरगं उरासंगट गपगार आडवं. डोसक्याला काळंभोर जावळ. जावळाखाली काळे दोरे घाटलेले रसरसलेले कान. तेल लावून अंघोळ करून निजल्यागत चेहरा. दिवळीतली लालभडक चिमणी नरसूनं जयसिंगाच्या चेहऱ्याजवळ नेली नि सांधा निखळल्यागत त्याच्या डाव्या हाताची मूठ ढिली पडली. तांबड्या वाणी किड्यागत दोन मुद्या खाली पडून क्षणभर वळवळल्या... अंग झिनझिनून बळ सोडू लागलं. डोसकं खरडून आतलं खोबरं कुणीतरी खाल्लं नि तो मटाक्दिशी खाली बसला.

पारूची बाभळ पोरावर ढासळून हंबरली... "जयशिंगाऽ!"

सोप्यातला कंदील भगभगून काळा पडला. त्याच्या काळपट उजेडात कुदळ-फावडं नरसूची पुन्हा वाट बघू लागलं.

सकाळी उन्हाच्या किरणात धर्मा पाटलाच्या बांधावरचा खड्डा भकास होऊन उताणा पडला होता.

■

मुद्रा, जून १९६६

बाळापाडा

उगंचच लांब नजर गेली. दादाचा बदामी पटका माळाला झळकला. बापूची लांब ढेंगांची चाल वळखली... जीवाला पाखरावाणी पख्खं फुटली.

"आनशे, दादा नि बापू आलं."

"कुठं हाईत?"

"ते बघ माळावर."

"व्हय की रं. बैल आणला वाटतं... पळ."

"चला."

काळ्याबाळ्या रंगाचं वासरू आणलं हुतं. तोंड, शेपटीचा गोंडा, पायांचं खूर पांढरं. डोळं कुक्कू कोंबल्यागत लाल गुंज. लांबलचक कान— मुस्काड हलवून माशा मारतानं लडबडलं.

"दादा, बैलाचं कान लांब हाईत."

"म्हणूनच आणलं. शाणं हाय ते... शेपटीवर नाग हाय."

"मी बघू काय?"

"बघ की. हळूच बघ. लाथ मारंल."

शेपटीला हात घाटला. पाडं हिकडनं-तिकडनं धडपडाय लागलं. तरी शेपूट उचलली नि नाग बघिटला... पांढरा-लाल पट्टा शेपटीच्या खालच्या अंगावर देवानं वडला हुता.

शेपूट सोडली. दादा पिकलेला आंबा खाल्ल्यागत तोंड करून हासला. आंब्यातला थोडा रस मिळाल्यागत बापूबी हासला... बापू मळ्यातला गडी. लहानपणापासनं ऱ्हायलेला.

"जा; पेंड्या दोन पेंड्या कडवाळ घेऊन ये जा."

"बरं." म्हणून बापू खुरपं घेऊन कडवाळाच्या वावरात गेला. घसाघसा आडवी खुरपी मारली नि कवळाभर कडवाळ काढलं. परत येऊन घरच्या पाड्याच्या फुड्यात थोडं नि नव्या पाड्याच्या फुड्यात जरा जास्त टाकलं. मेवा करून ते खाऊ लागलं.

"कडवाळ आणून टाकलं."

"बरं झालं. भाकरी खा ये." दादा भाकरी खाईत हुता.

"... पाड्याला भूक लागलीया. गपागप वैरण खायाय लागलंय."

"आणि आम्हांस्नी का थोडी लागलीया? तुलाबी लागली असंल ये."

... बापूलाबी भूक लागली हुती. तरणा हाय. भूक लागायचीच आणि नवा पाडा बापूसाठीच आणला. घरच्या पाड्याची नि इकत आणलेल्या पाड्याची तरणी जोडी करायची हुती.

पाडं जुपायला यायला अजून एक वरीस उशीर हुता. मोकळ्या वक्ताला बापू त्येच्यासंगं मस्ती करायचा. मायाबी करायचा. दुपारी मोटा सुटल्या की जेवणं व्हायची. माणसं इस्वाटा घ्यायला सावल्याबुडी पटकुरं टाकून पडायची. खरं बापू बाळ्या पाड्याकडं जायचा. नदीच्या गवताची पेंडी एकाददुसरी त्येच्या फुड्यात जास्त पडायची. बाकीच्यांच्या फुड्यात कमी.

"असं रं का, बापू?" दादा कवा कवा तर इचारायचा.

"खाऊ दे. तापट हाय. भरलं म्हंजे कामाचा घयटा पाडंल तासाभरात."

... पाडं खरंच नागावाणी तापट हुतं. शेपटीवर नाग हुता. डोळ्यांतबी नागाचं त्याज हुतं. बापूच्या जिवात रातध्या पाडं नाचायचं. येसणी तोडायचं. दंगामस्ती करून रान भरायचं.

सांजंची कामं झाली की बापू त्येच्या पाठीवरनं हात फिरवायचा. अंगावरची मळ काढायचा. गोमाशी मारायचा. पोळीच्या तांबवा काढून चिरडायचा. अंगावर हात घासताना पाडं डोळं मिटून गप ऱ्हायाचं. न्हाव्याच्या हातात डोस्कं दिल्यागत. खरं दुसरं माणूस समूर आलं की नागावाणी फुस्कारायचं. फुडं धावायचं. म्होरकीला, मानंला दावी कचायची; तरी मागं सरायचं न्हाई. समूरचा परका माणूस गेल्याबिगार त्येला चैन न्हाई पडायची. पाठीमागंबी बापूबिगार दुसऱ्या माणसाला जाऊ द्यायचं न्हाई.

बापूबी त्येची गंमत करत हुता. सवड झाली की पाठीमागं जाऊन जरा लांब हुबा ऱ्हायाचा. मग पाडं त्येच्याकडं आपलं ढुंगाण न्ह्यायचं. त्येच्या अंगाला हळूहळू घासायचं... 'फिरीव की रं जरा पाठीवरनं हात.'

"जा साल्या. किती हात फिरवायचा सारखा सारखा. तुझा का गडी हाय व्हय मी?" असं म्हणून त्यो त्येच्या पाठीवरनं हात फिरवायचा.

बापू दावणीत शेजारच्या बैलाला पाणी दाखवायला आला म्हंजेबी तसंच. जवळच्या बैलाच्या फुड्यात पाण्याची बारडी ठेवून त्यो हुबा ऱ्हायला की बाळ्यानं डोसकं फुडं केलंच. मग बापू म्होरकी हालवून तिची वर आलेली गाठ खाली सारायचा. कवा शिंगांच्या बेचकीतली घाण काढायचा. डोळ्यांतल्या लिचड्या काढून टाकायचा. पाडं देवागत गऽप हुबं ऱ्हायाचं.

आठपंधरा दिवसांनं बापू त्येला माळासनं पळवून आणी. म्होरकीला लांब कासरा लावून दोघं संगसंगं पळायचं. दोघांचीबी तालीम व्हायची. दोघं दमायचं आणि परत आल्यावर बाळ्याला भरपूर पेंड मिळायची. एकाददुसरा खडा बापूच्याबी तोंडात पडायचा... संगं संगं.

एक वरीस गेलं. गावात आवाई गेली : घाटवड्याचं पाडं बेफाम हाय. इजा खेळल्यागत हालतंय.

आधनंमधनं गाभाला आलेल्या गाया येऊ लागल्या; पर बापू दाद लागू देत न्हवता. दादा वळखीचं माणूस असलं की रदबदली करायचा,

"मालक, तुम्हांस्नी काय कळत न्हाई. पाड्याला चटक लागतीया. जनावराचा ताण कमी हुतोय. दोनचार म्हयन्यांत रोडावून जाईल."

"एवढ्या डाव सोड की रं. गायवाला आपल्या घसटीचा हाय. येळपर्संग असतोय."

मग कुरबूर व्हायची. कवा बापू "न्हाई" म्हणून बसायचा. एखाद्या वक्ताला ऐकायचा. वरीसभरात दोनतीनदा पाडा सोडला आणि कैक गायरं आली तशी परत धाडली... बऱ्याच येळंला दादा बापूचं मोडायचा न्हाई. बापू कामाचा हुता. बांधाच्या आत चोरचिलाट यायची ताकद न्हवती. चौगल्याच्या राम्याची म्हस एकदा चुकून पिकात शिरली हुती; तर बापूनं म्हशीसकट राम्याला फुरं म्हणूस्तवर झोडीपलं हुतं... एखाद्या वक्ताला पोरीबाळी तेवढ्या यायच्या. बापूजवळ गोडगोड बोलून कुठं जरा श्याण, कुठं तांदळीची भाजी, कवा कवा तर माळवं मागून न्ह्यायच्या. दादा आधंनमधनं ताकीद द्यायचा, पर लईकरून उपयोग व्हायचा न्हाई. वाघागत तापट हुता. त्येला ते मानवायचं न्हाई.

दोनतीनदा गायरं गाभ गेली तशी पाड्याला चटक लागली. लांब माळाला गायरं दिसली की त्यो दंगा करू लागला. जोरजोरानं वड घ्यायचा. दावी तुटायची. मग साखळ्या आणल्या. लाकडी खुट्टं साखळ्यासकट उपडू लागला. मधनं कडाऽडा मोडू लागला. नाकाडावर वडीनं म्होरकी कचून आडवं बॉट बसावं असा कच पडला. गायरं लांब गेली की त्या वाटंला गप हुबं ऱ्हाऊन बघायचा. जवळनं जाणाऱ्या माणसावर उसळून पडायचा. गोठ्यात धई पडायचं... एकदा तर साखळीसकट दगडी खुट्टं उपडलं नि शेजारच्या म्हेतराच्या मळ्यात गेला. त्येच्या गोठ्यात दोन गायी. शेजारी बैलं बांधलेली. त्येच्यासंगं टक्कर खेळून मस्ती करून पळाला.

माळाच्या शिवंवरचं टेकाड शिंगं घालून निम्मंआर्धं उधळलं आणि दगडाच्या दोन्ही खुट्ट्यांचं लोडणं घेऊन पळू लागला... कसंबसं करून मग बापूनं त्येला धरलं. वढाताण करत खोपीपतोर आणलं नि मांडवाजवळच्या बाभळीला डांबलं. तवापासनं बाभळीजवळच एक खुट्टा रवला नि तिथंच त्येचा मुक्काम ठेवला.

पावसाळ्यात तर हिरवी वैरण आणि गवात खाऊन गडी हत्तीगत माजला. मग पेंडभरडा बंद. तरी मस्ती उतरली न्हाई. म्होरक्या तर आठपंधरा दिसाला लागू लागल्या. एका साखळीचा मधनंच कंडका पाडला.

दादा म्हणाला, "येत्या उन्हाळ्यात जुपायचा. चवथं लागलं आता."

"जुपायलाच पाहिजे. त्याबिगार निर्वा न्हाई. लई मस्तावलंय. डोळ्यात दारू बघा की कशी पेरलीया."

"येसण घालावी झालं."

"ब्येस हुईल."

... आणि एक दीस नालबंदाला बलवून आणलं. सुताची भली जाड येसण आणली. नेटकं दाभण बघून त्येला टोच केली आणि बांधायच्या बाभळीखालीच नालबंदी तिडा टाकून खाली पाडला. पाय झाडासंगं गच्च बांधलं. अंगावर दोघंजण बसलं. दोघांतिघांनी शिंग भुईसंगं दाबून धरली नि दादानं दाभण टोचलं... पाडा माशागत धडपडला. माणसं वरच्यावर हादरली. झाड थरारलं. दाभण तर काय आत घुसंना. दादानं सगळा दम हातात आणून रेटलं तरी घुसंना. बापूनं तेवढ्यात चपळाई केली नि दांडग्या भोपळ्याएवढा दगूड आणून दाभणावर मारला. घासदिशी दाभण दुसऱ्या बाजूनं खाली आलं. जोर करून वढलं नि नाकात येसणीची दोरी सरकली. लाल लाल हुईत बाहीर आली. सगळी हासली. नाकाखालची भुई तांबडीभडक झाली हुती.

"बस तुझ्या आयला. मेंडा आला हुता तुझ्या अंगात." येसणीची गाठ कानामागं बांधत बापू म्हणाला.

तवापासनं खुट्टं उपडायचं बंद झालं. पहिल्या पहिल्यांदा येसण म्होरकीपरास सैल ठेवली हुती. बापू मग दावी येसणम्होरकीला लावायचा. जरा वड बसली की काट्यांच्या ढिगात पडल्यागत पाडं झरझरायचं, हिकडंतिकडं वांडपणा करू लागलं की बापू त्येच्या येसणीला धरून काचचिशी हिसका मारायचा. पाडं बारक्या तारंगत चराचरा वाकायचं.

"करशील काय दंगा? लई बापय झालाईस व्हय?" ... बापूची आता बरीच काळजी मिटली. पाड्याला येसण न्हवती तवापतोर बापूला रातचं-इरचं खोप सोडून जायला यायचं न्हाई. पाडं कवा दंगा करून दावी तोडंल, खुट्टं उपडंल, मारामाऱ्या करंल आणि वासावर भुलून पळून जाईल ह्येचा नेम न्हवता. पर आता बापू घराकडं

जेवायला येऊ लागला. मुरळ्या, जोगतिणी नाचत्याल्या बघाय जाऊ लागला. गावात तमाशाचा एक फड हुता तिथं उठवळ पोरी नाचायच्या. तिथं त्यो कवाकवा जायचा आणि रात मधासाला आली की मळ्यात येऊन पडायचा. दादाच्या कानावर बापूचा ह्यो नाद गेला हुता. पर दादा म्हणायचा,

"जाऊ दे तिकडं. तरणा हाय. ह्या दिसांत त्येनं गंमत करायची न्हाई तर कवा करायची?"

रातचं बापू आला की पाडा बाभळीच्या बुडक्यात गापदिशी उठून हुबा ऱ्हायचा. चकाकत्या डोळ्यानं बापूचा खंदील बघून मुसमुसायचा. बापू वैरण घालाय जायाचा.

"सर मागं. इच्या भणी ! तुझी मस्ती अजून जाईत न्हाई. म्हणून असं एकलकोंडं पडलंईस. लवकरच तुझी हाड्डी नरम करतो थांब."

... दावी गच्च करून बापू हातरुणात पडायचा. पाड्याच्या येसणीला कायम वड ऱ्हावी म्हणून त्यो त्येची येसण रोज रातचं ढिली झालीया काय बघून तंग करून ठेवी. मग निजायचा... मनात तमाशातल्या पोरी नाचत असायच्या.

पावसुळा मागं पडला. वाळल्या रानातली जुंधळ्या-भुईमुगाची, कापूस मिरचीची पिकं निघाली. रानं नांगरून टाकायचा मोसोम आला. सगळी रानं रांडमुंड बाईगत उघडी पडली हुती.

"मालक, रानं मोकळी पडल्यात. पाडं वजवायचं आता."

"वजवू या की. न्हाईतरी किती दीस बसून घालायचं त्येला?"

मांडवातनं गाडी बाहीर काढली. थोरल्या बैलासंगं बाळ्याला जुपलं. तिरकास तिरकास चालू लागलं. मानंवरची केसं लसतानं वळंबं टाकू लागलं. मग बाहीरच्या बाजूनं बापूचं दणकं बसायचं. अंगावर मनगटासारखं वळ उठायचं. ढकलून दिल्यावर भेंडळून कोलमडायचं आणि गाडीच्या चाकांचा आवाज हुईल तसं भिऊन भिंगरीगत पळायचं. पळायचं ते पळायचं. पळून पळून फेसलायचं. वरनं दणक्यांचा रतीब...

"करशील का मस्ती? गायरांकडनी पळावं असं वाटतंय व्हय तुला? पळ आता. फुरं हुईस्तवर ही गाडी घेऊन पळ."

हळूहळू कुळवाला वजीवलं. नांगराला तंगीवलं. सड येचाय आलेल्या पोरी पाड्याच्या नावानं बापूचं कवतीक करायच्या. मग बापूच्या मनात गवतं झुलायची. पाड्यावर जास्तच पेट पडायचं. पाडं गाडी तर फैना वडूं लागलं. बेताबेतानं मोटंलाबी रुळीवलं. दिवसभर हेलपाटायचं. तोंडाला कडू यायचं. मग रातचं वैरण बिनखाताच जे कट्टाळून बसायचं ते सकाळीच उठायचं. पॉट भकाळीला गेलेलं. वैरण तशीच फुड्यात. मग दादा एकदोन दीस त्येला इस्वाटा द्यायचा. ह्या

दणक्यातच कवा तरी डोळ्याला चाबकाचा वादाडा लागला. तवापासनं कायम एका डोळ्यातनं घळाघळा पाणी यायचं.

फुडं फुडं कामाला मुरला. धीट झाला. खांदा मळला. पायांत न्याट आलं. मग भेंडळायचा बंद झाला. चराचरा कामं करू लागला. गपागपा खाऊ लागला... येळ साधून मस्ती करू लागला. गायरांवरनी मन घालू लागला. वैरण खाऊन, पेंडाभरडा खाऊनबी अंगच धरंना. बापू दादाला म्हणाला,

"मालक."

"काय रं?"

"पाड्याला चेचला पाहिजे. ह्येची मस्ती काय कमी हुईत न्हाई. ढुंगणात वाळाय लागलंय."

"ऱ्हाईना आणि पाचसहा म्हयनं."

"नगं. एकदम ढुंगणात वाळलं म्हंजे कामं वडाय न्याट लागणार न्हाई त्येला. हातातनं बैल जाईल. येळच्या येळला चेचला म्हंजे घोर न्हाई."

"तसं करावं."

बाळ्याला चेचायचं ठरलं. आठ दिसावरचा वार काढला. त्या दरम्यान दोन गायी आल्या. त्येला सोडलं. मन तेवढंच थंड करू दिलं.

दीस उजाडला. दादा घराकडं जाऊन मुसाळ, हळद, लोणी घेऊन आला. बलुत्याचा चांभार दास्ती घेऊन आला. शेजारचं मळंकरी बलवून बैल पाडला नि मागचं पाय फुडच्या पायांत वडून बांधलं. जांघांत मुसाळ आडवं घालून बैल चेचला... तळमळला तळमळला! चेचून झाल्यावर त्या भागाला लोणीहळद लावली.

फुडं आठपंधरा दीस त्येला चालायला येईनासं झालं... मागच्या दोन्ही पायांत कासांडी लोंबकळत हुती. दोनतीन दीस तर पाण्याला का वैरणीला तोंड लावलं न्हाई त्येनं.

... उन्हाळ्यात बापूचं लगीन झालं. गावातलीच सोयरीक जमलेली. जोडा झेकास हुता. वरातीच्या गाडीला बाळा बैल नि थोरला बैल जुपलं. गाडीच्यावर माचा बसवून त्येच्यावर बापू नि त्येची न्हवरी. सगळ्या गावातनं बापूची वरात बाळ्यानं वडली... चेचल्यापासनं बैल बराच थंड आला.

हळूहळू थंडपणानं कामं करू लागला. नांगराला, कुळवाला दोरी मारल्यागत नीटघोल जायचा. गाडीला सोगा काडीभरबी पाठीमागं पडायचा न्हाई. दमानं सगळी कामं होऊ लागली. वैरण खाताना पहिल्यागत वैरण गोठ्यात जायची न्हाई. दावणीतच ऱ्हायाची. आता शाण्यागत वागतोय... बापूबी आता त्येच्यासंगं दंगामस्ती करत न्हाई. त्योबी थंड आलाय. रातचं कुठं भटकत न्हाई. कवा कवा तर चारआठ दिवसांतनं आपल्या घरात वस्तीला ऱ्हातोय तेवढंच.

असं करत वरीस-दीड वरीस गेलं. बेंदूर आला. माळमुरूड वल्लं झालं हुतं. पावसानं शेतकऱ्याला चारआठ दीस इस्वाटा दिला हुता. बैलांस्नी सातआठ दीस गोठ्यातनं बाहीर काढलं न्हवतं... बाहीर कसं डोळं भरून हिरवं हिरवं पडलं हुतं. कवळ्या किरणांची रास आभाळातल्या ढगांतनं सांडत हुती. ढोरापोरांची मनं त्या किरणांगत नाचत हुती.

बेंदराच्या दिशी सकाळीच बापूनं योक बैल तळ्यासनं धुऊन आणला आणि मग कवळ्या न्ह्यारीच्या वक्ताला बाळा बैल बाहीर काढला. कासरा लावून माळासनं तळ्याला न्हेला. आसपासचं मळेकरी जनावरं तळ्यात धूत हुतं. बापूनंबी बाळ्या बैलाचा कासरा भिजंल म्हणून काढला. तळ्याच्या पाळीवर ठेवला. म्होरकी काढून तशीच कासऱ्यावर ठेवली आणि नुसती येसण धरून बैलासंगं पाण्यात घुसला.

बाकीच्या मळेकऱ्यासंगं गोष्टी मारत अर्धा-निम्मा बैल धुतला. बाळ्या पाण्यात म्हादेवाच्या नंदीगत गप हुबा ऱ्हायला हुता. पर काय मनात आलं कुणाला दखल. झराझरा बाहीर पडला. बापूनं येसण धरायची धडपड केली, तवर बाहीर आला आणि गवळ्याच्या खिंडारात पळाला. पाठीमागच्या बाजूनं गवळ्याची बैलं नि गायरं धुयाला येत हुती ते बोलण्याच्या नादात बापूला ठावंच न्हवतं. त्यात दोन फळकर गायी हुत्या. एक गाय बैलानं हुंगली. गाय भिऊन पळाली. बैलबी पाठीमागनं पळाला. बापू त्येंच्या मागनं आणि बापूला गवळ्याचा बोल. सगळ्या माळानं बापूची फेसाटी निघाली. बैल गाय सोडंना. "बाळ्या हो! होऽ म्हणतो न्हवं! दणकं खाशील!" तरी फेसाटी सुरूच.

पळता पळता बैल वाटंवर आला. दोघातिघांनी आडवायची धडपड केली. पर येसणीला कासराबी न्हवता. म्होरकी न्हवती. गळ्यातला कंठा भिजंल म्हणून खोपीत काढून ठेवला हुता.

"गणप्या, धर. आडवा हो."

"न्हाई बाबा. बैल मुंडरा हाय. कशाला धरू?"

"आरं, येसणीला धर की."

"हां! म्हंजे फुकट मरतो. बरगडीत शिंग घालू दे की."

"राम्या, तू तरी धर."

"खुळा का काय! गायराच्या मागनं जाणाऱ्या बैलाला मी धरतो. म्हंजे माझा कोतूळ काढू दे बाहीर. आधीच शिंगं हाईत टवकारी... जाऊ दे, सोड."

"आरं, कुठं जाऊ दे? गवळी लागलाय बोंबलाय."

"बोंबलू दे. चेचल्याला बैल हाय. पळून पळून लई लई ते काय करणार हाय?"

एवढं बोलूस्तवर बैल चारपाच कासरं लांब गेला. बापू बैलाकडं बघत म्हणाला,

"नगं बाबा. भुलून जाईल कुठंतर. काय म्हणायचं ते शास्तार हुईल."

"आरं, खुळा का काय. भुलायला काय हाय त्येच्या जवळ?... हे बघ. त्यो जाऊ दे बैल तिकडं बोंबलत. तुझी बायकू बैलांस्नी बेंदराचं सामान घेऊन यायला लागलीया."

"येईल खोपीकडं."

"आरं, मरणाचं वझं दिलंय तिच्याजवळ तुझ्या मालकानं. अवघडलेली बाई. तसल्यात पांदीचा उतरतीचा रस्ता. पाय घसरून पडली म्हंजे पाटदिशी जीव जाईल तिचा... जा तिच्या आडवं."

"आं... " बापू चितागती झाला. बैल लांब गेला हुता. गाय खिंडाराच्या बाजूला पळत चालली हुती. "जातो बैलाकडं. तळ्याजवळ समदींजण मिळून धरतावं."

बापू पळत तळ्याकडे गेला.

गाय पळून पळून दमली. गवळ्याच्या धोंड्याजवळ हुबी ऱ्हायली. त्येच्या भवत्यानं चुळबुळ करू लागली. धोंड्या लांब काठीनं बैलाला भुजवत हुता. इतक्यात बापू तिथं आला.

"होऽ होऽ! कां रं बाळ्या." करत पाठीवरनं हात फिरवत, शिंग खाजवत, कसाबसा येसणीला कासरा लावला. म्होरकी घाटली आणि तसाच मळ्याकडं न्हेला. बापूची बायकू वझं घेऊन तशीच हुबी ऱ्हायली हुती.

"हुबी का?"

"किती हाका मारल्या? उतरू लागायला कोणबी न्हाई हितं."

"मालक बैलाचं सामान आणायला घराकडं गेल्यात."

"घराकडं आलं हुतं. त्येंनीच हे वझं दिलंय."

"धर."

बैलाला खुट्ट्यासंगं गुतफाळून बायकूचं वझं बापूनं खाली उतरलं. अवघडल्या पोटानं बायकू खोपीच्या दारातच बसली.

बैलावरचा बापूचा राग उसळून बाहीर आला. त्येनं बैलाची दावी गच्च केली नि वस्तीच्या काठीनं फुरं हुईस्तवर बडीवला. अंगावर आडवंतिडवं कुंड उठलं; तरी सोडलं न्हाई. बैल चराऽरा वाकला. काठीचा पेट पडताना हातभर जीभ बाहीर काढायचा.

"पळ... पळ की. आता का पळंनास? लई मस्ती आली व्हय तुला? पळ. हूंऽ! का गा? लई बापय झालास व्हय?"

"फुरं की. उगंच कशाला मारता त्येला? मुकं जनावर हाय ते. त्येला काय कळतंय? हिरवाट बघून पळालं असंल."

"लई कळतंय. हूं ऽ!" आणखी काठीचं तडाखं पडत हुतं.

"आवऽ, मालक आल्यावर काय म्हणतील? एवढं कशाला मारता? मरंल की."

मारणं बंद झालं. शेवटची एक काठी नाकाडावर खच्चून मारून बापू खोपीच्या तोंडाला आला. काठी खोपड्यात टाकून दिली.

"वाढ मला आता... भुका लागल्यात." छातीचा भाता वरखाली हुईत हुता.

"बैलाच्या फुड्यात काय तरी टाका की."

"मरू दे उपाशीच. वाढ मला."

बायकूनं जेवाण बाहीर काढलं. अवघडलेल्या पोटानं, मंद हातानं कण्याताक थाटलीत घाटलं. पोटभरून दिसत हुती... बापू समोरच तिच्याकडे बघत बसला हुता.

"लई अवघडलीस?"

"आँ?"

"न्हवं. डुईवरच्या वझ्यानं मघाशी अवघडली असशील."

"तर काय. उतरू लागायला कोणबी न्हवतं. तवर तुम्ही माळाच्या टोकाला दिसलासा."

"तू जरा खा."

"नगं. मागनं खाती... पाण्याची घागर जवळ घेती."

"नगं नगं. मी घेतो."

बापूनं पाण्याची घागर जवळ घेटली. बायकूकडं बघत हुबा ऱ्हायला. तिनं वर बघिटलं नि ती गापदिशी हुबी ऱ्हायली.

"किसने !" बापूनं गरगरून मिठी मारली. तोंडात तोंड घाटलं. डोळं बारीक झालं. मिटलं... बाळा बैल झाडाखालनं एकटाच त्येंच्याकडे बघत हुता. डोळा हलवत न्हवता. एका डोळ्यातनं पाणी घळाघळा येत हुतं.

■

सत्यकथा, फेब्रुवारी १९६६

सातवं

“गिरजा, वकूत केलास ग?”

“बाहीर पडतानं पॉर आडवं आलं. त्येला जरा चोखीवलं नि आली.”

“अजून चोखीवतीस?”

“तर. नुकतंच सव्वा वरीस झालं त्येला. म्हयना झाला चालाय लागलंय.”

“आणि पोटातल्याला किती झालं?”

“दिसांत पडले की आता मी.”

“गिरजा!”

“देव देतोय आक्का!”

“मग काय बोलायचं तुझ्याफुडं. भांडी घासून, दळणं दळून खात्याली तू. दाल्ला रोजगारी आणि वरसाकाठी तुझं बाळतपण... कसं ग व्हायचं?”

“काय हुयाचं?”

“पोटातलं कितवं हे?”

“कशाला आक्का इचारता ? हे सातवं.”

“सातवं?”

“तसं बघायला गेलं तर हे आठवं. एक चार म्हयन्याचं होऊनच बाहीर पडलं.”

“पावसुळा जवळ आला. हाल न्हाई हुईत व्हय गं?”

“जासपिती करून ठेवलीया की हुईल तेवढी.”

“समदी केलीयास?”

“तर. तुमच्याकडनं पदरात इगारल्यालं फाटकं जुन्यार न्हेलं हुतं ते. त्येची बाळूती काढून ठेवल्यात. गेलं-सालची बाळूती नि फाटकी कापडं फाडून लेपाट, बोदगं शिवलंय.”

"आगं, पोराचं झालं हे. तुझं हाल कुतरंबी खायाचं न्हाई."

"आक्का, माझा दाल्ला मला पोरागत मिळालाय... भाताच्या मळण्या आवंदा त्येंनी पासात बडीवल्या. बाळतपणापुरतं भात आलं. तेवढंच पोत्याचं ताँड बांधून ठेवल्यात. रोजगाराला जातायेता ववा, दिष्टीच्या मिरच्यापतोर त्येंनी जमवाजमव केलीया. कवा सवड गावंल तवा सुंब वळून ठेवला नि बाजलं हिनलं. कुंभाराच्या हितनं दोन गाडगी मागून आणल्यात पाणी तापवाय. उकिरड्यातलं खत इकलं नि लाकडं घेटली चार रुपयची... मी उनातानाचं जाऊन सड, खांडं खोडवी गोळा करून माळ्यावर रचल्यात जळणासाठी."

"फुरं हुतंय का ग एवढं?"

"बाळतपणात अशी कितीदी ऱ्हातीया मी घरात? —म्हयना तीन आठवडं. फुरं की तेवढं. शिवाय आता आठवडा झाला; त्येंनी फेराचं काम धरलंय रातपाळीनं. तेवढचं चार पावलं उतरंडीला पडतील."

"आणि हे जरा कमी करावं गं. सुखानं पोटं भरून समदी खाशीला."

"आक्का, ते का आमच्या हातात हाय? देव द्याय लागल्यावर नगं म्हणाय येतंय?"

"निदान पाळणा तरी लांबवायचा गं."

"... एका खोलीचं घर. जेवणं, उठणं, निजणं, बसणं, समदं एका जागीच. त्यात कुठलं आलंय जमायला..."

"काय बाई व्हैंक तरी ! तुलाच अजून हौस दिसतीया. गप बस. आठ पोरांची आई तू; कट्टाळा आला न्हाई व्हय ग अजून तुला?... आगं, जरा तरी पोराबाळांचा इचार करावा. गावात घर न्हाई नि रानात शेत न्हाई; ही तुमची तऱ्हा. काय खायाचं ग तुमच्या पोरांनी तुमच्या पाठीमागं? जरा तरी माणसानं इचार करावा. हासतीस काय?"

"तसं न्हवं, आक्का परमेसूर एकाद्याचाच येलइस्तार करत असतोय— आता माझ्या आई-बांऽच्या पोटाला सतरा रोगातनं वाचल्याली मी एकटीच. बाकीची पाच-सा पोरं मातीआड केली... त्येंचंबी तसंच. सासऱ्याच्या पहिल्या बायकूला ह्येंनी एकटंच. पहिली बायकू मेल्यावर ह्येंच्या पालनपोषणापायी सासऱ्यानं दुसरं लगीन करून घेटलं. तीबी बिचारी दोन लेकी आणि योक ल्योक मागं ठेवून मरून गेली. ती तीन्हीबी मागफुडं रोगाचं पिलेगाचं दुखणं खाऊन गेली. आता वसाला ह्येंनीच की एकटं. त्येंच्या पोटाला ही पंढरी पिकलीया. नगं कुणी म्हणायचं?"

"आगं, पर हातावरची पोटं तुमची. पोरांचा इचार जरा तरी अवघड वाटून करावा."

"त्यात काय अवघड वाटायचं! माप सुखात चाललंय. आम्हांस्नी कुठं

तालेवाराचं सुख पाहिजे हाय? दोन वक्ताचं खायाजोगं मिळालं, दुपारच्याला नि सांजंच्याला पोटं वर आली म्हंजे झालं. ज्येंची ती पोटं भरत्यात... आता थोरलं अकरा वरसाचं हाय. त्येचं पॉट बाहीरच्या बाहीर पडतंय. पोरगी दोन पोरं संभाळतीया. दुसरी भांडी घासू लागतीया. शिवज्या गुजराच्या हितं लोटझाड करतंय. त्येंच्या पोरांस्नी झोकं देतंय नि पॉट बाहीर काढतंय. समदी जिथल्या तिथं लागल्यात... हातावरची पोटं असली तरी पोटं असल्याल्याला हातबी हाईतच की... भटाबामणाच्या हितं भांडी घासाय गेल्यावर मलाबी शिळंपाकं मिळतंय... पॉट पिकीवणाऱ्यानं काय तरी येवजना करूनच धाडली असतील न्हवं?''

''देवालाच मदी वडल्यावर आता तुला काय सांगायचं... आगं, पाचसा वरसाची हुईस्तवर तरी त्यांस्नी जतन कराय लागत न्हाई? त्येंच्या पोटापाण्याची तुम्हा दाल्लबायकूलाच सामगिरी करावी लागतीया न्हवं?''

''कायतरी मग कराय नगं?... जर बाळतपणाला मग तीनचार म्हयनं समद्यांस्नीच हाल सोसावं लागतंय. संसाराचा गाडा खुटल्यागत हुतोय. रोजगाराचा नि घराच्या कामाचा रगाडा मग त्येंच्यावरच पडतोय... नदीचं पाणी आणावं लागतंय. शेरडांच्या वैरणी. पोरांच्या उसाबरी. कवा जळाण कमी पडलं तर मग शेतकऱ्यांच्या हातापाया पडून भाराभर चिपाडं आणावी लागल्यात. पावसुळा असला तर मग जरा वडा-ताण हुतीया झालं. रोजगारच मिळत न्हाई. तवा मग जुगूतुगू कसंतरी चालवायचं... उन्हाळा असला की मग मातूर जरा तुसास कमी पडतोय. म्हयना-दीड म्हयना झाला की मग पोराला पाटीत घालायचं, नि कामाला जायाचं. तवा मग दोघांचा रोजगार चालतोय... वारं येईल तसं पाठ फिरवायची बघा. पोत्याला धरा. इचार करलं तेवढा थोडा असतोय... किती दळाण हाय हे?''

''दोन पायली.''

''एवढंबाला हाय?... समदं एकदम दळायचं?''

''कशाला?''

''मग कशाला एवढं काढलंय?''

''तुझ्याचपायी काढलंय. समदं आदूगर नीट करून ठेव. तू बाळत झाल्यावर मग कुणी करायचं?''

''धरा जरा पोतं. उचलू लागा.''

''नगं. दोघी न्हेऊ या की सोप्यात.''

''दोघी कशाला? मला का जाईत न्हाई एवढं?''

''आगं, तू अवघडल्याली हाईस; म्हणून म्हणायचं.''

''त्येला काय हुतंय? अहो आक्का, माझ्या सुबरावाच्या येळंला दळाप दळलं नि खोपड्यात जाऊन बाळत झाली.''

''तरुणपणात कायबी निस्तराय येतंय. आता माझ्यावर बलामत यायची.''

''आता का मी म्हातारी झालीया? माप अजून पाचसात हुतील. धरा.''

''धर तर...''

''बाई गं! पोटातली वाट सरकली वाटतं !''

''माझे बाई ! वाट न्हाई सरकली. टाक ते वझं खाली नि लगालगा घराकडं जा.''

''... आक्का जाती मी घराकडं. दम कोंडल्यागत व्हाय लागलंय... बाळा सणगरणीला बलावून घेती.''

''तिकडं आणि जाऊ नगं आता. सरळ घराकडं जा. मी जाऊन सांगती बाळाबाईला. काय म्हणायचं ते होऊन बसंल वाटंवर. झटक्यासरशी जा.''

''दळपाचं जुंधळं मोजून गड्याजवळनं घराकडं लावून द्या. उद्या सवडीनं पोरगी नि मी दळीन... न्हाईतर माझ्या दोन्ही पोरी दळतील.''

''बरं, बरं. जा बघू.''

''आणि मी बाजल्यावर बसल्यावरबी तसंच करा. घरात बसून तेवढंच करीन मी... जाती. कळ आली.''

''हं!''

■

सत्यकथा, सप्टेंबर १९६३

घातमोड

मिरगाचा पाऊस वक्ताच्या वक्ताला झाला हुता. आडद्राची चिपळी अधनंमधनं चळाळायची. पेरण्या सुरू झाल्या हुत्या. वाळलंवल्लं शेतवालं खडबडून जागं झालं हुतं. ज्येच्यात्येच्या रानाला घाती आल्या हुत्या. भुईमूग, जुंधळा, तूर, ताग, मिरच्या आणि आधलंमधलं बियाणं घेऊन माणसांची झिम्मड सुरू हुती. हाळ्या पडत हुत्या, बैलं पळत हुती, कुऱ्या, दिंडं रानभर तुरतुरत हुती. कालवा, गाणी-गोमगाला यांनी शिवार भरून उरला हुता.

आमच्या गल्लीतला आमचा रोजगाऱ्यांचा ताफा पेरणीला गेला हुता. दोनदोन आणं चढ रोजगार मिळत हुता हे लई हुतं. रानामाळात रोजगारी माणूस माईना झालंतं. पोरंटारं, पांगळीसुंगळी समदी कामाला आली हुती. —काय खात्यात घरात बसून? साल सरत आल्यालं; पोटाला चिमटा बसल्याला.

दिसभर बायाबापडी भुईमूग, चवाळं, कोथमीर—काय काय, काय काय तरी टोकणत हुती. खत-आळी करत हुती. कुणाचीच पेकटं घटकाभर म्हटलं तरी वर हुईत न्हवती. वर उठलं की रईत म्हणायचा, ''त्येला घरला घालवा रं. जड हाताची माणसं नगंत माझ्या पेरणीला. सालभर मला निस्तराय लागंल.'' —आरा मागं पडला की त्यो वरडायचा, ''हाऱ्या, तुझ्या पायांतनी शीस वतलीया? हाण की खुरपं भरारा. पाय वडू नगं मागं.'' —एकाददुसरा जुंधळ्याचा न्हाईतर भुईमुगाचा दाणा वर पडला की लगीच, ''गणप्या, जेवला हुतास कवा? —ह्येला कशाला कामाला आणलंय रं? —न्याट हाय का न्हाई तुझ्या हातांत?... दाणं खॉल घाल. वाटूळं करशील माझं; कावळ्याकुत्र्यांस्नी दाणं चारून.'' असा शबोद पडायचा.

तासभर दीस उरला हुता. रेघूळं वडून माझ्या पाठीचं मणकं ढिलं झालं हुतं. जीव कैंगटून गेलाता. तोंडाला आंबूस आंबूस कडू आलंतं. काम वसरत न्हवतं

—समदीच शिळापली हुती. मनातल्या मनात दिसाला हात जोडत हुती — त्योबी बापडा लौकर बुडंचना. त्येला कुणीतरी गिग्गी लावल्यागत तिथंच बसला हुता.

रामज्या म्हणालादिखील, "रईत, आता कशाला रेघूळं वडतासा? दीस कडुसरीला गेला. फुरं करा की आता. सकाळधरनं पेकटं वर न्हाईत आमची."

"बोललास का मधी? तासरातीपतोर कामं केलीसा तर कोण लगीच मरणार न्हाई तुमच्यातलं. पेरणीची घात मर्दा ! दोन-दोन आणं चढ देऊन आणलंय तुमास्नी. दीस मोजत कशाला बसलाईस?... हं, थांबू नगं. आवड जरासा हाय. एक हुलकारणी मारली की समद्या रानाखाली दाणं झाकून हुत्यात. आटपा लौकर." रयताचा इचार येगळाच दिसत हुता.

तवर चमत्कार झाला. दीसभर पावसाचं ब्याट हुतंच. चोथ्यानं ढग वर येत हुतं. पर गट्टी काय जमत न्हवती. पर आता ढगांनी फळी धरली. भुतं आल्यागत काळं काळं भिल्ल ढग भरारा वर उसळलं. सारं आभाळ कावदाळलं. दीस झाकून गेला. चाळचाळ आडद्रा चळाळू लागल्या.

पेकटं न्हाली. वर झाली. पोती कांबरली. झाडांखाली निवारं घेटलं. रयताच्या पोरांनी बियाण्याचं डबं नि बुट्ट्या खोपटाकडं पळीवल्या. समद्यांची तोंडं पावसानं भिजून काला झाली. भुईतनं वर येत्याल्या झऱ्यागत तोडांवरनी हासू उमाळलं — बायका तोंडाला पदर लावून पाणी निरपत बसल्या. कुणी वटीतलं दाणं हातानं खालवर करू लागलं. दाणं बरंच हुतं. त्या शेवटाच्या उरल्याल्या—वट्या ठरणार हुत्या. बापयांनी चिलमी काढल्या. काड्याच्या पेट्या काखंतल्या उबीत धरल्या. ऊब भरल्यागत वाटलं. आऱ्यांच्या जाग्याला खुणंसाठी खवल्याही खुरपी न्हात हुती... त्येंच्याकडे बघून बरं वाटत हुतं... इसावा.

—माळावरच्या ढोरंराख्या पोरांस्नी हाकांच्या, शिटांच्या उकळ्या फुटल्या हुत्या. त्येंनी ढोरं घोटाळून वाटंला लावली. समदीच हारकून घराकडं वळत हुती... "वनगाईच्या वासरा। सोन्या, माझ्या तूं पांखरा। उशीर झालाऽ चल भरारा॥"... पावसाच्या धारा चळाळतच हुत्या.

दीसभर रानात उठल्याल्या पावलापावलांतनं पाणी झालं. सारातनं पाण्याचं वघळ आलं. पाऊस सरायचं चिन्ह दिसंना. घटकाभर झाडाबुडी राहून रामज्या म्हणाला, "पाऊस वसरत न्हाई. कडूसं पडायला आलं. चला घराकडं."

समद्यांस्नी तोंड फुटलं, "व्हय व्हय; चला घराकडं."

रयताचा चेहरा दिवसावर ढग येऊन सावली पडल्यागत उतरला. हाताचा चिखूल चोळत त्यो म्हणाला, "जावा, सांज करून शान पाऊस आलाय. उघडायचं चिन्ह दिसत न्हाई."

"माणसं घरला घालवाय आलाय त्यो." कोणतरी बोलली. समदी खळखळून हासली. तोंडाचं कडू गेल्यागत वाटलं.

पावसाच्या धारा अंगावर घेत सारी बांधाला लागली. फुटल्याली पोती लांब करत करत गावाकडं वळली —बायाबापड्या खोपीपाशी रेंगाळल्या. सांजच्या चुली पेटवाय रयताजवळनं जरा जरा वाळली चिपाडं घेऊन पाठीमागनं आल्या —रईत खोपीत गेल्याला बघून रामज्या माळव्याच्या आवडात शिरला. टचाचा भेंड्या-बावच्या, दोन दोडक्याची मिडी घेऊन माणसात मिसळला... आडद्रा चळाळत हुती. रामज्या गाणं गाऊ लागला. "'घर' 'घर' मे दिवाळीऽ मेरे 'घर' मे दिवाळी... 'घर' आयाऽ मेरा परदेशी" ... हासत हुता. गप्पा मारत, आरडावरडा करत, पायाखालचा चिखूल तुडवत समदी घराकडं जाईत हुती... घटका-तासभर आदी सुटी झाली हुती. भरपूर पगार मिळणार हुता. वट्यातलं दाणं भरपूर उरलं हुतं... बायका पाठीमागनं येऊन मिळाल्या. —वडा आला.

रामज्या म्हणला, "वडाबी आज खुशीत हाय."तवर रयताची हाळी धावंवरनं आली. समदी वड्याच्या काठावर थट उबी ऱ्हायची. कोणतरी एकजण या म्हणून रयतानं बलीवलं. रामज्या माझ्यापाशी माळवं देऊन खोपीकडं गेला. समदी वड्यावरच हुबी ऱ्हायली.

—रामज्या खोपीकडं जाऊन आला. मी इचारलं, "काय झालं रं? काय म्हणतोय, बारना? का आणि बलीवतोय?"

"न्हाई."

"मग?"

"घातमोड झालीया. अजून पाऊस वसरत न्हाई... आता दोन दीस येऊ नगा; म्हणतोय." समद्यांनी तोंडं ढेकळागत झाली. बायका चिंतागती झाल्या. पोरं म्हणाली, "न्हाई तर न्हाई. चला."

रामज्यानं पावसाला घाणघाण शिवी हासडली. "च्याऽयला आता दोन दीस पोटाला बिब्बा घालून कॉळकॉळ करत घरात बसलं पाहिजे."

येदूळपत्तोर कडूस पडलं हुतं. साऱ्या रानावर गडद काळूखं उतरत हुतं. समोरच्या झाडकांडांत जास्तच अंधार हुईत हुता. समद्यांनी हळूहळू वडा पार केला. पावसाच्या दिशेनं खाली माना घालून भिजत खुटागत सारी गुमान चालली... आडद्रा चळाळत हुती.

■

सत्यकथा, जुलै १९६३

चटावलेला

बाभळीच्या शिऱ्यांचा हिरीच्या भवतीनं येढा घाटलेला. त्येच्या आत हीर गावलेली. शिरी काळीभोर. काट्यांचं किंजाळ. हात लावायला गेलं तर काटं कचाऽचा टोचायचं. नुसती आत उतरायची वाट तेवढी मोकळी. मोटवान हिरीत डोकावून बघणारी. त्या मोटवानीच्या पोटाखाली दरडीला सांदर. मोठ्या मगरीच्या पसरलेल्या तोंडागत. बाजूला आंब्याचं झाड. वाऱ्यानं कवातरी हलणारं आणि सदा हिरव्या फरडागत वेटूळं घालून बसलेलं. तसा त्येचा ढीग. दुसरं झाड हुंबराचं. हिरीच्या काठातनं थेट वर उसळलेलं. त्येच्यावर चिमण्यांचं खेडेगाव कायम आणि हिकडच्या बाजूला पाटावर उच्चच्या उच्च नारळीचं झाड. सापाच्या अंगावर असत्यात तसलं खवलं घेऊन वर चढलेलं. पानांच्या फडा उनात सळसळायच्या. किरण धरून झटापट करायच्या.

दुपारची जेवणं आटपून समदी घटकाभर आडवी पडली हुती आणि बाहीर हुंबराच्या झाडावर चिमण्यांचा कालवा एकाएकी सुरू झाला. सावली सोडवत न्हवती तरी मी उठून बाहीर आलो. भर उनात चिमण्या घरटी सोडून बाहीर आल्या हुत्या. चिवचिवाट, हिकडंतिकडं भुरूक-भुरूक उडणं, घरट्याभवतीनं जीव घुटमळणं चाललं हुतं.

एकएक पाय उचलत मी हिरीजवळ आलो. आत वाकून बघितलं. चिमणीचं पिलूबिलू काय पडलेलं दिसलं न्हाई. हिरीचं पोट पाणी वडून वडून खोल खपाटीला गेलं हुतं. मोटवानीचं कामानं वाकलेलं पेकाट पाण्यात दिसलं. मी भवतीनं बघितलं... हिरीला शिऱ्यांचा येढा कायमचा पडलेला. हुंबराच्या झाडाकडं न्ह्याळून बघितलं नि एकदम चमकलो. काळजाचं पिवळं पाणी झालं.

हिरव्यापिवळ्या फांदीच्या अंगावर ह्योऽ दांडगा पिवळा चोथा वळवळत हुता.

दोनतीन तिडं शेपटीकडच्या बाजूनं फांदीला पडलं हुतं. फुडच्या बाजूनं फांदीच्या अंगाला गच्च धरून कोठराकडं घसरत चालला हुता. काळ्या काळ्या दोन बारीक रेघा इजंगत तोंडातनं बाहीर येत हुत्या आणि आत जाईत हुत्या. बिन झाकणारं बारकं डोळं अंगाच्या जरा जरा बाहीर आलेलं. अंगापरास डोसकं जरा मोठं... चिमण्या चटाचटा उडायच्या. वरडायच्या. एका जागी येऊन कालवा करायच्या.

वर आभाळात एक घारवन खाली बघत गिरक्या मारत हुती. किलिलिलीऽऽऽ करून वरडत हुती. आभाळाला वेटोळं घालत हुती.

... वारं आलं नि झाळऽऽदिशी चोथा खाली पडला. साळ साळ साळ करत हिरीच्या दरडांत गेला. हिरीचं दराड मगरीच्या आऽ केलेल्या तोंडागत तसंच ऱ्हायलं. चिमण्यांचा घोळका एकदम हुंबरावनं दरडापतोर सांडला नि परत येऊन पुन्ना बसला. वाऱ्यानं हुंबर सळसळला. पानं सटासटा एकमेकांवर बडीवली. चिमण्या घरट्यात जाऊ लागल्या. पुन्ना बाहीर येऊ लागल्या... घारवन चार फेऱ्या जास्त मारून माळाच्या बाजूला निघून गेली... दबलेलं आभाळ मोकळं झालं.

सैल अंगाचं हुंबराचं झाड. हिरीच्या डुईवर त्येची नागाची फणी. सावली धरलेली. दुपार पांढरीधोट. हिरीतल्या पाण्यावर हुंबराची काळीभोर चिट्याचिट्याची सावली डसलेली. म्हणून पाण्याचा रंग गडद हुईत गेलेला. मी दरडाशेजारच्या शिऱ्याकडं बघत खोपीकडं गेलो.

डोसक्याच्यावर ऊस लागलेला. हिरीच्या कडंलाच त्यात पाणी पाजत हुतो. हुंबरावरनं चिमण्यांचं भिरं उसावर पडत हुतं. पानाच्या नाबाट्या काढून नवी घरटी बांधायला न्हेत हुतं. पोरंबाळं व्हायचं दीस आलेलं. त्येंच्यासाठी नवंनवं पाळणं फांद्यावर लोंबकळत हुतं. एकएका बारीक फांदीवर एकाएकीचा एकएक पाळणा. अंतराळी झोकं घेणारा. चिमणी शेजारी बसली की लुडूलुडू हालणारा.

नुकतीच नांगरट केलेल्या वावरात चिमण्या किडं धरत हुत्या. टोचीत गोळा करून आणत हुत्या. उनाचा ताव मी म्हणत हुता. किडं चटाऽटा उडायचं नि चिमण्या त्यांस्नी वरच्या वर पकडायच्या... आणि एकाएकी नांगरटीत पङ्क्याचं पान चमकाय लागलं... आयला ! सगळीकडं रिंगणं घालून ठेवतोय. उनाचं किराण साधून चालला. इझत चाललेल्या दिवटीगत लांबलांब गेला नि घळीत गप झाला. चिमण्या किडं धरून आणून पिल्ल्यांस्नी घालत हुत्या. पिल्ली रक्तमासानं पोसत हुती. गुबगुबीत हुईत हुती. एखादं पिल्लू हिकडंतिकडं उडायचं.

ह्योबी हिकडंतिकडं दिसत हुता. माळाच्या शिवंला दांडगी ताईबाई हाय. त्या बाजूला मी ढोरं चारत हुतो. ईतईतभर गवात हुतं. चिमण्या गवताचं बी टिपत हुत्या आणि वघळीतनं नवं लाल पाणी वळवळत यावं तसा ह्यो गवतातनं सळसळला. वारा थरथरला. वाऱ्याचा संगतीनं गवतं थरथरली. शेंदूर लावलेली ताईबाई गावाला

चाललेल्या पावण्याकडं डोळं लावून बघत हुबी ऱ्हायली. जा बाबा. काय नडकड लागली तर ये. कमी पडलं तर एखादी फेरी मारावी. घर तुझंच हाय.

कणसांनी दाणं धरलं हुतं. उनाताणाचं चिमण्या पोटांसाठी झट्याझोंब्या खाऊ लागल्या. त्यांस्नी उडवून उडवून काव आला.

कट्टाळून जुंधळ्याच्या सावलीत घटकाभर पडलो हुतो. खाली भुईमूगाचं गारेगार येल. घटकाभर डुलकी घेटली नि उठून बसलो. तवर एक भिराच्या भिरा रानावर पडला. 'हाऽऽ हाऽऽ' करत निघालो नि ह्योबी माझ्याच समोरनं निघाला. येलांच्या पोटांखाली झाकून गेला. मवाळ मातीत वळण उठलं. आपल्या नावाची रेघ मारून गेला.

उनाचं हिरीत आंघूळ करायला उतरलो. पाणी गारगार इच्चू लागत हुतं. दिसाच्या किरणांकडं बघत डुबक्या मारत हुतो. वर चिमण्या वासुदेवाच्या उपड्या टोप्या दुरुस्त करत हुत्या. फुगार टोप्या. शेंड्यांस्नी गच्च धरून बसलेल्या. बऱ्याच टोप्यांस्नी लांबुडकं नळकुटासारखं हातभर तोंड. घरं बांधताना समदा कालवा. नाबाट्यांची पळवापळवी, भांडाभांडी आणि दरडावर एक तेल-हळद घाटलेली नवी वादी जिती होऊन पडलेली हुती. उसळी मारून हिरीतनं वर आलो नि कापडं घेऊन खोपीकडं पळालो.

देवा म्हणून आंब्याबुडी निजलो हुतो. पोरांनी दंगा मांडला हुता. आकडी करून हुंबराच्या झाडावरची घरटी वडून काढत हुती. डोसक्यावर घालून 'शिवाजी म्हाराज की जै' खेळ करायचा त्येंचा इचार. हिसक्यावर हिसकं मारत हुती. वैतागून मी उठलो नि आकडी काढून घेटली. हे बघून शेजारीच वरुट्यावर पडलेलं, हातभर लांबीचं पिवळं पडवळ आत गेलं. त्येच्यावर उनाची हळद बरीच सांडलेली दिसली...

धा-पंधरा दीस सुनंच गेलं. न्ह्यारी करायसाठी मोट थांबवली हुती. पेटीतलं धयाचं लोटकं आणायला खोपीत गेलो आणि पाकाड्यातनं दोन वाशांच्यामधनं पिवळी चुंबळ वळवळून साऽटदिशी खाली पडली. लांबडी होऊन कुडातनं बाहीर सरकली... पाठीमागनं चापलून टाकलेली एक चिमणी पडली. लोळागोळा झाला हुता. शिकार मिळून उपाशी ऱ्हावं लागलं. सुपारीगत नुसती चव चघळायला मिळाली.

ह्येचं उट्टं दुसऱ्याच रातीला एका बेडकीवर काढलं. दोन तास रात झाली हुती. भाकरी खायाला पाणी न्हवतं म्हणून बारडी नि सोंदूर घेऊन हिरीवर गेलो. बेडकी कुठंतरी अम्याऽऽअम्याऽऽ करून वरडत हुती. कशानं तरी धरल्याबिगार बेडकी अशी वरडत नसती. मी खंदिलाच्या उजेडात हिकडंतिकडं बघू लागलो. मोठं मोठं धोंडं घालून पाट केलेला हुता. पाटाच्या बाजूनं धावंच्या गड्ड्याकडं गेलो नि

निम्याअर्ध्या आत गेलेल्या बेडकीची तळमळ उजेडात चमकली. पाटाच्या वल्लीतली दगडाच्या सांदरीत गावलेली बेडकी त्येनं धरली हुती. तिच्या मागचा एक पाय तांबडा हुईत हुईत पार आत गेला हुता नि बाहीर उरलेलं तीन पाय नि डोसकं एका जागी जवळ जवळ आलं हुतं. तशीच बेडकी गिळणं त्येला कुचंबत हुतं आणि बेडकीलाबी लवकर जीव जाईना म्हणून कुचंबत हुतं. दोन दगडांच्या सादरीतनं ह्येचं चार बोटं मुंडकं नुसतं बाहीर आलं हुतं. मी हाशिकहुशीक करताना ते आत गेलं. त्येच्याबरोबर बेडकीचा आवाज कमी हुईत गेला.

चारपाच दीस गेल्यावर चिमण्यांचा पुन्ना कालवा ऐकू आला. मी गडबडीनं उठून बाहीर आलो. हिकडंतिकडं बघितलं तर ह्यो आंब्याच्या झाडाच्या बाजूनं दरडाकडं पळत येत हुता. तोंडात पिसांचा मूठभर चोथा चिवचिवत हुता. चिमणी धडपडायची नि ह्येच्या हुबट मानंला हिसका बसायचा. हिसका बसला की चाल जरा कमी यायची. चाल कमी आली की तोंडात थडफड उडायची. पक्कड गच्च करून ह्यो दरडाकडं झेपाळायचा... पिसं रंगत चालली हुती. हाऽऽहाऽऽ! साऽप साऽप करून मी वरडलो. काठी आणायला पळालो नि दरडात मटमाया झाला.

सगळीकडं हजरी लागत हुती. चिमण्या जिथं जातील तिथं ह्यो रिंगाण मारत हुता. आपलं राज्ये तिथपत्तर पसरलंय म्हणून सांगत हुता. लांबपत्तर फिरत हुता. पर वसतीला हिरीच्या दरडात. हे दराड जुनं. कायमचं करून टाकलेलं. ते कुणी काढणार न्हाई ह्येला खात्री हुती... चिमण्यांचं राज्ये हुंबरावर हुतं आणि हुंबराच्या भवतीनं ह्येचं... हिरीला शिऱ्यांचा येढा पडल्यागत... पर दर सालाला गुऱ्हाळाच्या दिसात आम्ही ती शिरी काढून जाळतावं, गुळाची एकदोन आधनं त्येंच्यावर शिजत्यात.

गुऱ्हाळ जवळ आलं हुतं; म्हणून उपड्या भुईमूग काढत हुतावं. शेंगाच्या आवडात दीसभर येल उपडणं, शेंगा तोडणं, येल गोळा करणं चाललं हुतं. दीसभर खोपीकडं कुणीच न्हवतं. तिकडच्या बाजूला समदं थंडगार.

शेंगा उपडत उपडत मी जुंधळ्यावरच्या चिमण्याबी हाणत हुतो. आज जुंधळ्यावर चिमण्या न्हवत्या. कुठनं कुठनं तरी एखादी चिमणी यायची तेवढीच.

सांज करून शेंगाची गाडी नि पोरास्नी घेऊन शिवा माळाकडच्या बाजूनं घराकडं गेला. मी ढोरांस्नी दोन भारं येल न्हेऊन टाकलं आणि धावंवर थोड्या शेंगा भाजायला आणल्या.

सजावारी हुंबराच्या झाडाकडं बघिटलं. चिमण्यांचा भिरा बाहीरच बसला हुता. एखादी चिमणी घरट्यात जाईत हुती आणि लगीच चिवचिवत बाहीर येत हुती. काळ्या मानंचं चिमणं गप बसलं हुतं. चिमण्या हिकडनं-तिकडनं कवचित उडत हुत्या... मी उठून धावंच्या गड्ड्याजवळ गेलो नि टक लावून बघिटलं.

हिरीच्या दरडावर दोन-तीन जागी अंडी पडून फुटली हुती. पिवळा बळूस वरंगळत खाली गेलेला. अंड्यांच्या पांढऱ्या कपऱ्या आधनंमधनं चिकटलेल्या... हिरीत वाकून बघिटलं; तर राखट रंगावरची पिसं पाण्यावर तरंगत हुती. चिमण्या आधनंमधनं तिकडं बघत हुत्या आणि एकाएकी आठवण होऊन घरट्यात जाऊन चिवचिवून बाहीर येत हुत्या. लांबुडक्या तोंडांची घरटी हलकी फूल होऊन लडालडा हालत हुती... आज बराच डल्ला मारायला साधलं हुतं.

अजगरागत पडलेल्या डोंगरानं दीस गिळला. सगळीकडं काळोख पसरलं. त्येच्याकडं बघत शिवार गप हुबं ऱ्हायलं. हळूहळू लांबचं एकएक झाड त्येच्या पोटात गेलं. इरघळून दिसंना झालं. तरी चिमण्या हुंबराच्या झाडावर बाहीरच बसलेल्या.

शेंगा भाजून खाल्ल्या. त्येच्यावर एक ऊस मोडून खाल्ला. हुंबराचं झाड अंधारात गेलं. कायबी दिसंना. म्हणून खोपीत जाऊन खंदील आणला.

चिमण्या बाहीरच. काळोखात शेजारीशेजारी गप बसलेल्या. हातातल्या खंदिलाकडं टक लावून बघू लागल्या. घरटी हिरीतल्या पाण्यावरच्या पिसांकडं बघत हुती. हुंबराचं झाड अवघडून हुबं ऱ्हायलेलं. काळं दराड पोटात अपराध असल्यागत त्या झाडाकडं बघणारं. शेजारच्या उसाच्या लांब पानांच्या जिभा गप पडलेल्या. पायाखालचं दड्डु कोण कोण कुठं कुठं हाय, ह्येच्याकडं ध्यान देत चोरागत गुमान. काळ्या शिऱ्यांचा हिरीच्या भवतीचा येढा जास्तच काळाकाळा झालेला. आंब्याचा बेडूक. धावंकडचं लांब सडक नारळीचं झाड आभाळातल्या चाण्ण्यावर झडप घालायला टपलेलं... चिमण्या हे समदं बघत हुत्या. बाहीरच बसल्या हुत्या. वाऱ्याच्या मंद झुळकीसंगं तोल जाईल तशा थरथरत हुत्या.

...खोप लांब हुबी हुती. खंदील बारीक करून मी तिच्याकडं गेलो.

माळावर दीस उगवलेला दिसला. चिमण्या रातभर बाहीरच. जराजरा झाडाभवतीनं भुरूक भुरूक फिरायच्या आणि झाडावर येऊन बसायच्या. चिवचिवायच्या. हिकडंतिकडं बघायच्या. पुन्ना उडून चारीकडं जाऊन बघून यायच्या नि बसायच्या —न्ह्यारीच्या वक्ताला मी एक खडा हुंबरावर मारून त्यांस्नी हुसकलं. भिरा जरा उडाला. हिकडंतिकडं करून, फिरून येऊन बसला... आज त्येंचं डोळं निराळंच दिसत हुतं. चमकायचं. टवकारून खोल बघायचं. आपल्या पिसास्नी त्या टोची पुसायच्या. चुक्यामोळ्यासारखा टोची.

ऊन झालं. मोटा सुटल्या. दीस डोसक्यावर आला; तरी हुंबराचं झाड दम धरून बसलेलं. त्येच्या वरच्या चिमण्या तशाच खिळलेल्या. ऊन मी म्हणत हुतं. टोची आऽ करून धोपत हुत्या. पर डोळं झापडत न्हवतं. ते तसंच कायमचं उघडं. हिकडंतिकडं बघणारं... वाऱ्यावर तरंगणारी मोकळी हलकी घरटी.

उनाची ल्हाई जास्तच फुटली. रानं तापून रवा झाली. माणूस कुणीच बाहीर

न्हाई... चिमण्या तशाच झाडावर. कायतरी करूद्यात म्हणून खोपीत घटकाभर डुलकी काढायला गेलो.

एकदम नीज मोडली नि बाहीर चिमण्यांचा कालवा ऐकू आला. मी ताडकन उठलो. बाहीर धावंवर आलो. धावंवरची धूळ वाळू तापल्यागत झाली हुती. हुंबराच्या झाडावर तर एक चिमणी न्हाई... समोरच्या वावरातनं कालवा ऐकू येत हुता.

पिवळाजरद लांबडा रानातनं वळवळत पळत हुता. खाली रान चटकं देत हुतं. वरनं चिमण्यांची चादर त्येच्यावर एकदम झडपत हुती. चादरीखाली त्यो सबंधच्या सबंध झाकळून जाईत हुता. चादर वर उचचली की त्येच्यासरशी त्यो फुडच्या बाजूनं अर्धा वर उठायचा. दोन हाताच्या पंजाएवढी फडी निघायची. पिकलेल्या खाऊच्या पानासारखी पातळ. अगदी चांदाचा तुकडा. फडी निघाली की तिच्यावर सातआठ चिमण्या तुटायच्या नि वर उडायच्या... झणझणणारी वळवळ फुडं सरकायची.

काळवटाचं रान. काळंभोर. उनाच्या झळांनी थरथराय लागलेलं. मातीच्या अंगावर काटा आलेला. झुडपं, गवतं, झाडं, लांब बांधावर पळून जाऊन, टक लावून बघत बसलेली. ज्येचं त्येचं पान चित्रागत जिथल्या तिथं आणि रानात झनपन चाललेली. सपासप फडी जमिनीवर पडत हुती. चादर खालीवर झडपत उडत हुती. तळमळणारी वळवळ माती जाळत फुडं जाईत हुती.

अर्ध्याला अधिक तास झाला. धावंवर माणसांचा तट हुबा ऱ्हायला. लांबडा भेंडाळत चालला. तरी फडी वर निघत हुती. ठिसऽऽफाऽट करून खाली आदळत हुती. एखादी चिमणी पडायची. सगळ्या रानातनं झटापट चालली हुती. भुईसरपट भुरकट ढग जावा तशा चिमण्या त्येच्याबरोबर चालल्या हुत्या.

लांबडा भुलला. चाल मंद झाली. समोरचं दिसंना. नुसता काळा ढग दिसत हुता. जिकडंतिकडं चिमण्यांचं हातरूण झालं हुतं. टोचींच्या चुका त्येच्या अंगात घुसत हुत्या. पिवळ्या अंगावर तांबड्या चिट्या उठू लागल्या. फडीवरला धाऽचा आकडा रंगत चालला. वावंड्या रानात भळ कुठंच गावंना आणि चिमण्यांचा भिरा तर समोरनं आडवा येऊन त्येला रानात मुरगळून घालत हुता.

चाल अगदीच मंद झाली तसा चिमण्यांचा घस झाला. पिवळ्या लांब देठाला त्या लागल्या. देठ फुडं फुडं सरकत चालला हुता. फडी मंद निघत हुती. कवा निघायची. कवा नुसतंच मुंडकं वर उचलायचं. दोनचार कासरं घस तसाच सरपटत गेला नि बांधाच्या अगदी कडंला जाऊन थंड झाला. घटकाभर मुंड्या आंत घालून टोची मारत तसाच थांबला. पिवळा देठ उताणा पडला. नुसती शेपटीकडची बाजू अधनंमधनं वळवळत हुती... तीबी घटकाभरानं थंड झाली.

घसाची चादर झाली नि बांधावर तांबड्या झालेल्या टोचीचं खिळं पख्खावर पुसत बसली.

माणसं हळूहळू रानातनं त्या बांधाकडं चालली. झनपन जिथं सुरू झाली तिथनं लांबड्याची वळणं उठली हुती. त्या वळणानं फुडं चालली. वावा-दीड वावाला चिमण्यांचा एकएक मुडदा हुता. नऊ-धा चिमण्या चाऊन टाकल्या हुत्या. — बांधाजवळ गेलो नि भिरा भुर्रकरून उडाला. हुंबराच्या झाडावर येऊन बसला.

...वाऱ्यानं हुंबराचं झाड सळासळा हाललं. पानं पटपटली. घरट्यांनी झोकं घेटलं नि चिमण्या चिवचिवत घरट्याशेजारी सरकल्या.

∎

सत्यकथा, ऑक्टोबर १९६६

सून

आता घरातनं चालतानं घर भरल्यागत वाटतं. दोन्ही मांड्यांत माऊ ने असं पोट आलंय. त्येला संभाळत-जपत चालती. गार पाण्यात पाऊल ठेवल्यागत भुईवर आबदार पाऊल पडतं. घरातनं हिकडंतिकडं फिरतानं बघिटल्यावर तर जीव संतोस हुतोय... घराची मालकीण असल्यागत घराला वाटावं, असं वागाय लागलीया.

सोभावानंबी शांत आलीया. तिला आता अशी बघिटल्यावर 'पहिलं अशी अशी हुती' म्हणून कुणी सांगिटलं तर ते खरंबी वाटायचं न्हाई... लसणाच्या गड्ड्यागत तिखाट-डोंब. वाटंवरचं खडं ठेचंनं उडवावंत तसं माणसासंगट बोलणं. हरणावाणी उड्या मारायची. हुंबऱ्यावर पाय पडला म्हंजे हुंबऱ्याला दान्नदिशी दणका बसून चौकट हदरायची... भुईच्या अंगात तर मुंग्या येत असतील झिणझिणून.

"जरा बेतानं की गं हौसा."

"का? घर पडतंय का? माणसाच्या चालण्यानं घर पडत असंल तर संसार कशाला करावा असल्या घराच्या माणसानं?"

"आगं, तूबी जरा माणसागत चालावं." मी बोलायची.

हौसाच्या बोलण्याला काटं हाईत हे वळखूनबी सरळपणानं मी ते घ्यायची... शेळी होऊन जगायचं माझ्या नशिबात आलं हुतं. हौसानं धोंडा टाकला तरी "हौसानं फूलच टाकलं" म्हणून म्यां झेलावं —आणि "धोंडा टाकला तरी लाज न्हाई !" म्हणून हौसानं चिडावं —असं चाललं हुतं... तिकडची वड लागली हुती म्हणून हिकडचं दावं सोडवून घ्यायची वाट बघत हुती.

तिच्या ह्या वागण्यानं जीव खालवर हुईत हुता. पोराच्या संसाराची घडी लावून द्यावी आणि डोळं मिटायला मोकळं व्हावं, असं वाटत हुतं. त्यापायी जिवाचं रेशीम करून तिला झेलून बघत हुते. पर तिला नगं वाटायचं.

"हौसा, मगदुमाच्या मळ्यात काम आलंय."

"मग? काय करावं म्हणता?"

"दोन भाकरी थापटून लवकरच जाऊ या की. वक्तसरी कामाला गेलं म्हंजे माणूस पुन्ना कामाला सांगतंय."

"तुमचं तुम्ही जावा. कवा हुईल तवा मी येईन म्हणं... आग लागल्यागत पाठीमागं लागलंय हे काम. एक दीस तरी देवा म्हणून घरात बसायला मिळू ने हुतं?... पेटीवलं ह्या घराला."

जीव राख राख हुयाचा... कसं संभाळायचं आता हिला? वायद्यालाच येऊन टेकल्यागत बोलणं. 'सर्र' करून घेत न्हाई. संसाराची गोडी लागावी म्हणून नाना तऱ्हा करून बघिटल्या; पर भांडणात ह्या संसारावर सारखा इस्तूच वडायची.

समदं घर ताब्यात देऊन बघिटलं.

"पोरी, घर आता तुझंच हाय. मी काय चार दिसांची सोबतीण. आज हाय तर उद्या न्हाई. पोराबिगार पोटाला दुसरं कुणी न्हाई. कशाचा जाच हाय तुला हितं? माझ्या मागं खुशाल राघू-मैनांगत संसार हुईल तुमचा... कशाला सारखं ह्या संसारावर इस्तू घालतीस, लेकी?" असं म्हणून गळ्यातला पेटीचा हत्त्या तिच्याकडं टाकला. तिनं आपल्या गळ्यातल्या डोरल्याला बांधला. तेवढंच समाधान झालं. वाटलं, हिला तेवढंच पाहिजे हुतं. रोजगाराचं येतील तेवढं पैसं तिच्याच हातात ठेवलं. तेल, चटणी, मीठ, मिरची, मसाला; संसाराचं व्हयन्हवं तिनंच बघावं; घराची मालकीण असल्यागत तिला वाटावं; असं केलं. बोलण्याचालण्यानं मोठेपणा दिला. का? —तर न्हाऊ दे.

"हौसा, अजून दिवाळी पाचसात म्हयनं लांब हाय. रोजगारबी भरपूर मिळाय लागलाय. तुझं पैसं शिलकीलाच पडू द्यात. माझ्या आणि लेकाच्या पैशानं संसार चालवू या आणि कानांतली फुलं घेऊ या तुला."

"कवा आता पैसं साठतील तवा."

"साठतील की गं. हातच लावायचा न्हाई तुझ्या रोजगाराच्या पैशाला. बघू तरी."

...लगनात तिला दुसऱ्याची फुलं उसनी आणून घाटली हुती. लगीन झाल्यावर म्हयना दोन म्हयन्यांत ती नांदायला आली नि फुलं ज्येची त्येला परत केली... गरिबाची दरी उघडी पडली नि कडाक्याची भांडणं झाली. त्येचा राग मनात असंल; म्हणून तिला असं म्हटलं... कायबी बोलली न्हाई. निदान मनात तरी ठेवून असंल. न्हाई बोलली तर न्हाई. बोललंच पाहिजे असं कुठं असतंय?

म्हयना झेकास गेला. माझ्यासंगट बिनभांडता कामाला येऊ लागली. सुगीत शेंगाला जाऊन मणभर शेंगा साठीवल्या हुत्या. त्या तशाच ठेवल्या. म्हटलं, घरात नवं माणूस आलंय; कायतरी तोंड हलवायला असावं. तर कामाला

जातायेता वटं भरभरून शेंगा नि बचकभर गुळाचा खडा घ्यायची. तेवढ्या शेंगा माझा पोरगा बापयासारखा असून दोन दीस खायाचा नि त्या गुळाच्या खड्यात एक दिसाचा च्याऽ पार पडायचा... म्हटलं, खातीया तर खाऊ दे; खरं मनसंतोस होऊन हासू दे.

कवाकवा एकटीच पाणी आणू लागली. रोजगाऱ्या बायकांतनी हासून-खेळून ऱ्हाऊ लागली. वाटलं, पोरगी रमली. आता उपाटा मारणार ऱ्हाई... तरी एक दीस दुकानला च्याऽची पूड आणाय म्हणून गेली ते तिकडंच. पेटीत साठीवलेलं समदं पैसं पुसून ऱ्हेलं हुतं... जिवाचं तुकडं तुकडं झालं.

गाप्पदिशी गल्लीतल्या ह्येंद्याला हाटेलला म्हणून धा पैसं दिलं नि घाटग्याच्या मळ्याकडं जाऊन पोराला बलवून आणाय सांगिटलं. पोरगं धापा टाकत आलं.

"दिना, ती रांड गेली की रं पळून."

"कवासं गेली?"

"दोन तास तरी झालं की. निम्म्या वाटंपतोर गेली असंल... झटक्यानं सायकल घेऊन जा."

"वाट कुठं चांगली हाय? सायकलवरनं गेलं तरी आता ती गावातच गाठ पडणार. ऱ्हाईतर वाट चुकवून दुसऱ्या कुठल्यातरी वाटंनं गेली असणार. बात्तर खोड्यांची हाय... जाऊ दे एवढा दीस. उद्या जाईन म्हणं."

ह्यो तिसरा पेठ हुता. जिवाला घोरघोर लागनू गेला. लगनाच्या वक्तालाच पोराचं ऐकलं असतं तर बरं झालं असतं असं वाटाय लागलं.

बघाय गेलो हुतावं तवा पोरगं म्हणालं,

"असली बायकू नगं मला. काळी हाय. तसल्यात उच्चीला ऱ्हाई. पायांची बोटं बघ ती हरबुऱ्याच्या घाट्याएवढी दिसत्यात."

"त्येला काय हुतंय? रोजगाऱ्याच्या घरात काळं माणूसच बरं, लेका. उन्हातान्हात राबलं तरी वळखून येत ऱ्हाई आणि लई उच्चीच्या बायका पोरंबाळं झाली की म्हातारपणी पेकटात वाकत्यात. कामाचं माणूस जरा गिड्डंच असलं म्हंजे वझ्याला बरं असतंय. बायकांची कंबर धड तर संसार धड."

"तिचं पाय तरी बघ ते. एकएका टाचंला काळ्या रानाला भळी पडल्यागत चिरा पडल्यात."

"असू देत. माझं पाय तसंच हाईत न्हवं? कामाच्या माणसाचं पाय रानामाळात हिंडून असंच व्हायचं."

"माझ्या मनात काय ही भरत ऱ्हाई बाई."

"तसं म्हणून कसं भागलं, लेका? आपल्याला कुठं राजाची राणी करून सात सल्दांत ठेवायची हाय? भाकरी करून घालायजोगी असली म्हंजे झालं... अंधारात

काळंगोरं सारखंच. मुलं व्हायची काय ऱ्हाईत न्हाईत, काय न्हाईत. बाकीच्या गोष्टी आम्हांस्नी काय करायच्या?''

''आग, पर जरा तरी चांगली पाहिजे.''

''आरं, दिसायला नुसती चांगली असून काय करायचं? चांगलं न्हवं ते. सोन्यापरास पितळच गरिबाच्या हातात असलं म्हंजे दुसरं कुणी बघत न्हाई. आपल्या हातांत बळ ना दळ. गरिबाच्या संसारात येडंवाकडंच असावं.''

जलमभर जे बघितलं ते पोराला सांगून समजूत काढली. तरी ऐन लगनाच्या वक्ताला 'मला लगीन नगं!' म्हणून बसलं. हातापाया पडले. गल्लीतल्या चार माणसांस्नी सांगाय सांगिटलं. तवा कुठं भासिंगाचा पटका बांधाय उठलं.

रोजगाऱ्याचं घर. नाकाडोळ्यानं चांगलं, अंगानं गोरं असलेलं माणूस कोण द्यायला तयार हुणार असल्या घरात? आमच्या घरात ना श्यात ना किरत —तरी उगंच त्यो पोराचा सासरा नडला हुता. त्येचा एक बैल घास लागून गेला हुता. मोट खुळांबली हुती. मळ्यातलं पीक पाण्याइदमान वाळून जाण्याची पाळी आली हुती. तसल्यात आम्ही पोरीला बघाय गेलावं. बसल्या पेठाला म्हणाला, ''रुपय दोनशे द्याज देत असशीला तर पोरीला देईन. व्हय रोजगारे हाइसा. आणि मीबी हे पैसं पोरीच्या आह्यारामाह्यरासाठीच घेणार हाय.'' —खरंखोटं कळाय उशीर लागत न्हवता. सातआठ पोरी बघिटल्या हुत्या. पोराला बघायला माणसंबी येऊन गेली हुती. बघायला माणसं यायची, घरदार बघायची, रानामाळाची चौकशी करायची आणि 'माणसं घेऊन बोलणं करायला येतो' म्हणून जे जायची ते पुन्ना फिरकायचीच न्हाईत... जीव खालवर, खालवर व्हायचा... काय म्हणून देवा ह्यो रोजगाऱ्याचा जलम दिला असशील?

असं समदं हुतं म्हणून मीबी मागचाफुडचा इचार केला न्हाई. ''हूं'' म्हटलं. बोजा काढून दोनशे रुपय द्याज दिलं. माझ्या लग्नातला वरातीचा शालू हुता त्यो दिला. बाकीची पोरीची कापडं, पाच आह्यार, दोन तोळ्यांचं मनाला येतील ते दागिनं घ्यायचं कबूल केलं. (...त्यांतली कानांतली फुलं दुसऱ्याची. उसनी आणलेली. बाकीच्या माझ्या मण्यांस्नी उजाळा देऊन आणला आणि साकळ्या तेवढ्या दीडशे भाराच्या नव्या आणल्या.) असं करून ह्या बयाला घरात आणलं तर ही अशी गुणाची गाय निघाली.

दुसऱ्या दिशी पोरगं आणाय गेलं. तर सासूसासऱ्यांनी तोंडाला कुत्री बांधून भांडणं केली.

''तुझ्या घरात राबून खायला पोरगी दिली न्हाई... बायकूच्या जिवावर संसार करणारा असशील असं वाटत नव्हतं मला.''

''बायकूच्या जिवावर संसार करायला मी का बसून खातोय तिच्या हातचं?''

“मग राबणारा एवढा दांडगा हाईस तर बायकूला आणि कशाला मरूस्तर कामं लावतोय?”

“सतरांदा कोंबडीगत पळून कशाला जावं तिनं?”

“म्हणून तिच्याकडनं मरूस्तर कामं करून जीव घेतोस व्हय तिचा?” सासरा.

“पोरीची जात हाय; एकदादोनदा कट्टाळा आला म्हंजे पळून जायाचीच.” सासूचं तोंड.

“मग आता लावून द्यायचा इचार हाय का न्हाई?”

“पंधरा दीस ऱ्हाऊ दे हितं. कोरड्यास-भाकरी खाऊ. पोरगी सरडागत वाळलीया. जरा इस्वाटा घेटल्यावर येईल म्हणं.”

पोरगं गेलं तसं परत आलं... मी ही अशी. केसाची बट नि बट पांढरी झालेली. उठताबसता सांधं कडाकड मोडत्यात; तरी पंधरा दीस दम खाल्ला. हात कापत हुतं तरी पोरासाठी भाकरी थापटल्या नि मैला दोन मैलांवर जाऊन पोचत्या केल्या... उगंच आपलं शेतकऱ्यांस्नी आणि रोजगाराच्या बायकांस्नी धरून ऱ्हाईत हुते म्हणून कुठला तरी रोजगार मिळायचा, न्हाईतर रोजगार करायचं हे का वय? पोरासाठी जीव ऱ्हायला हुता; म्हणून तुपासाठी खरकाटं खायची पाळी आली.

पंधरा दिसांनी जाऊन तिला पोरगं घेऊन आलं नि दुसऱ्या दिवशी “भाकरी पाताळच का केल्या न्हाईस?” म्हणून धमाऽमा धरून बडीवलं.

“नगं नगं” म्हटलं तरी ढोरागत मारलं. आडवी झाले तर जरा हाताचा खोपर लागला नि कोलमडून पडले. हाड नि हाड पुवागत दुखाय लागलं. दोनतीन दीस उठायलाच येईना.

पर तेवढा मार खाऊन ती फरडागत गप ऱ्हायली नि कामाला लागली. पोरानं दोघींस्नीबी ताकीद दिली... दोन म्हयनं वडाताण करून तिला साखळीच्या कुत्र्यागत मागंफुडं घेऊन वागले. दोघी एकदम कामाला जायच्या. तुरुतुरु ती फुडं जायची... कोंबडीच्या पायाची हुती. तरी मी ठेचा खाईत, धोंडं चुकवत तिची पाठ सोडायची न्हाई. कवा रोजगाराला गेल्यावर वैरण मिळायची. बाजारात जावं लागायचं. एका भाऱ्याची वैरण असली तरी मी दोन भारं करायला सांगायची. दोन्हीबी एकमेकावर घालून तिच्या डुईवर द्यायची.

“असंना एकच भारा. दोन केलं तरी मलाच एकटीला न्ह्यावं लागत्यात न्हवं?” तसल्यातनंबी बोलायची.

“आगं, दोन असलं म्हंजे बरं असतंय. एकाच दांडग्या भाऱ्याला माणूस जास्त पैसं द्यायला तयार हुईत न्हाई. बारकंबारकं दोन असलं म्हंजे दोन पैसं चढ मिळत्यात.” मी कायतरी समजूत काढायची. रातचं मला काय दिसायचं न्हाई. तरीबी मी तिच्यामागनं मोकळीच वैरण इकाय जायची.

“रात झालीया; कशाला येतासा? मीच जाऊन येते चटाकदिशी.” असा कवा कवा डाव टाकायची. धस्स व्हायचं. तरी मी वरवर म्हणायची, “नगं बाई, दोन भारं हाईत. एक इकला नि एक न्हाईच इकला तर मला तिथं थांबाय बरं.”

असं करून दोन महिनं कसंबसं काढलं. इसर पाडला. राती पोटभर जेवली. अंधारात परसाकडं जाऊन आलावं. पोरगं मळ्याकडं वस्तीला गेलं. पटकुरं टाकून आम्हीबी दोघी निजलावं... सकाळनं उठून बघते तर पटकूर मोकळंच... आरंऽदेवा. रातभर मला रांडंला नीज कसली ते नसतीया तरी ही बया गेली कवा?

पोरगं आलं.

“दिना, ती रांड रातचंच कवा पत्त्या न्हाई ते गेली बाबा.”

“जाऊ दे तिच्या भणं. आणायलाच नगं आता.”

“तसं करून कसं भागंल?”

“अशी आणली की अशी पळून जातीया. मग आणून तरी काय फायदा?”

“नाण्णं करून घेटलं पाहिजे. संसार हाय ह्यो. करून घालाय कोण नगं तुला?”

“दुसरं लगीन करून घ्यायला येईल. तिलाच काय तेवढी टिकली लावलीया?... माप भरल्यात बायका.”

“ते खरं हाय; खरं आपल्याला झेपलं पाहिजे, लेका हिच्याच लग्नाचं अजून निम्मंअर्धं पैसं फिटायचं हाईत.”

साऽशे रुपय बोजा काढला हुता; म्हणून तर लगीन पार पडलं. कमळा घाटगीच्या दाल्ल्यानं पैसं दिलं नि पोराच्या दोन वर्सांच्या चाकरीचा कागूद लिवून घेटला. दोन सालं होऊन गेली तरी अजूनबी पैसा फिटला न्हाई... पोरगं राबताना पोटाला आणलं. तसा पैसा वाढत गेला. मी तरी काय करणार नि पोरगं तरी काय करणार? अजून साल दीड साल तरी मोडीत घालाय पाहिजे... तसल्यात लग्नाच्या बोलीनं काढलेलं पैसं. दिसाची रात नि रक्ताचं पाणी करून पोराला राबावं लागायचं.

लगीन आणि इगीन हुतंय हे असं. मलाबी ठावं हुतं. पर पोरगं उजीवलं तरी पाहिजे. म्हणून हाडांची काडं करून मनाचा धडा केला नि ह्या आडात उडी टाकली... आता जीव जायची पाळी आलीया.

“हे बघ लेका, सातआठशे रुपय तिच्या नावानं पाण्यात टाकल्यात. तेवढं पैसं आपल्या हुब्या जल्मात एका जागी बघाय मिळायचं न्हाईत. तिला न आणून करतोय काय? संसार तर झाला पाहिजे. बिनबायकूचा ऱ्हायलाच तर लोकं तोंडात श्याण घालतील माझ्या. वसाला दिवा तर जाळाय पाहिजे.”

“दोनचार दिवसांनी जाऊन आणीन म्हणं... कामबीम जास्त लावलं हुतंस तिला?” ...देव मनात शिरला नि पोरानं ऐकलं.

“न्हाई बाबा. मी रं कशाला काम लावू तिला?”

मी तरी ठार काम लावायची न्हाई. उलट कामं कमी करू दे खरं न्हाऊ दे, असं वाटायचं.

आल्याआल्या तर बारकीसारकी कामं चटाचटा करून मोकळी व्हायची. आळस कवा अंगात आलाय असं दिसायचं न्हाई... वाटलं हुतं, पोराचं रांकेला लागलं हं. पर शेवटाला आतल्या वाण्याची निघाली.

सातआठ दिसांनी पोरगं जाऊन तसंच आलं नि मनाला गच्च गाठ मारून बसलं. "मला ती बायकू नगं बघ. मी दुसरं लगीन करून घेणार."

पोटात घाळकन अन्नाचं पाणी झालं.

"का रं? काय झालं?"

"लावून देत न्हाईत. सोडचिठ्ठी घ्या म्हणत्यात."

"आरंऽ देवा ! का? कशापायी तरी?"

"काय कळत न्हाई. काय वाट्टंल ते निमित्त सांगत्यात. तुझं-आमचं जमायचं न्हाई म्हणालं... आरूनफिरून सोडचिठ्ठीचंच बोलणं लावत हुतं."

"मग?"

"मग काय? 'पाहिजे असली तर घ्या' म्हटलं. अशी कुठं हळदीची येल लागून गेलीया ती? एवढं काय भ्याचं हाय त्यात? —आता त्येंनी लावून दिली तरीबी मला नगं. —दुसरं लगीन करायचं बघ आता."

"बायकू कोण देणार, लेका? फाटका जलम आपला... सोडचिठ्ठी झाली म्हंजे तरी अवघड होऊन बसंल. लोकं हजार भोकं हुडकत बसत्यात— पहिल्या बायकूची का सोडचिठ्ठी घेटली? काय तरी गोम असंल म्हणून ख्याट काढत्यात... त्या कदमाच्या अण्णाचं बघ. पहिल्या बायकूला त्येनं अशीच सोडचिठ्ठी दिली नि दुसऱ्यांदा त्येचं लगीनच हुईना. मग पाच-सात वर्सानं अशाच एका रांडमुंड बाईसंगं पाट लावून घेटला... कुत्र्यागत लोकाच्या खरकाट्या ताटात जलमभर जेवत बसलेलं चांगलं व्हय?"

"आगं, ती नांदायला तयार न्हाई; तर त्येला मी काय करू?"

"कशी नांदत न्हाई बघू या. न्हवरा काय वंगाळ हाय व्हय? दुसरा न्हवरा मागतीया व्हय ती रांड? —चल, मी येते तुझ्या संगट. काय म्हणत्यात तिचं आईबा बघू या तरी."

अखिरीला उठून लेकासंगं गेले. इवायासंगं सवंचं बोलणं काढलं. चार इचाराच्या गोष्टी सांगिटल्या. सुनंला चांगुलपणानं वागीवतावं, म्हणून कबूल केलं. पर्संग पडला तर सुनंला आणि लेकाला सवतं ठेवते, असं इनीला सांगिटलं...हातापाया पडले; तरी कुणाचा गुण्या घमंना. सोडचिठ्ठीचंच बोलणं लावलं... एक लगीन म्हंजे जल्माचा खड्डा. असलं डबरं फुकट भरत बसायला न्याट कुणाच्या दंडात हाय?

बोलता बोलता सांज झाली. तरी कुणी काय वळणावर येईना... गावाकडं जायला दीस बुडता बुडता दोघंबी उठलावं; तरी ईन म्हणणारी 'न्हावा' सुद्धा म्हणंना... काय म्हणायचं ह्या भोगाला? आता परत जायची कवा नि धा मैलांची वाट चालायची कवा?

तसंच बाहीर पडलावं. लांब जाऊन एकाच्या दारात पाणी प्यायला बसले आणि लेकाला सांगिटलं, "बाबा दिना, आता रातचं मला चालणं व्हायचं न्हाई. हितंच कुठतरी न्हाऊ या आजची रात वस्तीला." —शेजारचा पाव्हणा आला नि त्येनं वस्तीला जागा दिली... चिमणीसारखं तोंड करून तिथं न्हायलावं.

राती एक गोष्ट कळली नि माझ्या जीवानं ठाव सोडला. —हौसाची थोरली भण साप चावून मेली हुती. पोटाला एक पोरगा हुता. तिच्या न्हवऱ्याला भणभाऊ कुणी न्हवतं. जिवाला माझ्या लेकागत एकटाच हुता. अजून तरणा गडी. पोराला संभाळायसाठी दुसरं लगीन करून घेणं त्येला भाग हुतं. इनीच्या तोंडाला पाणी सुटलं नि तिनं हगणदारीत तोंड घाटलं. हौसाचाच त्येच्यासंगं पाट लावून द्यायचा घाट घाटला. इवायाचीबी बुद्धी चळली नि त्येनं सोडचिठ्ठीचं बोलणं लेकासंगं लावलं... आणि तीबी पहिला डाव सोडला तर तीनदा जे पळून गेली ते ह्याचसाठी... त्या भाड्यानं द्येजाचं दोनशे रुपय आणून भागवितो, म्हणून सांगिटलं हुतं म्हणं. त्येच्या पोराचा संभाळ करायला बायकूचीच सख्खी भण मिळणार हुती त्येला; म्हणून त्यो माझ्या पोराच्या संसारावर उठला हुता... माझं पोरगं रोजगारी. ह्येच्याकडं काय मिळणार त्यांस्नी? म्हणून वचनाला तांबिरा लावाय समदी उठली हुती.

...माझा दिनाबी नाबर न्हवता. रोजगारी असला तरी त्येच्याबी व्हटावर मिशी हुती.

परत आल्यावर कामाला लागला. तिच्या गावातल्या वाइटावर असलेल्यांनीबी त्येला मदत करतो म्हणून सांगिटलं. चांगला म्हयना जाऊ दिला नि राती धा वाजता पोळ्याचं जेवाण खाऊन गाडी जुपली. तालमीतली पाच पोरं दांडग्या काठ्या घेऊन गाडीत बसली नि गाडी मुगवाडच्या वाटंला लागली.

पाटंचं परसाकडंला म्हणून गावंदरीकडंला आली हुती ते तशीच धरली नि गाडीत घाटली. चिटपाखरालाबी ठावं व्हायच्या आत गाडी गावाकडं वाऱ्यागत आली. वाटंनं येताना दिनानं तिचं हातपाय तांबटानं घागर ठोकावी तसं एका अंगानं ठोकून काढलं.

तरीबी न्हाती का न्हाई, ह्येची माझ्या जिवाला कातर लागली. कामं केली केली, न्हाई न्हाई करत हुती. धाऽदा हाक मारली की एकदा ओऽ द्यायची. काय करावं कळंना. अखिराला एक इचार केला.

"दिना, उद्यापासनं मालकानं रोजचं दोन-दोन आणं धरून घेटलं तरी पत्कारलं;

पर घरात वस्तीला ऱ्हा बाबा. ही बया पत्त्या न्हाई ते माझ्या हातावर गूळ ठेवून पळ काढंल.''

तवाधरनं सालभर दिनानं कुत्र्यागत जीवाचं हाल केलं. दीसभर मी तिच्यासंगट ऱ्हायाची. किनीट पडली की दिना गावात दत्त. बिचारा त्यो मालकबी देवाच्या गुणाचा भेटला. सालभर घरात निजायची त्येनं पोराला परवानगी दिली. पोरगंबी रातची समदी कामं धसाधसा आटपून यायचं. वाटंनंच पटका बांधत बांधत, पान खाईत यायचं. पाण्याकडचं हातपाय कवाकवातर तसंच चिखलानं माखलेलं. ते घरात येऊन धुवायचं. माणसं म्हणायची, ''काय दिना, गडबडीनं आलाईस घराकडं?''

''आलोय. जरा काम हुतं गा.'' ...एक न्हाई का दोन न्हाई. गप बसायचं... दोघांच्याबी जीवाच्या मोटा अंतराळी टांगल्यागत झाल्या हुत्या.

देवानं हात दिला नि मनासारखं झालं. आणल्यावर चार म्हयन्यांतच पोटूशी ऱ्हायली... आता त्यो भाड्या काय पोटूशी बाईसंगं पाट लावून घेणार हाय?

घराला घरपण आलं. सुखानं राबून खायाला पुरसद मिळाली. पोरालाबी आताशा निवांतपणा मिळाला. आता मळ्यातली कामं हुतील तवा दमाधीरानं करतंय नि तास-रातीला घराकडं येतयं. जेवून वस्तीला जातंय... माझ्याबी मनाची कैद सपल्यागत झाली. (...त्यो भाड्या तिकडं आता पोराला घेऊन जोगता हिंडल्यागत हिंडत असंल.) आई म्हणणारी भांडणं इसरून डुवाळजेवण करून गेली... ह्या सटवीलाबी कळून आलं की आता काय चुळबूळ करून भागणार न्हाई... म्हणून आता अशी शिंगं झडलेल्या गाईगत वागतीया.

...भुईला दुकट्याबाळूत्याची सपनं पडत असतील आणि तिच्या टाचंनं झिणझिण्या आलेला हुंबराबी आता लोण्याच्या कवळ्या हातांची वाट बघत बसलाय.

''दिवा लाव गं ऽ हौसा. किनीट पडली. लक्ष्मी यायची येळ झालीया.''

■

सत्यकथा, जुलै १९६६

ओझं

अगदी खालपर्यंत लोंबकळून आलेले ढग सगळ्या गावावर जमा झाले होते. खाली चेपलेल्या डब्यागत गाव दुमतं होऊन पडलं होतं. ढासळलेली घरं, पडक्या भिंती, त्यांच्यावरचं आणि वळचणीचं गवत, तुडुंब वाहून रस्त्यावर येणारी गटारं, शेणमूत, गू-लेंड्या यांनी बरबटून घणणारे रस्ते; सगळं त्या गावानं उराशी धरलं होतं. कुणी हलायलाच तयार नव्हतं. चित्रागतल्यागत जिथल्या तिथं पडून वरून पाऊस खातेलं... माणसंही मानेवर ओझं असल्यागत खाली मुंडी घालून त्या घाणीतनं चालायची... सगळं गावच त्या रस्त्याकडेला ओझं घेऊन बसलं होतं. न उचलणारं ओझं ! ह्या ओझ्यावर माणसांचं ओझं. गावाला झेपायचं नाही. म्हणून पेकाट मोडल्यागत ते तिथंच पडलं होतं. माणसं तरी काय करणार? त्यांना त्यांच्या जन्माचं ओझं झालेलं... हे ओझं अनेक जणं अशा पावसाळ्यात झुगारून देऊन मोकळी व्हायची. त्यांना भूकच आवरायची नाही. म्हणून भुकेला चुकवून, पोट असलेल्या शरीराला इथंच सोडून जायची. पण बऱ्याच जणांना पोटातली भूकच उपाशी राहून एक दिवस मरेल असं वाटायचं... धर्मशाळेत अशी तिघंजणं शेपट्या हरवून बसली होती. त्या प्रचंड ढगांच्या ओझ्याखाली भिजून ती धर्मशाळा ढासळू बघत होती आणि तिच्या छपराखाली ही तिघंजणं कोरडी राहू बघत होती... भूक खूश होऊन गप्प राहावी म्हणून तिची करमणूक करण्यात गुंतली होती.

"काय पांडा ?"

"आं ऽ!"

"स० का० पाटील तुझा कोण?"

"कोण तरी पैपाव्हणाच पडत असंल की. त्योबी पाटील आणि आम्हीबी पाटीलच पडतावं."

“मग त्येच्याकडनं एखादी नोकरी बघ की रेल्वेखात्यात. ठेशणावर हमाली चिक्कार मिळतीया.”

“आता बघू या—हिकडं कवा भाशेण करायला येतच न्हाई गा त्यो.”

“दिल्लीलाच जाऊन यायचं.”

“ते कुटलं जमंल? दिल्ली कुठं नि आपलं गावं कुठं? हिकडं कवा आला तर बघायचं झालं.”

“हा ! हा !” ... असं म्हणून जयशा घटकाभर थांबला. पांडाच्या मनातला खुंटा हालवून घट्ट केला. पांडा आडनावानं पाटील म्हणून त्याचं नि स० का० पाटलांचं नातं पूर्वीच कुणीतरी स्टँडवर जोडून दिलं होतं. पांडाला भरीस घालून सगळं सांगितलं होतं. वशिल्यानं सगळी कामं होतात. नात्यागोत्यातल्या माणसांना नोकऱ्या मिळतात, हे पांडाला पटलं होतं. हमाली करण्यासाठी जन्माला आलेल्या पांडाच्या मनात कुठंतरी एक भाबडी आशा होती... सभा चालू असतानाच जाऊन पाटलांच्या पायावर डोकं ठेवायचं. आडवं पडायचं. पोरंबाळं बरोबर आणून सगळे हाल दाखवायचे... कोणचीबी नोकरी द्या. रातध्याऽ मरून ती इमानानं करीन. आम्ही तुमचीच जन्ता हाय. आमच्या पोटाला द्या. असं काहीतरी त्याचं मन ढवळून काढायचं. असले अनेक प्रसंग त्यानं ऐकलेही होते... तसंच आपणही करावं, असं त्याच्या डोक्यात चालायचं.

“एक्का कशानं मेला गा?” जयशानं माया दाखवून गळ टाकला.

“त्येला मिरग्या रोग झाला हुता.”

“हां, हां !”

शेजारी बसलेल्या दत्तबाला पांडाच्या खुळेपणाची चीड आली.

“इच्या भणं ! त्येला वैरण कवा घाटली हुतीस रं?”

“वैरण घालंना तर. वैरणीबिगार त्यो आतापतोर जगला हुता व्हय?” — गंभीर झालेला पांडा.

“दोन वर्सं झाली काय?” जयशा अगदीच गंभीर.

“कशाला?”

“बैलाला वैरण घालून... न्हाई म्हंजे आपलं खरंच इचारतोय. म्हंजे आपलं तसल्या जातीचा बैल आपूणबी घ्यावा म्हणतो गा.” जयशानं बेतानं फुगवलेल्या फुग्याला काटा टोचला.

“खुळंच हाय बघ हे !” पांडा त्याला प्रामाणिकपणानं खुळ्यात काढून गप्प बसला... जयशा-दत्तबा पोट भरून हासले. तीन वाजायला आले होते. सकाळपासनं ह्यातल्या एकालाही हमाली नव्हती.

रात्रभर ढासळलेला पाऊस पुन्हा धो धो म्हणू लागला. गाव वाहून जावं असं

त्याला वाटत होतं. समोर मोटारीचं स्टँड. कोल्हापूर, निपाणीला जाणाऱ्या मोटारीतलं एखादं माणूस मधेच ह्या स्टँडवर उतरत होतं. भरपूर चिखलात स्टँड उभं. इथं यायला लालचुटूक गाडीला नको वाटायचं. आतली माणसंही घाणीशेजारी उभं राहिल्यागत तोंड करून आतच बसायची... वेळ झाला की गाडी चटकन निघून जायची. हमाल ओरडून ओरडून गप्प बसायचे. स्टँडवर उतरलेल्या नवख्या माणसाचा पाय साट्दिशी निसटून त्याला जागा करत होता. स्टँडला बाजूबाजूनं उदंड गवत वाढलेलं. कोरव्याच्या गाढवांना तिथं जगायला मिळत होतं. माणसं बसायच्या बाकड्याखाली बसून कुत्री स्टँडची ऊब घेत होती. पण माणसं कोणीच नाहीत. स्टँडवर दुकान थाटलेल्या हॉटेलवाल्याला पश्चात्ताप होत होता. कारण पावसाळ्यात ड्रायव्हर, कंडक्टर आणि एस० टी० ऑफिसमधला शिर्पतराव यांच्याशिवाय गिऱ्हाईकच नाही... गाढव-कुत्र्यांच्या संगतीत तीन हमाल जगू बघत होते... चहा करणारा काळा हिंद्या हॉटेलातला शिळा झालेला माल खाऊन जगत होता.

पांडानं एक्का बाळगला होता. त्या निमित्तानं त्याला गावातलं गिऱ्हाईकही मिळायचं. पण तो गेल्या दहाबारा दिवसांत मेला. धर्मशाळेसमोर कायम भिजत उभा. काय खात होता हे त्यालाही माहीत नव्हतं. पण जगत होता. चापून पाऊस बसल्यावर तो जन्माला कंटाळला. वरून ओतणाऱ्या पावसालाही कंटाळला आणि तिथंच एका रात्री ओझं झालेलं शरीर सोडून गेला. स्टँडच्या पलीकडे ओढा आहे. तिथं तो पाणी प्यायला जायचा. ओढ्याच्या काठांवर हिरवं झालेलं दड्डु दातलायचा. तिथंच त्याला नेऊन महारांनी सोलला. चारपाच दिवस त्याच्या कातड्यानं पांडाचा संसार झाकला. जरा बरी ऊब मिळाली... आता धर्मशाळेसमोर नुस्ती एक्क्याची गाडी भिजत उभी आहे. सवड होईल तसं तिला पांडानं तार, दोऱ्या, काथ्या, चऱ्हाटं यांनी बांधून चालू ठेवली आहे. करकचून मढं बांधावं तशी तिची दशा. अंगावर पाऊस घेत ते जीव नसलेलं लाकूड जगतं आहे. जयशा बेरकी. भोकरासारख्या एकाच पण घाऱ्या डोळ्यानं बघणारा. बिनलग्नाचा. काहीतरी करून दिसाभरात कुडचाभर पोटात टाकणारा. सडा हमाल. डोक्यावरनं जाईल तेवढंच ओझं. बाकीची बायकापोरांची झगझग नाही... पण पुरुषाचा जन्म. तो म्हणायचा, "पुरुषपणा लघवीगत असतोय. आवरत नाही." मग कुठंतरी विजार झाडून मोकळा व्हायचा. पण दत्तबाचं तसं नाही. त्यानं बारका गाडा पाळलेला. त्या गाड्याला नवरा-बायकोची दोन चाकं. वंगण कधी मिळायचं; कधी नाही... ह्या गाड्यावर दोघा नवराबायकोच्या पोटांच्या गोण्या टाकलेल्या.

चिखळ्या उडवून अंग घाण करत बस स्टँडवर आली. हळूहळू गाढवं बाजूला झाली. पावसात येडबडून बसलेला कंट्रोलर खोलीतनं बाहेर आला. हॉटेलवाल्यानं

रेडिओ मोठ्यानं लावला. दहाबारा वर्षाच्या पोऱ्यानं आतनं येऊन उगंच तीनतीनदा टेबलखुर्च्या ओल्या फडक्यानं पुसून घेतल्या. काळ्या हिंद्यानं आतल्या खोलीतल्या स्टोव्हला पंप मारला. माकडासारखी काळीबेंदरी, दाढ्या वाढवलेली मळकट हमालं माणसांत पळत आली. कोल्हापूरला गेलेले चारपाचजण शेतकरी उतरले आणि चालू लागले.

चिखलात उभी राहून अंगावर काटा आलेल्या बसचं दार थाडदिशी वाजलं नि गाडी सुरू झाली. भुसऽऽ करून चहाचा स्टोव्ह विझवण्यात आला. 'आजा होऽ आजा होऽ गाणं ओरडून रेडिओचा घसा खरखरू लागला. कुत्रं अंगाचं वेटोळं जास्तच आवळून निर्धास्त बसलं. 'कितना बिघड गया इन्साऽन' असं स्वत:चं गाणं म्हणत हिंद्या बाहेर आला आणि रस्त्यापलीकडच्या धर्मशाळेत गेला... पावसाची नको असलेली रिपरिप सुरूच होती.

दीस खाली जाईल तसा पांडाचा चेहरा उतरत चालला. "आयला, बिडी तरी वडू या." म्हणून हॉटेलात जाऊन जळकी बिडी पेटवून आणली. समोर पडलेली काडी दातात घालत दत्तबा आभाळाकडं बघत होता... ते आता गावावर टेकल्यागत दिसत होतं आणि गाव खाली नाकतोंड बंद होऊन ओझ्यानं गुदमरत होतं. शिप्पूरकर बामण भ्याल्यागत चेहरा करून डोळं फिरवत फिरवत धर्मशाळेसमोर येऊन थांबला... पंचा, मळकट सदरा नि त्यावर थंडी वाजू नये म्हणून तरुणपणातला रंग बदललेला कोट. ह्याच्याआड त्याचं शरीर जीव धरून होतं... पण आता ते आतल्या आत ढासळलं होतं. जुन्या काळातला बामण. काळ बदलून गेला तरी तो जुना जुना होत तसाच राहिला होता. विठ्ठलाचा धावा करावा तशी त्यानं हाक मारली,

"आरे पांडुरंगा !"

"काय जी अण्णा?" पांडाच्या अंधारलेल्या मनात एकदम दिवं लागल्यागत झालं.

"एक्का आहे ना तुझा?"

"हाय की."

"मग चल बघू."

"काय आणायचं हाय?"

"विटा आणायच्या आहेत गाडीभर. सकाळी घराची मागची भिंत थोडी ढासळली." अण्णा कोटाच्या कोपराच्या ठिगळावरचा ढेकूण पकडीत म्हणाले.

"बरं झालं." जयशा.

"आँऽऽ?" अण्णांनी ढेकूण पकडून डोळ्यांचे ऐरे फिरवले.

"वंगाळ झालंऽ म्हटलं."

“हां हां. प्रारब्ध म्हणायचं झालं आपलं.”

“भटजीअण्णा, मग माझाबी गाडा घेऊन येतो की. इटा लई लागतील.” दत्तबानं आपली गाडी पुढं रेटली.

“नको. एक गाडी तर आणायची आहे.”

“चार पैसे कमी द्या.”

“दिले असते रे. पण विटा कुठं आहेत? पुढच्या वेळी बोलवीन.”

“आता फुडच्या येळला पावसाळा यायचा कवा नि तुमची भित्त पडायची कवा? ...आताच न्ह्या जावा की दत्तबाला चार पैशे कमी देऊन.” जयशा.

“...आता पांडूलाच चार पैसे कमी देतो झालं.”

“द्या की.” पांडाला हमाली मिळाली हेच फार झालं होतं. “दोन रुपयांच्या ठिकाणी दीड रुपाया द्या.”

“दोऽऽन रुपये? उभ्या गावात कुणाला पाहायला तरी मिळतील का एकदम दोन रुपये?” अण्णांचे डोळे अधेली-अधेली एवढे पांढरे झाले. “बारा आणे देईन. हो ! पावसाळ्याचे दिवस. पैसा आहे कुठं जवळ?”

घासाघीस कर-करून शेवटी एक रुपयाला सौदा ठरला.

“बैल कुठं आहे?”

“बैल गेलाय वड्याला पाणी प्यायला.” जयशा.

“पावसाळ्यात कसलं पाणी पितो?”

“अण्णा, बैल मेला माझा !”

“मग गाडी कशी आणणार?”

“माझं मी एकदोन खेपंत तुम्हास्नी वडून देतो. त्येची नका काळजी करू. कुंभारवाडा हितं तर हाय —चला.” पांडानं गाडीच्या दांड्या उचलून हातांतही घेतल्या आणि तो कुंभारवाड्याकडं चालला... अंधार पडावा इतके ढग वरून काळवंडले होते.

जयशानं जळक्या बिडीचा धूर बकाबका ओढून पाण्यासारखा गिळला आणि त्यानं दत्तबाला विडी दिली.

“वड.”

“काय वड? कडदुरा तुटला की तिचा.”

“तुटू दे, वड. बिड्या हाईत कुठं? दिली ही म्हेरबानी समज. न्हाई तर आण हिकडं, अजून मापटंभर धूर निघंल तिच्यातनं.”

“अहा रं, बेन्या. बरा मापटंभर धुराला उदार झालास बघ.” दत्तबानं नखात धरून बिडी तोंडाला लावली.

दीसभर तोही धूर पिऊनच होता. सकाळचा तीन आण्यांची मिसळ आणि एक आण्याचा पाव एवढा ऐवज पोटात होता. जयशानं काय खाल्लं होतं कळत नव्हतं. पण तो बिडीसारखा कडक होता.

“आयला, सकाळधरनं बसलोय; अजून भवानीबी झाली न्हाई. माणसं जिकडंतिकडं मेल्यागत झाल्यात. एकबी कुणी गावात वझं घेऊन उतरंना झालंय.”

“तुझीच तेवढी भवानी झाली न्हाई नि मी कमरंला हिरवी नोट लावून बसलोय व्हय?” जयशा.

“तू सतरा भानगडी करतंस नि पॉट तरी बाहीर पाडतंस. पर सकाळधरनं माझ्या कनवटीची हुती ती अधिली उडत आली... आता रातच्याला काय? बायकू बोंबलंल घरात.”

“रातचं येणार का? निभत असलं तर बघ.”

“कुठं?”

“पिप्पळगावच्या भट्टीवर नुसतं दोनतीन तास काम; दोन दोन कप फुकटात मिळतीया— येताना चौगुल्याच्या मळ्यात शिरून ऊस नि भुईमुगाच्या शेंगा पोटभरूस्तवर हाणायच्या. वाटलंच तर वर कपभर टाकायची; न्हाईतर आठ आणे कप पर्माण किसन्या डायव्हरला इकायची. येणार का बोल.”

“साल्याऽ, दोनदा दणकं खाल्लंस की.”

“दणक्याचं सोड रे. असा कुठं छत्तरपतीचा बच्चा लागून गेलोय मी.”

“गप रात्रीचं खोपड्यात पडत जा. न्हाईतर हाय त्यो डोळाबी फोडून घेशील.”

“आणि आपलंच खरं. डोळा काय पोलिसांच्या दणक्यात गेलाय? नलग्याच्या तारंतनं पळून जातानं तारंचा काटा भसकरला.”

“पर गेलाच न्हवं शेवटाला?”

“गेला तर गेला. दोन डोळ्यांनीबी तेच नि एका डोळ्यानंबी तेच दिसतंय. जाऊ दे सोड. तुला ते निभायचं न्हाई... बायकूच्या फुड्यात जाऊन निजत जा तू उबीला.”

जयशा उठला नि हातावर खाकी टोपी झाडत स्टँडवरच्या हॉटेलात घुसला.

“मालक, एक भजी द्या.”

“उधार न्हाईत.”

“द्या की आता. शिळी होऊनच चालल्यात समदी. सांजचं गटारात टाकायची पाळी येईल. द्या.”

काळ्या हिंद्यानं टवके उडालेल्या प्लेटीतनं चारपाच भजी आणून दिली. दत्तबा आभाळात ओथंबलेल्या ढगांकडं बघत बसला... भुईवरनं ढग वर गेलेले दिसले... जगावरचं त्यांना पोटपाणी काही नव्हतं. भूक नव्हती. नुसतं पाण्याचं हलकंफुल ओझं पुढं पुढं जायचं !

खुळी चंद्री वेशीतनं धर्मशाळेत वर आभाळाकडं बघत बघत आली. स्वत:शीच काही बोलत, बारीक हसत एका खोपड्यात जाऊन आडवी झाली. ...डेऱ्यासारखं पोट आलेलं. ढगागत अवघडून गेलेली. शरीरानं अवघडून गेली होती, पण मनानं मोकळी होती. ना घर, ना दार, ना नवरा, ना पोरं. सगळं सोडून दिलं होतं. शरीर जगेपर्यंत ती राहणार होती. बाकी सगळे बंध तुटले होते... तिच्या कातडीवर नुसता गोरेपणा होता आणि ती बाई होती. ...तेवढी गोष्ट स्टँडवरच्या जयशाला, हॉटेलातल्या काळ्या हिंद्याला, धर्मशाळेमागच्या परटाच्या शिव्याला पुरे झाली होती. चिरमुरं विकणाऱ्या भाव्यानंही तिला खूपदा चिरमुरे दिले होते... खरं तर सगळ्यांची शरीरं आंधळी होती. कुठंही जाऊन पडत होती. त्यांच्या पापांचा भरलेला घडा चंद्री हासत हासत वागवत होती. स्तन तटतटलेले. पोटही उघडंच. कमरेला स्टँडवरच्या लोकांनाच लाज वाटून परकर शिवून दिला होता, तो पोटाखालीच बांधलेला. पिवळा झालेला. —आडवी होऊन कोपऱ्यात अंग खाजवत पडली. दत्तबा एकटाच. त्याचं डोळं भरभरून तिच्याकडं बघू लागलं... आयला ! दगडानं घासून काढली तर गोरीपान दिसंल.

पण दत्तबाला काळी, उंदरी कशी का असेना बायको होती. निदान रात्र तरी उपाशी जात नव्हती. पण त्याची पोरं जगायची नाहीत, की उपाशीच राहून मरायची; काही कळत नव्हतं. पण ते एक बरं होतं. निदान दत्तबा जयशाला बोलता बोलता म्हणायचा,

"हाय ते बरं हाय त्येच्या आयला. कामच्या कामबी हुतंय नि पोंरच्या पोरंबी न्हाईत."

"वौंस कसा वाढायचा रं तुझा?"

"वौंसावर मुतलं कुतरं. आतडी तुटूस्तवर माझी मी वझीं वडतोय तेवढं फुरं की, पोरं जगली तर त्येंनीबी अशीच वझी उचलायची आणि माझ्या आईभणीचा उद्धार करत जलम ढकलायचा. त्येच्यापरास मरत्यात ते काय वंगाळ हाय?"

"साल्या म्हातारपणी कुत्र्यागत वळचणीला पडून मरशील की."

"तवर एकादं चिवट आतड्याचं कार्टं जगंल की रे." तो कसनुसा हासला. "जगलं तर ते एक जलमभर वझंच म्हणा आमच्या उरावर; आणि न्हाईच जगलं तर न्हाई... निभत न्हाई असं दिसलं की झेकासपैकी भरम्या कुयिगड्यागत धोंडं बांधून नदीत उडी टाकून मोकळं व्हयचं. कुणालाच झगझग न्हाई. बेफामपैकी मराण येतंय." ...भरम्या हमालानं आपल्या दोन पोरांसह आणि बायकोसह एका जागी दोरीनं बांधून गेल्या सालीच जीव दिला होता. नदीला भरपूर पाणी होतं. असाच पावसाळा.

पावसातनं पांडा विटांची गाडी घेऊन पुलाच्या ओढ्यावरनं अलीकडं येताना

दिसला. डोळं लावून दत्तबा तिच्याकडं बघू लागला... सुक्काळीच्यानं दिसापोटी रुपाया तरी पाडला.

काच कच काऽच करत गाडी मोटारीचा सफय रस्ता सोडून गावातल्या रस्त्याला लागली. दगडाधोंड्यांतनं आणि खळग्यांतनं कोलमडत जाऊ लागली. पांडाच्या खांद्याला घण घातल्यागत हिसक्यांचे दणके बसत होते. खड्ड्यांतली नि दगडं लागलेली गाडी तो पाय अटणी लावून ओढत होता. एका खड्ड्यांतली गाडी दुसऱ्या खड्ड्यात जात होती नि पांडाची आतडी तणावत होती. पुन्हा तेच... आतडी तणावायची, एका जागी यायची; पण तुटायची नाहीत.

खच्चाटून ओढत त्यानं दोनतीन कासरं गाडी आत आणली नि एका दगडावरनं पुढच्या खड्ड्यात पडताना डाव्या बाजूच्या चाकाच्या आऱ्यांचा खुर्दुळा झाला. गाडी कलंडून मुडद्यागत तिथंच पडली... पांडाला काळजाचा घड कापून नेल्यागत झालं. दत्तबाच्या चेहऱ्यावर बसल्याजागीच क्षणभर तेज चमकलं. टापर बांधून तो गाडा घेऊन उठलाच. जयशा हॉटेलातनं चटक्यासरशी बाहेर येऊन बाजारपेठेच्या वाटेनं पळाला.

भटजीअण्णा पाठीमागनं चिखल, खड्डे चुकवीत खाली बघून येत होते. डोक्यावर छत्री. जवळ आल्यावर त्यांनी भिरभिरत्या डोळ्यांनी बघितलं नि आपल्या घराची सबंध भिंतच आपल्या अंगावर ढासळल्यागत त्यांना वाटलं. बऱ्याच विटांचे तुकडेतुकडे झाले होते. निम्म्या विटा गाडीत नि निम्म्या विटांचं आंथरूण चाकाकडच्या बाजूला झालेलं... उठवणीला आलेल्या बैलागत गाडीची अवस्था झाली होती नि पायातलं बळ जाऊन पांडा हातटेकीला आला होता... अण्णांची भिंत ढासळल्याच्या पलीकडं त्याला झालं.

"पांड्या, भोसडीच्या, विटा फोडल्यास सगळ्या?" अण्णांचं लक्ष विटांवरनं हलेना... त्यांनी हजार विटांना अमूक एवढे पैसे तर एका विटेला किती असं त्रैराशिक मांडून प्रत्येक विटेची किंमतसुद्धा काढली आणि किती पैसे फुकट गेले याचा हिशेब करू लागले.

"चाकच मोडलं त्येला मी तरी काय करू, अण्णा?"

"चाक गेलं खड्ड्यात."

"व्हय; खड्ड्यातच गेलं. रस्तं कुठं हाईत सरळ?" पांडाचं ध्यान अण्णांच्या बोलण्याच्या सुराकडं नव्हतं. खुर्दुळा झालेल्या चाकाकडं तो आपला हात मोडल्यागत कळवळ्यानं बघत होता. "समदं खड्डं आणि दगडंच रस्त्यानं हाईत तिच्या भणं."

"फाजीलपणा नको. पटकन माझ्या विटा पोचत्या कर आणि फुटलेल्या विटा भरून दे."

दत्तबा गाडा घेऊन आला... पांडाचा जीव अर्धा मरून गेल्यागत झाला. ...हातातोंडाशी आलेला घास आता जाणार होता.

"अण्णा, मी न्हेऊन टाकतो इटा." दत्तबा.

"टाक चल; चल दत्तू. ह्या शेंदडीच्यानं घोटाळा केला माझा."

"काय देता?"

"सहा आणे देतो."

"मग डुईवरनं न्ह्या जावा."

"अरे, जाग्यावरनं पांडाला रुपाया द्यायचं कबूल केलंय. त्यानं निम्म्यावर आणून टाकल्या. आता येथून सहा आणे; नाही तर किती?"

"बारा आणे द्या. गाड्यावरनं दोन खेपा कराव्या लागतील."

"बारा आणे?"

"मातीचं वझं हाय हे. आतडी तुटत्यात, अण्णा."

"पण पांडापेक्षा जास्तच मागतोय तू. मघाशी तर चार पैसे कमी द्या म्हणालास."

"मगाचं मगाबरोबर गेलं." ...आता कोणच भोवतीनं नव्हतं. दत्तबा शिवाय दुसरं कोण नेणार?

"आठ आणे देतो बघ."

"न्हाई जमायचं." ...दत्तबानं उगीचच गाडा धर्मशाळेकडं नेण्यासाठी उचचला. गाडीतल्या विटा उतरून पांडा रस्त्यावरच त्यांचा ढीग घालत होता. ...दत्तबाची हमाली कुठं जाणार नव्हती. त्यानं ओढून धरलं होतं.

"अरे दत्तबा, बरं साडेआठ आणे देतो; चल."

"आता लई वडत बसू नका. धा आणे देऊन टाका."

"फार होतात."

"मग बसा तर इटांच्या भवतीनं फिरत."

"अरे, घरी चहा देतो चवलीचा."

"हमालीचं आदूगर बोला. मग च्याऽचं बघू."

इतक्यात जयशा कुठलातरी गाडा घेऊन बाजारपेठेच्या वळणानं पळत समोर आला. लांबनंच त्यानं अण्णांना हात वर केला. दत्तबा ढेकळागत इरघळला.

"अण्णा, इटा न्हेऊ या चला." जयशा.

"बरं अण्णा, चला तर चला." दत्तबानं गाडा विटांकडं नेला. अण्णा जयशाला उद्देशून बोलले, "काय घेणार बोल."

"काय तुम्ही देशीला ते."

"मी सहा आणे म्हणतो."

“सा आणे तर सहा आणे... तुम्ही खाऊन खाऊन मरा; आम्ही उपाशी उपाशी मरतो.— दोन खेपा हुतील. खेपंला सा आणे.”

“तसं नाही. ह्या सगळ्या विटा सहा आण्यांत नेऊन टाकायला हव्यात.”

“व्हय का !” जयशा गाडा विटांजवळ नेत म्हणाला, “चवलीलाबी न्हेऊन टाकल्या असत्या.”

“मग काय झालं?”

“म्हागाई तिप्पट वाढली, अण्णा. म्हणून चवलीचं सा आणे झालं.”

“लुच्चा आहेस.”

जयशा दत्तबाकडं बघून हसला. दत्तबानं जयशाला हळूच डोळा घालून बोटावर बोट आडवं ठेवलं आणि मग तो अण्णांना म्हणाला, “इटा न्हेऊ देणार न्हाई अण्णा हितनं.”

“का?”

“साडेआठ आण्याला एक एक वझं न्व्हायचं कबूल केलंय.”

“कधी?”

“तुम्हीच आता सांगिटलं न्हाई का?”

“मी दोन्ही खेपांचं सांगितलं.”

“मग बराबरच हाय. एक-एका खेपंला साडेआठ आण्यापर्माण दोन्ही खेपांचं.”

अण्णा क्षणभर येरबडले.

“हांऽऽ! अण्णा, मला गरिबाला फसिवता व्हय?” जयशा दत्तबाकडनं डोळं फिरवून अण्णाकडं बघत म्हणाला.

“मग तू ‘हो’ कशाला म्हणालास?”

“आम्ही एक श्याण खाल्लं. म्हणून तुम्हीबी खाता? बामण हाईसा की.”

“फाजील बोलू नको.”

“हमालीचं बोला —साडेआठ आण्यापर्माण एक-एक खेप न्हेणारे बघा.”

“वर च्याऽ एक-एक कप देणार हाईत.” दत्तबा.

“माझ्या विटाच राहू देत.”

“ऱ्हाऊ दे तर ऱ्हाऊ देत. चल रं दत्तबा.”

दोघेही जाऊन धर्मशाळेच्या वळचणीला उभे राहिले. जयशानं विडी पेटवली. तिचा पुन्हा दोघांनी मिळून धूर केला. ढग काळवंडून अंधार पडला होता.

“बरं; उठा तर उठा. वेळ घालवू नका. संध्याकाळ झाली आहे. विटा इथंच पडतील.” ...अण्णा सरळ झाले.

दोघेही उठले. दोन गाड्यांत विटा भरल्या. पांडाची गाडीही मोकळी झाली. चाकाच्या मोडक्या आरा त्यानं एका जागी करून गाडीतच टाकल्या. चेहरा जास्तच

लांबुडका करून तो गाडी एका बाजूला लावण्यासाठी मागंपुढं करू लागला. गाडे भरून दोघे जाऊ लागले. अण्णाही स्वत:शी वटवट करत चालले.

"अण्णा, माझी हमाली?" पांडा.

"तुझी हमाली? पाच जोडे दिले पाहिजेत तुला. रुपयाच्या ठिकाणी एक रुपया एक आणा गेला माझा. शिवाय निम्म्या विटा फोडल्यात आणि तीन तास खोळंबा केला."

"पर हितपतोर आणल्याचं आठ आणं तरी द्या... तुमच्याच इटांनी गाडी मोडली माझी."

"जास्त बोलशील तर डोक्यात छत्री घालीन." असं म्हणून अण्णा धावूनही गेले आणि मग गाडे पुढे गेलेले बघून हातवारे करत शिव्या देत निघून गेले.

पावसात भिजून गाडी पिचून गेलेली. पूर्वीच कधीतरी तिला मोडून जळणाला टाकायची; पण आता ती आपल्या मनानंच जळण होऊन पडली. तिला कशीबशी ओढत पांडा रस्त्याच्या कडेला वितीवितीनं नेऊ लागला आणि भिजून काला झालेलं आठनऊ वर्षांचं त्याचं पोरगं कपाळावरचं पाणी निरपत गाडीजवळ आलं. "बाबा, आईनं सकाळधरनं काय जमलं असतील ते पैसे दे म्हटलंय."

"कशाला?"

"सांजच्याला जुंधळं आणायचं हाईत."

गाडीच्या दांड्या कुंथून ओढत तो म्हणाला: "तिला म्हणावं, आज रातच्याला भरम्या कुयिगड्यागत पोरं अंगाला बांधू या नि नदीत जीव देऊ या —नदीला पाणी भरपूर आलंय. जेवाणबिवाण काय करू नगं म्हणावं."

पोरगं गाडीच्या मोडलेल्या चाकाकडं बघत गप्पच राहिलं. दम घेतल्यावर पांडा वैतागला. "इच्या भणं ! मेलो तर हिंत हमाली मिळंना झालीया. लोकाचं फुकटचं वझं आणून गाडीचा खुर्दुळा करून घेतला आणि तुला पैशे सुचत्यात व्हय? बिब्बं घाला जावा की सुक्काळीच्या हो पोटांस्नी. रोऽज रोऽज किती खाशीला?"

"रुपाया तरी देच म्हटलंय."

"बैलाच्या कातड्याचं आलेलं सपलं?"

"परवादिशीच सपलं की ते."

"हे वझं घेऊन घराकडं चल —तास रातीपतोर घराकडं येतो मी."

मोडलेल्या चाकाच्या आऱ्यांचं ओझं पोराच्या डोक्यावर दिलं. बोडक्या डोक्यावर घेऊन ते घराकडं चाललं... किनीट पडत चालली होती.

गाडी कडेला आली होती. आणखी एकदोन हात ओढून गटारीकडंला लावायचा त्याचा विचार होता. तोपर्यंत स्टँडवर धुर्रधुर्र करत माणसांचं ओझं झालेली बस येऊन थांबली... पांडा गाडी तिथंच टाकून धावत धावत गेला.

"हमाऽल हमाऽल !"

तिघेजण गांधीटोपीवाले हातात बंदांच्या पिशव्या घेऊन उतरले आणि सरळ छत्र्या उघडून चालू लागले. मग कुणीच उतरलं नाही —मोटारीच्या टपावर सगळी ओझी व्यवस्थित झाकून ठेवली होती. पांडा बसच्या दाराजवळ हिरमुसला होऊन थांबला. दिवसभराचा पाऊस अंगावर घेऊन अंग आणि आतडी गारठून गेली होती. पोटात मोकळं मोकळं आणि गारगार झालं होतं. रक्तसुद्धा आता असल्या पावसात उष्ण राहून राहून कंटाळलं होतं. दीसभर चिखलात भिजून पायांना आता कशाचाच स्पर्श जाणवेना झाला होता. त्यांच्यातून गारठा वरवर शिरत होता.

कंडक्टर-ड्रायव्हरनं हॉटेलात जाऊन गरमगरम चहा मागवला. गुलाबी, गोड, उष्ण चहा. वाफा निघणारा... चवीनं प्याले... पांडा त्यांचं चवदार भुरकणं डोळं भरून प्याला. डोळेही थिजले होते. सुगंधी तंबाखूच्या सिगरेटी पेटवून दोघे उठले. कंडक्टरनं चमड्याच्या पिशवीतनं हात घालून मूठभर नाणी वर काढली आणि त्यातली एकदोन नाणी वेचून हॉटेलवाल्याला दिली. पैसे पिशवीत टाकीत पोटात उबी घेऊन दोघेही बाहेर पडले... पांडा त्यांच्याकडं बघून गारठलेल्या चेहऱ्यानं हासला.

घुरघुरून गाडी निघून गेली नि तो तिच्याकडं मोकळे हात पाठीमागं बांधून बघत उभा राहिला. नकळत पलीकडच्या ओढ्याकाठच्या झाडाकडं त्याची दृष्टी गेली.

किनीट पडली होती तरी झाडाच्या सुमकानं चारपाच गिधाडं घिरट्या घालत होती, ती एकदम खाली झडपली... खरं तर आता खाली काही उरलं नव्हतं. मांस कधीच संपून नुसता लालसर हाडांचा सांगाडा उरला होता... उपाशी राहून राहून मेलेला बैल —त्याला किती मांस असणार?... पण गिधाडंही दिवसभर उपाशीच होती.

■

साधना, दिवाळी १९६६

माघारी

''किसन्या.''

''काय?''

''वाईच च्याऽचं पाणी करायला सांग रं. खोकून खोकून नरडं खरडून काढल्यागत झालंय.''

''मगाशी प्याला हुतास की. सारखासारखा च्या कुठला आणायचा?''

''ती तुला का पंच्यात? गऽप जाऊन आईला सांग तुझ्या.''

''मी न्हाई जा.''

''काय मामाजी?''

''वाईच च्याऽचं पाणी कर ग पोरी.''

''साखऱ्या सपलाय.''

''गुळाचा खडा टाक. मला काय करायचा साखऱ्या?''

''हं !''

...घस्सासा राबत हुतो तवा उसना साखऱ्या आणून सासऱ्याला च्या करत हुती. आता कुपावर लंगुट्या वाळत घालाय लागलोय; म्हणून असं बोलतिया. चार म्हयनं झालं च्याऽच्या फळ-पाण्यावर जगतोय; खरं तेवढंबी इल्लंनं मिळत न्हाई. हिच्याच बाऽचं घर असल्यागत वागती. तरणा हुतो तवा कुतरीगत कामं करायची... आणि ह्यो नातू ! शिकून शाणा झालाय. आज्ज्याला गिन्यान शिकीवतोय. सुक्काळीच्याचं बारसं गळ्यातल्या सोन्याच्या पेट्या इकून केलं. त्येचं पांग फेडतोय.

''आत या मामाजी.''

''आलो बाई.''

...बसलेला जागा उठवत न्हाई. कासरं लावल्यागत कमरंला वडण लागतीया.

"ह्यो घ्या च्या."

"कुटं हाय त्यो?"

"हुंबऱ्यावर ठेवलाय न्हवं?"

"बरं —किसन्याऽ"

"सारखं सारखं किसन्या म्हणत जाऊ नगं. क्रिष्णा म्हणाय येत न्हाई तुला?"

"न्हाई बाबा. माझ्या आईबाऽनं शिकीवलं न्हाई मला. तू शिकीवतोस ते रग्गड झालं आता."

"म्हातारं झालंय खरं उगंचच बडबडत बसतंय. गप बस जा की त्या खोपड्यात."

"बसतो. तेवढा दिवा आण म्हंजे खोपड्यात उजेड हुईल."

"तुला का वाचायचं हाय माझ्यागत? गऽप डोळं मिटून बसावं."

"व्हय."

"च्या पी त्यो."

"पितो."

"आणि सारखासारखा पीत जाऊ नगं; परडं सगळं घाण हुतंय. तिथं गेल्यावर घाण वास मारतोया."

"व्हय बाबा."

...तुम्ही मातूर सण करून खाईत जावा. पोळ्या, सांडगं, भजी. परवादिशी शिमग्याचा सण झाला. दोन दीस चंगळ केलीसा समद्यांनी. एका शबदानं तरी इचारायचं हुतं. मी का लगीच खातो म्हणालो असतो? आणि म्हणालो असतो तरी मी का कुणाच्या बाऽचं खाणार हुतो? माझंच हाय न्हवं सगळं?... एवढं मिळीवलं, हाडं उगाळली, कष्टं करून हातापायाची बोट लाकडागत झाली; म्हणून तर हे सोन्याचं दीस बघताईसा. न्हाईतर मळा, घर कवाच गेलं असतं बोंबलत. धोतराला शंभर गाठी मारल्या; म्हणून तर तुमच्या अंगावर आज धडसं दिसतंय. न्हाईतर निशानी घेऊन गेला असतासा पंढरीला.

...चंपीच्या नादालाच लागलो असतो तर? तर मग हे कुठलं बघायला मिळालं असतं ह्यांस्नी?... सगळंच चुकलं. आपलं आपलं म्हणून चिंध्याचं गठळं जपत बसलो आणि आता मेकूड काढायला येत न्हाई, त्या पोराचंबी बोलून घ्यायची पाळी आलीया... ह्येंच्या ह्या वागण्यानंच म्हातारपण आलं. न्हाईतर म्हतारा हुयाला का धाड भरलीया? वक्ताच्या वक्ताला आन्न मिळालं असतं आणि अंग राखून कामं केली असती तर अजून पायांत खडं फुटलं असतं.

"किसन्याऽ"

"का आता आणि

“जरा दिवा आण की सुक्काळीच्या. काळूखं मिट्ट पडलंय हितं.”
“दारात जाऊन बस जा. म्हातारी माणसं बसल्यात बघ बोलत.”
“तू दिवा आणू नगं. तुझा बा सर्गाला जाईल.”
“बरं.”
“कारलं जलमलंस कारलं, दोडक्याच्या पोटाला !”
“बरं.”

...उगंच बारकं हाईस; न्हाईतर चड्डी भराय लावली असती एका दणक्यात. म्हातारा दिसतोय व्हय तुला?

“बाहीर कुठं चाललासा मामाजी?”
“मसणात.”
“आंधार पडलाय बाहीर.”
“मला का दिसत न्हाई? का डोळं फुटल्यात माझं?”
“ठेचकाळून पडशीला कुठं तरी.”
“हातापायांत न्याट हाय माझ्या.”
“आंधारात सापबीप फोडंल. फुकट मरशील.” ...कारटं.
“मेल्यावर बारावं करून खा. आज्ज्यानं मिळवून ठेवलंय बघ तुझ्या.”

...आयला ह्या घराच्या. कुलूप घालून बाहीरनं पेटवून दिलं पाहिजे. कोण इचारणार हाय मला? कोण सुक्काळीचा काय देऊन दमला न्हाई काय न्हाई. मनगटाच्या जोरावर मिळीवलंय. हातात न्याट हुतं आणि डोळ्यात खेंड हुतं; म्हणून हे मिळालं. मी मिळीवलं; मी दवडणार !... चंपीच्या नादालाच लागलो असतो तर?

...बरं झालं असतं. जिवानं चैन तरी केली असती. डवऱ्याची चंपी काय हलकी न्हवती. जवानीची डमडमून भरलेली हीर हुती ती.

“कुठं चाललाईस केदारीम्मा?”
“चाललोय देवळाकडं. तू कुठं चाललाईस?”
“मी चाललोय फडाकडं. खाशाबाच्या वाड्यावर. येणार काय?”
“आम्हांला काय कळतंय त्यातलं?”
“न कळाय काय झालं? तरुणपणी तुमच्या लावण्या ऐकल्यात आम्ही, केदारीम्मा आणि त्याबी खाशाबाच्या वाड्यातच.”
“गेलं ते दीस आता.”
“जात्यात कुठं? मनात रंग असला की लावणी तंग व्हायला लागतीया. चल.”
“चल तर —बेतानं न्हे गड्या.”
“हां.”

...जाऊन बसू या झालं. उगंच पोरगंबी आग्रेव करतंय. बघू या तरी काय नखरा हाय... लावणीच हाय का लावणीची बतावणी करत्यात ते.

"ढोलकीचा आवाज येतोय. सुरुवात झालीया वाटतं?

"गणगौळण चालली असंल. चला."

"चला."

...पहिलंचं कुठलं आलंय ह्यांस्नी जमायला? फाटक्या डब्यागत ह्येंचा डफ वाजाय लागलाय. हात पडला की वळवाच्या इजा कडाडल्यागत आवाज व्हायला पाहिजे. गणगौळण चंपीगत नाचली पाहिजे. ...डोंगरावरचं दराड ढासळल्यागत ह्येंची गणगौळण.

...काय त्या वक्ताला गळ्यानं साथ दिली. आंऽऽ केलं की नाकपुडीची पुंगी. वड्याकडंला असलेली चंपी धावंवरचा सूर ऐकून डुलायची. नुसती नागीण.

...टुमदार कुणाची छान, नवती भरजान, पुसा रं ही आली कुठून

...कवळी मक्क्याची कणसं कचाऽचा चावून खावावीत तसं गाल. पदराखालच्या त्या पोसवत चाललेल्या पोटऱ्या. काय पोटऱ्या त्या. त्येंच्याकडं बघिटलं की उरावरनं हत्ती जायाचा.

...हिकडं लावणी; हिकडं जिवात चंपी. थेट, केळीला पानं फुटल्यागत. हिकडं डफावर थाप; हिकडं चंपीच्या पायांतली छन्‌छन् जोडवी. हिकडं व्होट करी लाल; तर तिकडं व्हटावरचं सातारी पेढं... काय गोड !

"ये म्हारुती."

"चालू द्या. आम्ही बसतो हिकडं."

"भिकबाचा म्हातारा आलाय वाटतं —केदारीम्मा, असा फुडं ये."

"नगं. हितंच बसतो गड्या. चालू द्या तुमचं."

"असा फुडं ये की... काय चुकलंमाकलं तर सांग म्हणंस."

"चल की गा, केदारीम्मा. ऐकायलाबी ठळक येईल."

"बऽऽरं."

"बेतानं. तोल जाईल."

"लावणी ऐकाय आलाय आणि तोल जातोय? अजून पोरगा हाय न्हवं?" रामज्याचं तोडं.

...सापकांदं कापून ह्येचं तोंड केलंय देवानं. तरणं हाय. अजून जग कळलं न्हाई भडव्याला. टरफालं उडून गेली म्हंजे मग कळंल. त्या वक्ताला ताजं ताजं श्याण खाऊन आल्यागत तोंड करून बसंल.

कसली लावणी म्हणतोय ह्यो शिर्प्या? थांबायचं कुठं कळत न्हाई; चढायचं कुठं कळत न्हाई. डबऱ्यात जाऊन पडल्यागत सूर उतरतोय खाली... झेपाया नगं?

आरं, तालमी करून आवाज मळवाय लागतोय गाडीवाटंगत.

...ताल चुकला. ढोलकं वाजीवतोय का कुंडाला? नेट हाय का तुमच्या हातांतनी? भडव्यांनू, च्या पिऊन हातापायांच्या शिरा वाळून गेल्या तुमच्या. चवंडकी घेऊन वाजवत बसा जावा घरात... कशाला करातासा असलं ढंग?

"शिर्प्या, म्हणू नगं ती लावणी."

"का गा?"

"गाढवं राख जा."

"म्हाताऱ्याला तरणंपण आलं वाटतं."

"रामज्या, तुझ्या बाऽगत भडव्या, मी. उगंच कशाला घोड्याच्या मुतागत खराटघोट बोलतंस? लावणीची रीऽ तरी वडायची ठावं हाय काय तुम्हांस्नी?"

"आगा, मग तू म्हणून दाखीव. लई फड गाजीवलाईस म्हणं तू."

"काशा, त्या ढोलकीवाल्याला ढोलकी घेऊन वांडरं भुजवाय जा म्हणावं. नुसता जरा डफाचा ताल धर. न्हाई तर हिकडं आण त्यो माझ्याकडं. तुणतुणं जरा आवळून घे रं. दावतो ह्यास्नी इंगा. आरं, लावणी रंगिली रांड असली तरी हिमतीबगार हात घालाय येत न्हाई तिला."

...म्हणूनच दाखवावी ह्यांस्नी. हातबी शिवशिवाय लागत्यात.

"जरा पाठीमागं सरक. फुडं बसतो मी." ...बोटं रिनरिनाय लागल्यात.

..."चंपे, लावणी कशी काय वाटली?"

"तुझ्या डोळ्यातल्या रंगागत."

"तमाशातल्यागत बोलतीस. असं बोलतीस आणि काळीज कालवून जातीस."

"आणि तू सुरांचं सुरं मारतोस !"

"आया, आया, आया ! काय बोलतीस ग हे? ...अगदी भंगारणीचा तमाशा."

"तुझी लावणीबी तशीच असतीया तर बोलाय नगं?"

"आऽऽऽऽऽ" ...खोकला दगा देतोय वाटतं. "ईऽऽ ईऽऽ ईऽऽ" ...डफावर हात नेटलून पडत न्हाई. चमडं नि चमडं ढिलं झालंय.

"टुमदार कुणाची छान, नवती भर ज्यान, पुसा रं ही आली कुठून..."

...आवाज थरथरतोय. पहिलंगत उठत न्हाई.

"सरुपाचं तुटती वर तारं, कडाऽरंऽकड, इजा पडती जणुं तुटून."

...न्हाई चढायचा जास्त. खोकला दगा द्यायला लागलाय.

"गुंफिली येणीची नागिण, लडा रं गालावर दोहीकडंऽऽ हाऽऽ हाऽऽ। पान खाऊन व्होट करि लाल अंगावर शाल झळकती चुडंऽ। वय बारा-तेरात ऐन आली भरात... चटक चांदणीऽऽ। किती नटुन-थटुन मारतीस छानाछना नैनाच्या संगिणीऽ। झालो घावाइनाऽ घायाळऽऽ..."

...न्हाई जमत. हाडं झिनझिनाय लागल्यात रं देवा !

"म्हारुती, फुरं बाबा."

"का गा? म्हण की. पुरी तरी कर."

"न्हाई जमत. ध्येनात न्हाई आणि सुधरतबी न्हाई."

"बऽरं. मग ऐकत बस तर."

"जरा असा भितीकडंला जाऊन बसतो."

...देवा परमेसुरा, डफ गेला आमच्या हाताततनं. सूर वर चढत न्हाई, बरगड्यात हवा मावत न्हाई. समदी खोकल्यानं वाया गेली... घेरी येतीया वाटतं. लाक्दिशी घर हललं. काय म्हातारपण हे. ...समदाच ताल चुकला.

"म्हारुती जरा घराकडं घालवून ये चल बाबा."

"का? बस की."

"नगं. उगंच पोरगं नि सून खेकसाय लागंल."

"एवढं आता काय नडलंय तुझं घरात? गप ऐकत बस."

"नगं नगं. चक्कर आल्यागत व्हाय लागलंय." ...काय म्हणू ने ते व्हायचं आणि पाटकन जीव जायाचा... आमच्या डफाचं कडं आता खुट्टीला अडीकलंय. गंजून गेलंय समदं.

"ऊठ की, म्हारुती."

"ऊठ तर."

"उठा."

... आई गं.

"म्हातारा तरणा हाय; खरं म्हाताराबी हाय हं."

"छबिदार सुरत फाकडी मसणातनं वडून आणली हं ह्येनं."

"पान खाऊन व्होट करी लाल नि धोतार करी पिवळं."

"हा: हा: हा: हा:"

...हासा बाबांनू. पोट भरून हासा. वाटलं हुतं तसं घडलं असतं तर तोंडात शेणं भरली असती तुमच्या. चाळिशीतला केदारी पवार तुम्हांस्नी ठावंबी असंल. तसा सूर लागला असता तर तुमची म्यांव मांजरं झाली असती.

तसं हुईल असं वाटलं हुतं. मनानं वचन दिलं हुतं... पर ही काया बुळी, तिला निभलं न्हाई.

"आई, म्हातारडं आलं गऽ परत."

...किसन्या खरं बोलतोय. खोपडाच खरा. बिनदिव्याचा. रक्तानं नाडीवर धरलेला ताल खोटा. ढिलं चमडं खरं. मघाशी ढोलकी वाजत हुती ती डोसक्यात. खरं म्हंजे डोसकं ठणठणत हुतं आणि आतल्या आत आवाज घुमत हुता त्यो

खोकल्याचा. साँय साँय... चंपी आता म्हातारी झाली असंल. न्हवऱ्याच्या घरात हाय का मेली कुणाला दखल? न्हाईतर असंलबी. बसली असंल माझ्यागत लडालडा मान हलवत.

"दिवा आणू मामाजी?"

"नगं आता. गावला माझा मला खोपडा."

मौज, दिवाळी १९६५

इंजेन

समदीजणं घटकाघटकाभर सावलीला पडलेली. मांडवात बैलं भुकंच्या तावाला उसाचा गारेगार पाला गपागप खातेली. मोटंवर बैलांबरूबर तंगलेल्या सित्याला नुक्ताच कुठं डोळा लागला; तवर मालक घाम्याघूम होऊन मळ्याकडं आला... खोपीच्या आडासनं मांडवाकडं एकदम कुणीतरी आलेलं बघून वैरण खातेला सोन्या दचकला. मालक खोपीत गेला नि त्येनं सित्याला हाळी घाटली.

"सित्या, उठलास काय?"

निजून कितीबी वकत झालाय कुणाला दखल; म्हणून गडद नीज लागलेला सित्या हडबडून उठला.

"काय हो मालक?"

"ऊठ. गाडी जूप."

"एवढ्या उनाचं?"

"आरं, कुठलं ऊन? सोन्यासारखं इंजेन येऊन पडलंय कागलात... लोखंडाचा जिन्नस, उनाचं तापूनबिपून फुटायचं एखाद्या वक्ताला."

मोटा सोडून नुसतं घटकाभर झालं हुतं. बैलाच्या तोडांचा अजून फेसबी वाळला न्हवता. वैरण खायला माना खाली करताना भगभगणाऱ्या वसिंडांचं कढ कमीकमी हुईत चाललेलं. ठणकतेल्या चारीबी पायांच्या शिरा तट्ट फुगल्या हुत्या. हे समदं हिरव्या वैरणीपायी सोसायचं... आणि आता डोळ्यांफुडं नुसती हिरवीगार वैरण दिसत हुती. वर चैताचं ऊन रणझणतेलं.

सित्यानं बैलांकडनी वाकूण बघिटलं.

"फुड्यात टाकलेल्या पेंड्या तरी खाऊ देत बैलं."

"ऱ्हाऊ दे चल. आल्यावर खातील म्हणं."

चूळ भरून गावाकडं जायाची कापडं घाटली नि बैलांस्नी कासरा लावला ...अर्धा-निम्मा घास खाईतखाईतच बैलं मांडवातनं बाहीर आली... त्यांस्नी वाटलं, पाणी पाजायलाच पाटाकडं एवढ्या लवकर न्हेत्यात. तेवढ्यातनंबी रुप्या बैलानं दांडगाच्या दांडगा घास करून घेटला.

दांडीच्या घोड्याला धरून सित्यानं गाडी वर उचलली नि बैलांनी मुकाटपणानं जुवाच्या खाली माना सारल्या... घास तोंडात चाललंच हुतं.

सोन्याची सापती लावायला सित्या त्येच्याकडं वळला. वादी ववायला जुवाला हात लावल्याबरूबर त्येच्या हाताला चाऽटदिशी चटका बसला... बैलं जू मानंवर घेऊन गप्पच हुबी हुती. सित्यानं सरळ पुन्ना घोडा वर उचलून बैलांच्या माना बाजूला सारल्या नि घोडा भुईवर टेकवला.

''का रं आणि?''

''जू इस्त्याच्या खेंडागत तापलंय. बैलांच्या माना होरपाळून जातील चार्र्रदिशी.''

''तुझा मर्दा, लई रमणा.''

''झालं की. जरा पाणी मारून घेतो जुवावर.''

''आटीप आटीप लवकर.''

कसंबसं पाणी वतलं नि गाडी जुपली. कागलाच्या वाटंनं बैलं पाय उचलू लागली... उनाची उसळलेली कायील त्येंच्या उघड्या अंगावर वतत हुती.

पाचसा एकरांचं एवढंएवढंसं रान. त्यात सरकारी मदतीनं हीर काढलेली. एक मोट चालायपुरतं हिरीला पाणी. ते वडायला सोन्यारुप्याची जोडी. इंदराच्या ऐरावतागत पांढरीधोट. चारपाच, चारपाच गाडी गूळ मळायचा. नांगर ,कुळवट, पेरणी, खतपाणी; समदं दोनच बैलांवर... मालक सालासालाला गबर व्हायचा. लक्षुमी भरल्या वटीनं घरात पाय टाकायची. मालकानं बेंदराच्या सणाला देव पुजल्यावर बैलांस्नीबी बरं वाटायचं... त्येंच्याच पायांच्या पुण्याईनं आज इंजेन घरात येत हुतं.

गाडी कागलाकडं जाईल तसं मालकाच्या मनात इंजेन सुरू झालं... फुडच्या वर्सीचा दराक्षाचा मळा गारेगार झुलला. मायंदाळ लावलेला ऊस पाणी पितेला दिसला... एका-एका रुपायातनं धा-धा रुपयाची पिल्ली बाहीर पडली.

''सित्या, येत्या मिरगाला पैशाचाच पाऊस पडतोय बघ शेतावर.''

''ते कसं काय?''

''आरं, इंजेन आता पाण्यावर बसलं म्हंजे समदाच्या समदा मळा हिरवा हुणार की.''

''मोटंनंबी हुतोयच की आता.''

''तसं न्हाई. हिरीला इंजेन लागलं की उपसा दुपटीनं हुणार. सकाळी सुरू केलं की तासरातीलाच बंद. मधी दमच खायचा न्हाई.''

"हां."

"बैलांचं तसं कुठं असतंय? मधी दोनअडीच तास वैरण खायाला सोडावी लागत्यात."

"व्हय की."

"शिवाय मोटंवर एक पेशेल गडी. इंजनाचं तसं न्हाई. सुरू केलं की खुशाल गप बसावं; न्हाई तर बाकीची कामं बघावीत."

"म्हंजे एक गडी इंजनानं वाचलाच म्हणायचा की."

"तर. शिवाय पाण्याला इंजनाचा उपसा असला म्हंजे पाणी हिरीत कायम साठत जातंय... आसपासच्या हिरीचं पाणी आपल्याकडं खेचलं जाणार हो. कसं?"

"तेबी बरूबरच हाय म्हणा." सित्या हूंला हूं म्हणत हुता.

गाडी कागलातल्या माने-मेस्तरीच्या दुकानात येऊन थडकली... एक दांडगीच्या दांडगी पेटी दुकानावर पडली हुती. तिच्यावर काळंकाळं दोन छाप... त्यांस्नी सोन्या बैल चाटकन भुजला नि गाडी लाऽक्करून हलली. सित्यानं कासरा तंग केला... बेतानं कासरा वडून तिची पाठीमागची बाजू पेटीजवळ न्हेली. पाठीमागं काय पाहिजे ते होऊ दे म्हणून बैलं फुडं बघून गप हुबी ऱ्हायली.

मेलेल्या जनावराला उचलावं तशा सांग्या लावल्या नि धा-बारा जणांनी मढं उचलल्यागत इंजेन उचललं. तसंच गाडीत सारलं. मोक्यांसंगट मागंफुडं पेटी गच्च बांधली. इंजेन बरूबर गाडीच्या बुटावर ऱ्हाईल असं केलं.

उचलायला आलेल्या माणसांस्नी मालकानं च्या दिला, पान दिलं नि गाडीकडं आला... जुवासंगट बांधलेली बैलं त्येच्याकडं गरीब डोळ्यांनी बघत हुती आणि छापाचं मोठंमोठं डोळं बैलांकडनी लावून चौकोनी पेटी गाडीत ताठून बसली हुती.

मालकानं आणि सित्यानं मिळून जू खच्चाटून उचललं नि बैलांनी त्येच्याखाली आपल्या माना घाटल्या. सित्या गाडीचं घुणं काढाय गेला; तवर मालकानं सापत्या बैलांच्या गळ्यांस्नी आवळल्या... गाडी गावाकडनं मळ्याकडं चालली.

माळरानाची वाट. वाटंला खाचखळगं, दगडाचं गुंड, चाकोरीच्या व्हंगाळी पडलेल्या. तसल्यात इंजनाचं वझं मरूस्तवर. चाक दगडावरनं खाली पडलं की गाडी बैलांच्या मानंत दाण्णदिशी आदळायची. खळग्यातनं वरखाली हुतानं तर वसिंडाला घसाघसा हिसकं बसायचं. खडकातनं मानंत बुक्क्या मारल्यागत हुईत हुतं... गाडी मळ्याकडं चालली हुती. मालक पेटीला टेकून पान खाईत, तोंड रंगवत हुता. सित्याच्या हातात बैलांचा कासरा... वर उनाची चुलीवर ठेवलेली कायील.

मळा आला. बैलांच्या डोळ्यांस्नी वळखीची पिकं दिसली. सकाळचं पाणी

पिऊन ऊस डुलत हुता. वाऱ्यासंगं मका खुसखुसतेला आणि कोबीचं गड्डं मोठ्यामोठ्या हिरव्याभोर पानांनी बैलाकडं बघून हासतेलं... हिरीच्या पलीकडची खोप वळचण डोळ्यांवर धरून गाडीतल्या पेटीकडं बारीकबारीऽक बघत हुती.

बांध आला तशी बैलं लगालगा पाय उचलू लागली. तिथली वाट नि वाट पायांखालची. नांगरटीतनं, खड्ड्यांतनं घसाघसा वडत नि तोंडं फेसाळून घेत बैलं सरळ हिरीजवळ आली.

वैरण खाऊन, पाणी पिऊन त्येंनी दुपारी मोटा वडल्या.

बेस्तरवारी नारोळ फोडून इंजेन बसवायला हिरीजवळ खड्डा काढला. आदल्या दिशीच इंजनाची पेटी सोडवून घेटली हुती... आज सकाळधरनं किशा डायव्हर नि त्येचा एक दोस्त येऊन ते जोडत हुता. बैलांच्या मांडवाच्या सावलीला हे काम चाललं हुतं. जरा परभारी असलेल्या बांधावरच्या बाभळीच्या सावलीत बैलं बांधली हुती. मोटंचं पाणी प्यालेल्या बाभळीनं त्येंच्यावर फांद्यांचा पदूर पसरला हुता... भवतीनं मातूर ऊन येढून बसलं हुतं... त्येच्या झळा अंगावरनं आगीचं वारं गेल्यागत झळझळतेल्या.

सित्या किशाच्या हातांबुडी हे उचल ते उचल करत हुता. गावात जाऊन कायतरी आणायचा. पुन्ना जायाचा. मालकाची पोरं इंजनाच्या भवतीनं, खड्ड्याच्या भवतीनं सारखी घिरट्या घालत हुती... आजच्या आज इंजेन बसवायचं हुतं.

जेवणं करून माणसं पुन्ना कामाला लागली. ऊन बोलू देईना झालं. पोरांनी उसावरच्या सारावरचं आजपतोर फुललेलं झेंडू तोडलं. त्येंच्या माळा केल्या नि खड्ड्यात ठेवलेल्या इंजनाच्या डोसक्याला घाटल्या. सित्या कपाळाचा घाम पूऽऽपुसून डायव्हर सांगेल तसं इंजनाच्या बुडातली माती ऐदानानं सवणत हुता. शेजारीच एका दगडावर दुसरा दगूड चिकटून ठेवल्यागत मालक बसला हुता... बाभळीबुडली बैलं त्येच्याकडं तारताळ्या देत बघत हुबी हुती. सकाळधरनं त्यांस्नी कुणी वैरणच घाटली न्हाई. इंजेन बसवायच्या नादात उसाचा पालाबी आज कुणी काढला न्हवता... सित्या सवणता सवणता आठवण होऊन मालकाला म्हणाला,

"मालक, बैलांस्नी दोन पेंड्या उसाचा पाला तरी काढून घालतो."

"ऱ्हाऊ दे तिकडं. एक दिसानं बैलं काय मरत न्हाईत. इंजेन एवढं सवणून झालं पाहिजे. आजच्या आज सुरू करून बघायचं —ह्येंद्याऽ" दगडावर तसंच बसून मालकानं पोराला हाक मारली.

"काऽय?" पोरानं शेंबूड वडला.

"बैलास्नी गवताच्या दोन पेंड्या टाकून ये जा रे."

ह्यंद्यानं मोजून दोनच पेंड्या व्हळीच्या काढल्या नि बैलांस्नी टाकून आला. किती टाकून आला, बैलांच्या फुड्यात त्या पडल्या का न्हाई, ह्येच्याकडं कुणाचं

ध्यानच न्हवतं... मालक इंजनावर डोळं धरून बसला हुता नि डायव्हर भवतीनं फिरत, कामं सांगत डायव्हरकी करत हुता.

"सित्या, चांगलं सवण हं. न्हाईतर सुरू झाल्यावर हादरत हादरत फुडं जाऊन हिरीत घसरायचं." मालक.

सित्या हूंऽ म्हणून ऐदान उचलत हुता नि सवणत हुता. मालकाजवळचं पान खाईत डायव्हर म्हणाला, "मालक, इंजनाला सावली कायतरी केली पाहिजे."

"करा की. हयगय नगं. आजच्या आज करून टाका."

"आजच्या आज कसं जमणार?" सित्याचा कान मालकाकडं हुता. ऐदान उचलून त्येची आतडी वर आली हुती.

"जमंल की."

"चारपाच तरी मेडकी तोडाय नगंत? एकदोन येळकाटं, शेवऱ्या, व्हय-न्हवं; समदं गोळा कराय पाहिजे."

"मग?"

"उद्या सामान जमवून परवाच्याला घालावा." दमलेला सित्या.

"उद्या-परवावर नि कशाला?"

"न्हाईतर ह्योच मांडव मोडून घालावा." बैलांच्या मांडवाखालचा डोकेबाज डायव्हर म्हणाला.

"छे ! छे ! बैलांची सावली हाय ती." सित्या.

"बैल बांधायला येतील म्हणं बाभळीबुडी चार दीस. तवर ह्योच मांडव मोडून इंजनावर घाला."

मालकाला घाई हुती. सित्याला मालकी न्हवती ... त्यो नि बैलं एकाच दावणीतील.

इंजनावर बैलांचा मांडव मोडून घाटला. वैरणीच्या व्हळीतल्या सातआठ पेंड्या कडबा काढून वर हातरला... खुट्टं, दावण उघडी पडली... बैलं बाभळीबुडीच अनवाणी रवथ करत बसली. मोडून नव्यानं घाटलेल्या मांडवात इंजेन काळाढूस नटलेला न्हवरा बसल्यागत दिसत हुतं... जलमभर त्येच्यासंगं नांदायची पाळी हिरीला येणार हुती... दुसऱ्या बाजूची मोटवाण इंजनाकडं पुन्नापुन्ना मान वाकवून निरखून बघत हुती. पोरं शिट्ट्या मारत इंजनाच्या भवतीनं नाचत हुती.

नळा दुसऱ्या बाजूनं पाटात सोडला. इंजेन सुरू झालं नि तेलाचा वास मारतेलं काळंकाळं पाणी नळ्यातनं बाहीर उसाळलं... पाट एकदम येडबडून गेला... पाणी हिकडनं कुठनं आलं? मोटवाणीचं तर कंबारडंच मोडल्यागत झालं. आपला जीवच कुणीतरी काढून घेतल्यागत तिला वाटलं. पाटाची दगडं म्हाताऱ्या माणसाच्या मनानं येईल ते पाणी फुडं सोडत हुती.

उन्हाळ्याचा पावसुळा झाला. एका एकरात दराक्षाचा मळा हिरवा होऊ लागला. इंजेन पाणी वडू लागलं नि बैलांची वाट बघून बघून धाव तशीच पाटाकडंला जीव नकोसा होऊन भुकेवलेल्या माणसागत पडून ऱ्हायली. वरची आंब्या-बाभळीची वाळली पानं तिच्या अंगावर उवा-लिक्का झाल्यागत बुचबुचली. ना पाणी ना येवस्था. गुडघाभर केराचं टेपाण अंगावर साठलं... मोटंचा चाक-कणाबी बिनघुमताच तोंड शिवल्यागत गुमान ऱ्हायला. सित्याच्या हातातनं मोटंचा नाडा गेला नि गळ्यातलं गाणंबी गेलं. सत्ता नसल्यागत बैलं टंपरवारी वरवरची कामं करू लागली. नांगरट-कुळवट करणं, खतमूत वडणं असली सोभाग नसलेली कामं.

साल उलटलं नि पुन्ना उन्हाळा चटकं देऊ लागला... पाण्याला वड बसली. पिकं जागच्या जाग्याला उपडून ठेवल्यागत झाली... इंजनाचं पाणी म्हणून बराच मळा हिरवा करायचा बेत केला हुता; त्यो असा कोळमसून चालला.

न्याहारीच्या वक्ताला मालक मळ्याकडं आला तरी इंजेन बंद हुतं.

"इंजेन का सुरू केलं न्हाईस रं सित्या?"

"तेल सपलंय."

"परवादिशी आणलं हुतं की."

"काल सांजच्यालाच झालं... इंजेन तेल लई खायाय लागलंय."

"ते बरूबर हाय. पर तेल बिल्याक-मार्किटनं आणाय लागतंय त्येचं काय?... दुप्पट पैसा जातोय."

"मग आता पाणी तरी पाजलं पाहिजे रानाला. उन्हाळ्याचं दीस."

डोसक्यात किडं पडल्यागत झालं नि मालक तसाच घराकडं गेला... आयला ! एवढा पैसा आणू तरी कुठला? गेल्या सालापासनं सात हजार गेलं. अजून हातात कशाचाबी पत्त्या न्हाई.

आठ दिसांनी मालकाला एक बातमी कळली. इचारी होऊन मालक सित्याकडं आला.

"सित्या, तेलाची दांडगी दोन ब्यारेलं मिळणार हाईत."

"ब्येस झालं. कवा मिळणार हाईत?"

"उद्याच्या उद्या मिळतील; पर हातात पैसं पाहिजेत."

"आता मग ते हो मी काय सांगणार?"

"माझ्या मनात एक इचार हाय."

"कोणचा?"

"निम्मी वैरण इकावी म्हणतो. गिऱ्हाकबी आलंय."

"आणि बैलांस्नी?"

“बैलास्नी निम्मी ठेवायची. त्यांस्नी आता जादा वैरण काय करायची? वरची तर कामं करत्यात.”

सित्या बैलागत गप्पच बसला. बैलं सावलीबुडी भवतीच्या उनाकडं बघत बसली हुती.

व्हळीची निम्मी वैरण गेली नि मुंडकं तुटून गेलेल्या जनावरांच्या मुडद्यागत दिसणारी तेलाची दोन ब्यारेलं बैलांनी रातचं जाऊन ठेचा खाईत खाईत वडून आणली.

दुसऱ्या म्हयन्यात व्हळीच्या जाग्याला कायच दिसलं न्हाई. त्येच्या बदल्यात मालकानं कोल्हापुरासनं जाऊन कसलातरी लोखंडाचा मुद्या आणला नि त्यो इंजनाच्या पोटात घालून त्येचं पोट बोल्टांनी आवळलं.

सित्या अलीकडं जीभ नसल्यागत झाला हुता. त्येचं हात इंजनाचं अंग पुसून पुसून काळं झालं हुतं. हातात बैलांचा कासरा जाऊन हांडेल नि पानं आलं हुतं... बैलं आता ठकली हुती. कवा त्येंच्या अंगावरनं कुणी हात फिरवायचं; कवा न्हाई. फुड्यात कवा कडब्याची धाटं असायची; कवा नसायची. हिरीतलं पाणी बिनढवळता इंजेन गपगार तसंच वडत हुतं. पालापाचुळा हिरीतच ऱ्हाऊन कुजत हुता. पाणी गपगार. हळूहळू मचूळ हुईत हुतं. चव बदलून कुजत चाललं हुतं. हिरीला वाटत हुतं, आज ना उद्या आपलं कुजत चाललेलं पाणी ही बैलं आपल्या मोटंनं ढवळतील नि पालापाचुळ्यासकट उपसा करून मन निवळसंख करतील... पर तिच्या मनात पू तसाच जमत चालला हुता नि हाडांचा हळूहळू मांडव करून बैलांचा जीव जगत हुता... सावलीत बसून ती इंजनाचा भूत भूत भूत आवाज ऐकायची.

मांडवात इंजेन खोलत बसलेल्या सित्याला मालक म्हणाला, “सिताराम, बैलं इकून टाकू या.”

“आणि हो !” ...हाताची घाण लागनू सितारामचं तोंड काळं झालं हुतं.

“काय करायची ठेवून तरी? एवढाएवढासा मळा. त्यांस्नी आता कुठं काम हाय? भाड्याबिड्याची बैलं लावूनच वर-कामं करून घेता येतील म्हणं.”

“बैलं हाईत तर मळ्याची लक्ष्मी हाय, मालक.”

“पर त्यांस्नी आता बसून तरी किती दीस घालायचं रं? जाऊ द्यात तिकडं. दुसऱ्या कुणाच्यात तरी जाऊन खातीलबी नि राबतीलबी. कसं?”

“... ...” चुना जास्त घालून सित्यानं तोंडात पान कोंबलं.

वाघऱ्यात मेंढरं कोंबल्यागत पिकं उनाच्या दणक्यात गुदमरून गप्प बसली हुती. त्येंच्या पायांत खालचं पाणी जिरून नुसता तेलकट वास ऱ्हायला हुता.

सूळगावचं हेडे आलं नि बैलांची दावी खुट्याला मिठी मारून खाली पडली. अंगं झाडून दोन्ही बैलं उठली. मालकानं म्होरक्या काढून घेटल्या... बैलांनी गपगार

काढू दिल्या. सित्या गापदिशी आत गेला नि दुपारच्याला ठेवलेली भाकरी घेऊन आला. एकएक भाकरी दुमती करून बैलांच्या तोंडात दिली. ती त्येंनी गपागपा खाऊन टाकली. सित्याचं भाकरीचं हात काकवीची बोटं चाटल्यागत चाटलं ..हेड्यांनी कासरं लावलं. जाता जाता रुप्या बैल ठेवलेल्या बारडीतलं पाणी प्याला.

गोठा मोकळा झाला. दावणीतली कडब्याची धाटं इसकटलेल्या तिरडीगत दिसत हुती नि सरणाची राख भरून न्हेलेल्या जाग्यागत वैरणीच्या व्हळीची जागा मोकळी झाली हुती. धाव जास्तच गुडघं गळ्यात घेऊन पाटाकडंला सरकली.

बैलासंगट वड्यापतोर जाऊन सिताराम हात हालवत परत आला... जाताना सोन्या बैल पोवट्या टाकत गेला हुता; त्यातली एक पोवटी त्येनं सोन्याचा तुकडा आणल्यागत हातातनं आणली हुती... पोवटी गोठ्यात टाकून तो कमरंचं हाड काढून न्हेल्यागत खोपीत जाऊन माटकरून बसला... खोंबाऱ्याला कान अडकलेला चाबूक त्येच्याकडं डोळं लाकडाचं करून बघू लागला.

सकाळ झाली नि मालक इंजनाच्या नव्या रिंगा घेऊन मळ्याकडं आला. गाडी, कुळव, नांगर, वळचणीकडंची कोळपी गळं कापून न्हेल्यागत जिथल्या तिथं पडली हुती. मालक खोपीतनं इंजनाच्या मांडवात गेला. तिथं जळक्या कुर्डाईलचं तीन डबं कसाबानं चरबी भरलेल्या डब्यागत दिसत हुतं. मेलेल्या बैलाच्या पायाचं सांधं-हाड पडल्यागत हांडेल पडलं हुतं ते पायात अडकलं.

सिताराम कुठंच दिसला न्हाई... समदा मळा सुस्त.

"आयला ! दोनचार हजाराचं इंजेन टाकून गडी गेला वाटतं."...

असं म्हणून इंजनाच्या सामानावरनं मालकानं डोळं फिरवलं. समदं जिथल्या तिथं हुतं. इंजेन हिरीच्या कडंला पाण्याकडं डोळं लावून भूत बसल्यागत गप बसलेलं... मान उच्च करून आंब्याचं झाड काल बैलं कोणच्या बाजूनं गेली ते धावंवरनं बघत हुतं.

■

सत्यकथा, मार्च १९६७

बायकू-पोरं

"काय म्हारुती, बसलाईस?"

"बसलोय जरा. काय कामबी न्हाई आज."

"गरागरा जरा गावातनं फीर की. धड्यानं भरलंय काम. तुझ्या घराकडं का चालत येईल?"

"बघायचं आता. त्याबिगार कसं जमंल? —बिडी एक दे की."

"बिडी संपलीया रं."

"वडल्याली दे."

"आयला, मागून बिड्या वडायपेक्षा आंब्याच्या पानाचा चुट्टा करावा नि एरंडाच्या पानाचा वाळला चुरा त्यात घालून वडावा. कशाला दुसऱ्याला खार घालतासा?"

"दे की गा. बिडी संपलीया म्हणून..."

"जा की इकत आण जा."

"वडून झाल्यावर तरी दे."

"पायांखाली घोळसून टाकीन, खरं तुला देणार न्हाई. माप फुकटात चैन करशील."

...साध्या बिडीची गोष्ट. माणूस तरी काय असतंय ! खोडीला पडलं तर केसातली ऊबी फुकट द्यायचं न्हाई. किती दीस झालं, म्हणतोय: बिडीचा बंडल योक घ्यावा. घोडाछाप काड्याची पेटी एक घ्यावी. नव्या बंडलातल्या बिड्यांचा वास हुंगावा. काडी कानांत घालून मोळ काढावा. घटकाभरानं बेतानं बिडी पेटवावी. निर्मळवाणी ह्या हुंबऱ्यावर बसून सबंधच्या सबंध पॉटभरून वडावी. जाणाऱ्या माणसाला 'बस' म्हणावं. त्येला आकबंद बिडी द्यावी... बिड्या वडत एकादा दीस बिनकामाचा काढावा...

एवढं कुठलं आलंय नशीब. हातात बिडी असती तर त्यो कशाला बोलला

असता? मी तरी त्येच्या सतरा मिणत्या कशाला केल्या असत्या?

"ऐकू आलं काय गं?"

"आलं." ...ही तरी त्येच्या भणं सदा वायद्याला टेकल्याली.

"गण्या कुठं गेलाय?"

"बाहीर."

"ते दिसतंय खरं. बाहीर कुठं?"

"गेलं असंल कुठंतरी बोंबलत. मला का कोण सांगून जातंय? कुठंतरी जाऊन उकीरडं फुकत बसलं असंल."

"तेबी खरंच."

...थोरला ल्योक. कायतरी काम करून पोटाला खाईल म्हटलं; तर त्यो येचतोय गावाच्या उकीरड्यावरचं जळकं कोळसं. हाटेलात घालतोय नि त्येची श्यावचिवडा घेऊन खातोय. गल्लीबोळातनं दीसभर कुत्रं हिंडल्यागत वारवार हिंडतोय... चांगला निपजलाय माझ्या पोटाला... सारी तशीच.

"भैऱ्या, जरा आडदाणीवरचं मुंडं आण माझं."

"कशाला?"

"काम हाय."

"काय सांग की."

"गप कुत्र्यावाणी सांगंल ते काम करावं."

"मग मी न्हाई जा."

"आता उठलो म्हंजे लाथ घालून आतडी बाहीर काढीन."

"हे घे."

"थांब; जाऊ नगं. बिड्या दोन पैशाच्या घेऊन ये."

"मला दोन पैसे दे; मग."

"ऐकू आलं काय गं? ह्या मुंड्याच्या खिशातली गिन्नी काय झाली?"

"म्या न्हाई घेटली."

"कुठं हाय रं भैऱ्या गिन्नी?"

"मला काय ठावं?"

"तुमच्या आयला; ह्यातली गिन्नी मग कुणी घेटली?"

"आम्ही न्हाई घेटली."

"मग घेटली कुणी?"

"आम्हांला काय ठावं? आणि तुझ्याजवळ पैसं तरी कुठलं? राती खायला पैसं मागतानं तर न्हाई म्हणालास."

"मुकाट्यानं गिन्नी टाका, न्हाईतर जीव घेतो एककाचा."

तवर बायकूला पुळका उठला. "घेटली असली तर घेऊ द्यात तिकडं. पोटाला खात्यात. तुमच्यागत धूर काढून फुकत न्हाईत वाऱ्यावर."

..बाऽच्या टाळूवरचं लोणी खातील माझी पोरं. मेलो तर जाळायची न्हाईत. पुरून येतील आणि सरणाचं जळाण इकून हाटेलात च्या-पाव खातील. इरसाल नि भिक्कार. देवा, म्हणून रातचं घरात येतोय. ईळभराच्या कामानं तोंडाला कडू आलेलं असतंय. जरा निवांत पडावं म्हटलं तर कोणतर वड्यावर गेल्यागत दंगा करत्यात. एकमेकाला घाणघाण शिव्या देत्यात. आपल्याच आईचा उद्धार करत्यात. त्येंच्या रडण्याला तर खच्चून बोंबलल्याइदमान चवच येत न्हाई. फटकं देऊन गप करावं तर माझ्या सात पिड्यांचा उद्धार. लाख रुपय पडतील अशा मोलाची शिवी. श्याण खाल्ल्यागत तॉंड करून गप बसावं लागतंय. चोरून बिड्या वडत्यात. पैसं लावून इस्पिटानं खेळत्यात. कुणाबुणाचं काय गावंल ते उचलत्यात नि इकत्यात. खात्यात. कवा कुठंच काय नसलं तर मग उकिरड्यावरचं कोळसं. सगळी बाहात्तर लक्षणी हाईत. धड याकबी काम ऐकत न्हाई.

...लई केलं ह्या पोरांसाठनी. धडाधडा दोनतीन ल्याक सुरात झालं. राबायला जोर आला. उश्शी आली. धाधा चिरं ऊस उरकत हुतो; तिथं पंधरापंधरा चिरं ऊस उरकला नि दिडीनं रोजगार पाडला. सहासहाशे गवताच्या ठिकाणी हजारहजार गवात कापलं. तुकडापाणी घासभर कमीच खाल्ला. अंगावर कवा ल्यालो; कवा न्हाई. समदं पोरंबाळं धड करण्यापायी केलं... हाईत पोरंबाळं; खाऊद्यात. ती धड तर आपूण धड. उद्या म्हातारा झाल्यावर तीच पोटाला घालणार हाईत. चांगली पोसली पाहिजेत. दैत्याच्या पिल्ल्यागत झाली पाहिजेत. त्येंचा जीवसंतोष तर माझा जीवसंतोष, असं वाटलं.

त्येंच्यासाठी भाऊभणी दूर केल्या. आईबाऽला सोडून दिलं. कायतरी भांडाण काढून सवतं ऱ्हायलो. ...ह्या थोरल्या पोराच्या वक्ताला तर रेड्यागत राबलो. उन्हाळा म्हटलो न्हाई, रात न्हाई, अंधार न्हाई —सारखा राबलोच... आणि आता त्याच थोरल्या पोरग्याला परवा पैसं चोरल्यावर दोन दणकं दिलं तर म्हणालं. "बाऽ असलास तर काय झालं? कुठं तुझं वतन पडलंय? रोजगारीच की तू. राबावं तवा पोटाला खावावं. पोरं झाली की वाटंवर टाकायची. काय जगत्यात. काय मरत्यात. काय माती खात्यात. काय भीक मागत्यात. कशाला संसार करावा त्यो? निभत न्हाई तर जन्माला घाटलास कशाला? आपली आपूण वाढत्यात वाटतं ती? भूक लागली तर पोटाला खायला नगं? कुठं दोन आणे घेटलं तर लागला तणतणायला. उगंच न्हाईत पोरंबाळं पोसायची." असं बोलल्यावर पायताण मारल्यागत झालं. गप बसलो. तवाधरनं त्येला बोलायचंच सोडून दिलं... आता दाढीला वाढ लागावा म्हणून चोरून माझा वस्तारा दाढीवरनं फिरीवतंय. वठावरचं मिसरूड जराजरा

कातरतंय. कामाला तर ठार हात लावत न्हाई. तरीबी मी काय बोलत न्हाई... मारू दे भमक्या.

"एवढं पोरीला घ्या. मी बाजारात जाऊन येती." बायकू बाजारात जायाला निगाली. "जुंधळं, तांदूळ, डाळ आणायची हाय."

"केवढ्याकेवढ्याचं आणणार?"

"केवढ्याकेवढ्याचं आणायला का शेपाचशे रुपय हाईत माझ्याजवळ? पोरीला घ्या ह्या आदूगर."

"घेतो खरं; घरात पाचच रुपय शिलकीला हाईत. एखाद्या रुपाया उरवून आण म्हंजे झालं."

"मुदलात पाच. त्यातलं नि काय उरवायचं? दोन रुपयचं जुंधळं आणलं पाहिजेत. दीड रुपयचं तांदूळ. आठ आण्याची डाळ. येशेल, खोबरेल, राकेल तेलं बारा आण्याची. च्यागूळ सातआठ आण्याचा. पैसं उरत्यात कुठं?"

"तांदूळ एवढं कशाला आणायचं? पोरांपुरतं शेरमापटं आण की."

"आणि आम्ही कवा खायाचं?"

"आम्ही भात खाईत बसायला का आता ल्हानगं हाय? का भटाबामणचं?"

"त्येंनीच खावा असा काय नेम न्हाई."

"तसं न्हवं. कणाचं अन्न नसतंय ते. भात कितीबी खाल्ला तरी लगीच जिरतोय. पॉट तसंच मोकळं ऱ्हातंय. त्याच भाताएवढ्या जुंधळ्याच्या कण्या नि आमटी खाल्ली तर सांजपतर बघाय लागत न्हाई." मी समजून सांगितलं. घुई आल्यागत हूं हूं करत बाहीर पडली. पाठीमागनं तीनचार पोरं. थानचं माझ्या मांडीवर. तॉंडबिंड धुवून, कुक्कूबिक्कू ताजा ठसठसीत लावून, घोट्यापतोर लुगडं सोडून बाजारात चालली.

कुठल्या तालेवाराची कुणाला दखल? रोजगारी गडी मी नि ही गवळण नटल्यागत नटून जातीया. डोस्क्याला रोज त्याल लावतीया. मुलखाच्या महागाचं त्याल. आठआठ दिसाला पावशेर-पावशेर त्याल हिचं क्यास पित्यात. रोज ऊन पाण्यानं आंघूळ करती. पावसुळ्यात मेलं तरी जळाण मिळत न्हाई. आंब्या-बाभळीची नांगटं, कुठं शिरी आणता आणता माझ्या हातापायांची चाळण हुती. ही कवातर उन्हाळ्यात उसाची खोडवी, न्हाईतर जुंधळ्याचं सड गोळा करती. आठ-पंधरा दीसबी फुरं हुईत न्हाईत. सुरुंगाच्या दारूगत फार्रफार्र जळत्यात. बाकीची साऱ्या जळणाची बेजमी मीच करतोय नि ही खुशाल डेऱ्यागत बूड टेकून जाळतीया. मला आठपंधरा दिसांनबी आंघूळ कराय सांदा हुईत न्हाई. लोकांच्या गरिबाच्या बायका दोनदोन-तीन-तीन दिसांतनं इच्चरत्यात; तर हिचं इच्चरणं रोज. कुठल्या साहेबाची ही राणी? माझ्या अंगावर कुऱ्हाडीनं तोडली तर तुटायची न्हाईत असली

कापडं. तीनतीन आठवड्यांतनं त्यांस्नी पाणी बघायला मिळतंय. तर हिचं आंघूळ-अष्ट्यान झालं की धुणं. आठ दिसाला गिन्नीचा साबण खलास. काम तिथंच बोंबालतंय.

...हिनंच पोरं चाटकी करून ठेवल्यात. पर्तेक बाजारी खायला आणती. भजी, श्याव, चिरूमुऱ्याचं लाडू, गुळमाट लिमजा; नाना तऱ्हा. बाजीरावागत खाना सुरू केलाय.

पहिल्यापहिल्यांदा जरा हे बरं वाटलंतं. तरणा हुतो. एक म्हणता दोन कामं करत हुतो. बायकूबी तरणी हुती. नकटी हुती; खरं रंग गोरा हुता. समदं गॉड वाटलं. बायकूचंबी मन जडल्यागत वाटलं. माझा कढ घेऊन माझ्या आईबासंगं भांडायची.

"माझा दाल्लाच तेवढा राबतोय. बाकीची सारी बसूनच खात्यात. एक कामाचं न्हाई. सासू शेणाचा पोतील टाकल्यागत खोपड्यात न्हाईतर हुंबऱ्यात बसतीया. सासरा चौकात बसून तंबाखूची राख करत झिंगतोय. दीरबी तसंच नि नणंदाबी तशाच." ..."सवतं ऱ्हाऊ या. राबून आणून पोराबाळांस्नी घालू या. त्यांस्नी घालायचा का तुम्ही खंड-पत्कोरा घेटलाईसा? तुमचा योक भाऊ न्हाईतर एक भण माझं काम ऐकत न्हाई. त्येंच्या खादीला शिजिवता शिजिवता माझ्या हाताचं मणकं मोडून जात्यात. जरा कायतरी आणाय सांगिटलं तर 'तू आण की. तुला कशाला करून आणलीया?' असं म्हणत्यात. बारक्या पोराच्या तोंडात तर चिमटभरबी पडू देत न्हाईत. सारी आपूनच खात्यात. मी उपाशी. दोन पोरं उपाशी. का म्हणून? माझा दाल्ला का राबत न्हाई?" असं हिचं बोलणं ऐकूण मी सवता झालो. आईबाकडं कानाडोळा केला.

आई नि बाबाबी मग मला बाईलभाड्या म्हणून पुन्हा राबू लागलं. "ल्योक न्हवं. वाद्या पोटाला आला माझ्या. पोटं आवळून ह्येची सामगिरी केली हुती. तोंडातला घास काढून ह्येच्या डोंबलावर घातला हुता. त्येचं चांगलं पांग फेडलं. दिवटा झाला आमच्या वसाला." वैतागून गप बसलं. काय करत्यात?... मी बायकूचं ऐकून गाडगंभर पैका करायच्या नादाला लागलो. पर गाडगं मधीच डोस्क्यावर फुटतंय हे मला काय ठावं?

"केलास बाजार?" ...बायकू बाजारास्नं परत कवा आली ते कळलंबी न्हाई.

"केला. पोरीला पाळण्यात घाला नि मला उतरू लागा."

मी पोरीला पाळण्यात टाकलं नि बायकूच्या डोस्क्यावरची पाटी खाली उतरू लागलो. पाटीत धडाभर पाव दिसलं.

"कशाला गं आणलंस एवढं पाव?"

"पोरांस्नी खायाला."

"केवढ्याचं हे?"

"आठ आण्याचं."

“आणि जुंधळं आणायचं हुतीस तेवढ्याचं?”

“हे बघा, सांजच्यापारंला पीठ न्हाई घरात. जुंधळं आणून ते नीट करायला तास मोडतोय. घिरणीत न्ह्यायचं. तिथं तास मोडायचा. ते दळाय पैसं द्यायचं. योक पैसा म्हटलं तर शिल्लक न्हाई. थोडं पीठ घिरणीत मातरं व्हायचं. भाकरी कराय तरास. जळाण बिंडाभर सपायचं. कंच्या देवानं एवढं सांगिटलंय? त्येच्यापरास हे पाव आणल्यालं ब्येस. गुळाचा योक खडा टाकून डेचकंभर च्या केला की त्येच्यासंगं पोरं पाव खात्यात. पोटं तदम हुत्यात त्येंची.” हे तिचं इचार. पन्नासदा सांगिटलं तरी मागचं तसं फुडं. माराय गेलं तर हिरीत जीव द्यायला जाती. गाव डोस्क्यावर घेतीया. चार-चार दीस जेवाणच करत न्हाई. गप बसावं लागतंय... काय करायचं?

...दीसभर ढोरागत राबायचं. आतडी तोडायची. ईळभराचा रुपाया रोजगार. त्यो आणून घरात द्यायचा. हिनं त्यो तांदळात नि च्यापावात उधळायचा. मी मोकळाच. पोरं तर नुसती खायापुरती घरात. राबणारा एकटा मी... त्या मेल्याल्या ढोराला जशी सगळीकडनं कुत्री, गिधाडं, कावळं लचकून खात्यात आणि ते बिचारं गुमान पडल्यालं असतंय, तसं माझं झालंय. एकीकडनं बायकू, एकीकडनं पोरं आणि काम तर कवा मिळतंय; कवा मिळत न्हाई. रात-ध्याऽ कामाची काळजी. घुसीनं घर पोखरल्यागत आतनं काळजीनं पोखरत चाललोय. बाहीरनं हातापायाच्या नाड्या वाळत चालल्यात. उन्हाळ्यातलं तळं आटल्यागत रगात आटलंय. हाडं पिशवीत घालायजोगी उघडी झाल्यात. दीस तर मधी जराबी थांबत न्हाई. सरडाच्या पाठीमागं कावळा लागल्यागत लागलोय. मेलो तरी सुटत न्हाई. डोंगराचा कडा अंगावर ढासळावा तशी रात अंगावर ढासळतीया.

...एका रातीला असंच सपान पडलं: निजंत हुतो का जागा हुतो तेच कळंना झालंतं. दुसऱ्या दिशीच्या कामाचा इचार करत पडलो हुतो. दीसभराच्या कामानं कणकण आली हुती. पेकाट ताठलं हुतं. घरात तर जुंधळ्याचा योक कणबी शिलकीला न्हवता. भात खाऊन पोरं निजली हुती. इतक्यात घराचं आडं मोडलं. कडाल करून वाजलं. वाजलं नि माझ्या अंगावर समदं घर ढासळू लागलं. बायकू चाटदिशी बाजूला झाली नि बारकं पॉर काखंत घेऊन लांब जाऊन हुबी ऱ्हायली. किडमिड्या दोन हाताच्या नांगट्यांनी मी घर सावरायसाठी तडमडलो. नांगट्यांस्नी झेलवंना तरी झेलतोय. कोलमडतोय तरी थरथरत हुबा ऱ्हातोय. घाम पाण्याच्या पाटागत अंगावरनं चाललाय. — नि एका बाजूला नटारंगीगत ही हुबी ऱ्हायलीया. हासतीया. काखंतलं शेंबडं पॉरबी माझ्याकडं बघून हासाय लागलंय. कळत न्हाई तरी हासतंय. बाकीची पोरं माझ्या भवत्यानं उड्या माराय लागल्यात... “आयोऽमेलो. ढिगाखाली गावलो.”

"काय झालं हो." बायकूनं हाडबडून उठून मला हलवलं हुतं. जागं केलं नि मला म्हणाली, "का आरडलासा?"

"कवा आरडलो? गपच हाय की."

"खच्चून आराडलासा नि. व्हैकच म्हणायचं. तोंडाला कोरड पडलीया न्हवं तुमच्या? पाणी प्या हे."

पाणी पिऊन मी पटकुरात पडलो. अंग पटकुरात टाकलं हुतं; खरं मन सपनानं गांगरून चाललं हुतं... असलं सपान.

"उठा आता. असं का बसलाईसा गुमानवाणी?"

"काय करू तर?"

"आजचा दीस फुकटच गेला. सांज हुईत आलीया. कुठं रोजगाराचं काम उद्याच्याला मिळतंय का बघून या."

"व्हय."

मी उठलो... भुलीवल्यागत हुईत हुतं. कुठं जावं कायच कळंना.

■

सत्यकथा, जून १९६४

मोट

बाबूचं मन चिरत चाललं हुतं. बाभळीवरचा कावळा सारखा त्येच्याकडं बघत हुता... डोळं पोखरून न्ह्यायचं हुतं का कुणाला दखल. घटकाभर बसून संधी साधून झडप घाटली नि सरळ पाटावर बसून पाणी पिऊन गेला.

...पाटातनं समदं पाणी तेलकट यायला लागलंय. कावळ्याला ते गोड वाटलं. हिरीतल्या पाण्यावरती तेलकट तवंग पिवळट रंगावर धरलेला. जिती वाटणारी मोट बाबूचं गाणं न्हवतं म्हणून उदास पाणी वतत हुती. कुठल्यातरी काळ्या तेलकट तंदरीतलं पाणी पाट न्हील तिकडं चाललं हुतं. पिकं धावंकडं डोळं बिनहलवता कावरीबावरी बघत हुती. कुणालाच काय कळंना.

बाबूच्या भवतीनं समदी आवतं. हिरीच्या आसपास सारा आटाला पसरलेला. आंब्याबुडी सोडलेली गाडी... तिच्याबी मनात काय चुळबुळ न्हाई. डोळं आंब्यावर लावून ती पडलेली. पावकड्यांस्नी तेवढं डांबार लावलेलं न्हवतं, न्हाईतर समदी गाडी करपलेल्या भाकरीगत काळी.

कितीदा तरी हिला पळवून आणली हुती. डांबरावर चुन्याची बोटं लावून सवारी बाधून जत्रेला न्हेऊन आणली. हिऱ्या बैल आणला तवा हिला घेटली. देवळातलं मुडदुंग वाजल्यागत खणखणायची. बाबूबी हिला दसऱ्याला पोरीगत नटवून हिऱ्या बैलासंगं आपट्याच्या माळावर न्ह्यायचा. मिरवून आणायचा... घरातली पोरं म्हणायची, ''हिऱ्या बैलाची गाडी.''

...हिऱ्या बैलानं वाघरा बैल बरोबर घेऊन हिच्यातनं परगावासनं गवात आणलं. आप्पाच्या वाडीसनं. आप्पाची वाडी नऊ-धा मैल लांब. मोटारीच्या रस्त्यानं जावंयावं लागायचं. दोनअडीच हजार गवतानं भरलेली गाडी. हिऱ्यावाघऱ्या मोटारीच्या वाटंनं वडत्यात. टरक आला नि वाघऱ्या घाबरला. सवं न्हवती.

घाबरला नि बाजूच्या डबऱ्यात त्येनं उडी घेटली. गाडीचं एक चाक खाली गेलं. दुसऱ्या बाजूला हिऱ्या! हिऱ्याची ताकद आणि दम आरबाट. त्येनं तिथंच पाय रवलं नि न्याट लावून गाडी वर काढली. बाबू गाडीवर. गाडी उलटली असती तर त्येच्या अंगाची पोळी लाटली असती. हिऱ्यानं वाचीवलं... गाडीचाबी खुर्दुळा झाला असता. तिलाबी हिऱ्यानंच वाचीवलं... आणि सातआठ सालं तिला हिऱ्यानं नाचीवलंबी. तिच्या ते समदं ध्येनात येत असंल.

पाण्याच्या कडंला ती हुबी आणि पाणी तेलकट हळदीच्या वासाचं. तेलहळद घाटलेल्या नव्या मोटंतनं येतंय. गाडीकडंच्या पाटानं पिकात जातंय.

पिकालाबी वाटत असंल, पाणी आज असं का? ह्या पाण्याला लागलेला वास वळखीचा वाटतो. तेलहळदीचा वास वळीखतो. पर दुसरा योक वास हाय घामटसामटसा —हिऱ्या बैलाला येत हुता तसला.

हिऱ्या बैलाचा वास ह्या रानाच्या मातीत एकजीव झालाय. हिऱ्यानं सातआठ सालं पाणी पाजलं. खताच्या गाड्या सोडून रानांत भुताचं पीक आणलं. कुळव-काठी करून ढेकळांची मऊ मेणागत माती केली. पेरणी केली आणि पावसाचं तोंड बघून उन्हाळ्यात नांगरटबी भरपेठ केली.

त्या नांगरटीचा नांगूर तिथंच त्या वळचणीला पडलाय. आठ बैलांचा नांगूर. पर हिऱ्या आणि वाघऱ्या जुपलं आणि फुडं दोन मरतुंगडी बैलं लावली तरी वाळकाच्या फोकीत खुरपं घुसल्यागत नांगूर रानात जायचा. ह्या नांगराचं जू हिऱ्याच्या वसिंडानं जेवढं मळीवलं असंल तेवढं दुसऱ्या कुणाच्याबी बैलानं मळीवलं नसंल. आणि जुवालाच हिऱ्या वाघऱ्याची जोडी. फुडं शिवळंस्नी बाकीची बैलं. त्याबिगर नांगूर रेटायचा न्हाई. आता त्यो तसाच पडलाय. हळूहळू त्येला वाळवीबी लागत असंल. इसाडाला किडं पोखरत असतील.

हौस वाटायची नांगूर माराय. कुणाचं तरी उसनं-पैरं असलं तर हिऱ्यावाघऱ्याची जोडी दुसऱ्याच्या बांधाला जायची. हिऱ्याच्या अंगाची पालखी बघून माणसं म्हणायची, ‘‘काय दांडगा रं, ह्यो बैल !’’

‘‘जांभळ्याचा.’’ उसनंपैरंवाला पोट भरून सांगायचा. त्येच्या मळ्यात हिऱ्या गेल्यावर छत्रपती आल्यागत वाटायचं. हिरवीगार कडवाळाची वैरण त्येला. हिऱ्याची शानच तशी.

‘‘बैल हत्तीगत दिसतोय बघ.’’

‘‘भरल्याली मोट एकटा वडंल.’’

...वडली हुती एकट्यानं मोट एकदा. पावसाळ्यात बसून ऱ्हायला हुता. वल्लं गवात चार म्हयनं खाल्लं हुतं. पेंड-भरडा आधनंमधनं हुताच. अंगावरचं हाड नि हाड मासात मुजलं हुतं.

बाबूनं नि गणपानं बेत केला: एकटा बैल मोटंला जुपायचा. रातचं नऊधाचा सुमार. पांढरंशिप्पूर बेफाम चांदणं. हिऱ्याला बाहीर काढला नि जुपला. गच्चोगच्च भरून एकट्यानं तीन मोटा वडल्या.

"फुरं गड्या."

"का?"

"दादाला कळलं तर सालटं निघूस्तर पायताणानं झोडपंल."

"अं ! कोण सांगतंय त्येला? बघू या तरी किती मोटा वडतोय."

"नगं. आतडी तुटतील त्येची. पोटात काय तरी झालं म्हंजे लाख मोलाचं जितराप जायाचं."

"बरं; ऱ्हाऊ दे. तीन तरी मोटा वडल्या."

हिऱ्या बैलाची मोट मारायला हात शिवशिवायचं. बाबू मोटंवर कायम. खांद्यावर चाबूक घेत न्हवता का कवा हिऱ्याला दबवत न्हवता. दुसऱ्याच्या हातात कवा कासरा दिला न्हाई आणि हिऱ्याबी सरारा सरायचा नि भरारा मोटा वडायचा. तासाभरात सातआठ चिरं पाणी प्यायचं. पाटभरून पाणी आणि बाबूची लावणी पोटभरून... पर आज बाबू तोंडातनं शबूदबी काढत न्हाई... पाणी तेलकट पिवळं.

धावंवर बाबूचीच नुसती पावलं उमटत्यात. वाघऱ्याच्या जोडीला दुसरा नवा बैल आणलाय. तिकडं कुणाचंच ध्यान न्हाई. हिऱ्या बैलाच्या खुरांस्नी उठवून घेणाऱ्या धावंलाबी नवं पाय अंगावर घेवंना झाल्यात. पाण्याकडं बघवंना झालंय... हिऱ्यानं आठनऊ सालं रानाला पाणी पाजलं. रातपाळीनं मोटा वडल्या... आणि आता आपूणच मोट झालाय...

..."दादा, हिऱ्या बैल हगून घ्यायला लागलाय."

"कशानं?"

"कशानं कुणाला दखल."

"शिवरीबिवरी घाटलीसा काय?"

"परवा-दिशी घाटली हुती."

"मग तिच्यातनं किडा-बिडा पोटात गेला असंल."

दादा मळ्याकडं कवचित यायचा; त्यो आला. येशेल तेलातनं औषधं पाजली. तालुक्याच्या डाक्टराला दाखवून आणलं —पाच दीस झालं. बैल वैरणीचा वासबी घेईना. निम्मा-शिम्मा उरला.

पंधरा दीस गेलं आणि एक दीस म्हारं झुरळाला मुंग्या डसत्यात तशी बैलाला डसली. ईस जणांस्नी ठकलेला बैल उचलला न्हाई. दावणीची दावी भुईला गपगार पडली. बाबूनं अखिरीचं श्याण पाताळ हुतं तरी हातानं भरून टाकलं.

डोळं भरून पाण्याच्या मोटा गाळत बसला. मोकळ्या धावंवर शिवाळ हुती; तिच्या शेजारी जाऊन पडला.

"बाबू, जेव ये की."

"नगं; मला भूक न्हाई."

रिकाम्या शिवळंला उसं लावून दुपारपतोर निजला. कुणासंगं बोलंना... दादा म्हारांच्या बरूबर गावात गेला हुता. म्हारांचं पैसं दिलं. ढोर ठरीवला.

सांज झाली नि सुजऱ्या डोळ्यांनं बाबू वड्याला गेला. हिरवं पीक सपलं. उसाच्या आडानं घारीगिधाडं आभाळात गुंडगुळं फिरताना दिसत हुती. खालनं वर नि वरनं खाली झडपा पडत हुत्या.

ऊस सपला नि वड्याच्या हिरवटात लालभडक मासाचा ढीग गुलालच्या टेकडीगत दिसला... डोळ्यांचं पाणी झालं. पाण्यानं व्हटाळी खराट करून घेत बाबू जवळ गेला. डोळं बाहीर आलं हुतं. मोठं मोठं. थंड पडला हुता. पोटाची पालखी पोखरत गेलेली दिसली... हिऱ्या ऊठ. पिकाला पाणी द्यायचं हाय. ह्या वरसी कुरुंदवाडला जत्रंला गाडी जायाची न्हाई; व्हय? आंऽ? आणि तुझ्याइदमान नांगूर कुणाला हलायचा त्यो? ऊठ; कामं भरल्यात.

...हिऱ्या उठला. बळवंकीगत पांढरंधोट अंग. पाठ लांब करून त्येनं आळस दिला नि बाबूकडं बघत हुबा ऱ्हायला. हानम शिंगांच्या खाली हात घालून बाबूनं नाकात गेलेली येसणीची गाठ वर सरकून घेटली. पोळीवर दिसलेली तांबू काढली. पाठीवर थाप दिली. हिऱ्या !...पर बाबूला कासरा लावायला येईना. हातच न्हवतं त्येला. मग कासरा लावणार कसा? आणि हिऱ्याबी कान खाली पाडून डुलतडुलत बाबूपासनं लांब लांब वरतीकडं गेला. पाठ करून वड्याकडनं मावळतीला हळूहळू बारका झाला... लाल लाल दीस बुडला.

दीस बुडला तरी बाबूची मोट चालूच. त्येला कुणी थांबबी म्हणंना. भवतीनं आऊत-अवजारं तशीच रंजीस पडलेली. मधी बाबूची मोट. खोल खोल हिरीत बुडत हुती. बाबूनं हिरीत वाकून बघिटलं. पांढरी नव्या चमड्याची मोट पाण्यावर पसरून पडलेली. जुन्या मोटंगत जराबी ताठर न्हवती. सोंदूर-नाडा वडून तिला भरावं लागत न्हाई. आपूआप भरती. पाण्यात इरघळल्यागत बुडती. अजून तिला आकारच आला न्हाई. मऊ लुसलुशीत लोण्याच्या गोळ्यागत. मोकळी असली की सपाट घड्या पडत्यात आणि पाणी भरलं की गरवार बाईगत दिसती. हिऱ्याचं पोटबी असंच दिसायचं —हिऱ्या डोळं झाकून, चारी पाय एका जागी करून गप हिरीत पडलाय. हिऱ्यानं सगळं रान तुडीवलं. खरं हिरीत कवा उतरला न्हवता. आता गेलाय...

"...हिऱ्यानं लई धन दिली म्हणंनास." भित्तीकडंला चिलीम वडत बसलेला दादा.

"हूं." गणपाच्या तोंडात पानाची थुक्की व्हट आवळून धरलेली. त्या नव्या मोटंला येशेल तेल घालतोय. हळद माखतोय. शेजारी तेलाचं घमेलं. पाण्याची बारडी नि हातरलेली नव्या मोटंची घडी. आतल्या बाजूला बाबू जेवत बसलाय. त्येच्या मनाला नवा बैल आला न्हाई. —जुनी मोट फाटलीया. पाणी चालत न्हाई. म्हणून दादानं फुडचं धोराण बांधून नवी मोट केलीया. ती उद्या सकाळनं धरायची.

"हिऱ्यासंगंच लक्षुमी घरात आली." दादा.

"हूं." तेल-हळद घासणारा गणपा.

"आठनऊ सालं मोट मारली; तरी बैल डेंगला न्हाई."

"हूं."

"शेवटला मरून गेला बिचारा... किती जंग ! दीड मोट हुईल एवढं चमडं मिळालं." मोट आणि बाकीच्या सामानकडं बघत दादा म्हणाला.

गणपानं दादाकडं बघिटलं. मग बाहीर जाऊन पान थुकून आला. बोलला, "मालक, हेच एवढं बरं झालं न्हाई. खड्डा काढून बैल पुरला असता तर तेवढंच पुण्य मिळालं असतं. बैलाच्याबी आत्माला शांतता लाभली असती."

दादाचं डोळं कोल्ह्यागत चमकलं. "खुळा का काय. मेलेल्या ढोराला काय कळतंय? आजरोजी सत्तरऐंशी रुपयचं चमडं मिळालं. तेवढ्याची मोट झाली. पांगणं, नाडं-पागाण, सोंड-वादी, जुपण्या, चाबूक; कितीबाला सामान हे ! सालाची बेजमी झाली की. सोलला नसता तर हे समदं मातीतच जायाचं."

आमटी तिखाट झालीया म्हणून बाबू नुसता भात खाऊनच उठला. तेल घालून झालं. चमड्याच्या नव्या सामानाला तेल घाटलं. ते मोटंच्या पोटात घालून तिची घडी केली. नव्या कासऱ्यानं बांधली.

बाबूनं डोसक्यावर मोट घेटली. त्यो नि गणपा दोघं मळ्याकडं वसतीला गेलं. मळ्यात गेल्यावर जुन्या मोटंचं कडं सोडलं नि नव्या मोटंला बांधायला घेटलं. नवी पागणं, नवी सोंड-वादी लावली. पागणं खुरप्याच्या मुठीनं गच्च वडून कड्याबरोबर मोट बांधली... सगळं चमडं मऊलूस. सुतासारखं वडंल तितकं यायचं. ताऽताणून पागणं बांधली... हिऱ्याच्या गोष्टी निघाल्या.

हात धून पागणं बांधायला घेटलेलं खुरपं तसंच उशाला टाकून बाबू हातरुणावर पडला. निजताना त्येनं हाताचा वास घेटला. नव्या कातड्याचा कुबट वास हाताला डसला हुता... कुबट आणि जरा घामटसामट. गोष्टी करता करता बाबू तसाच उताणा झोपला...

...खुरपं उठलं. हिऱ्या बैलाच्या जित्या डोळ्यागत चमकलं आणि उताण्या बाबूच्या पोटाला चिरत खाली गेलं. खालनं वर आलं. केळीच्या सोपागत खसखसत बाबूचं चमडं निघालं. हातपाय सोललं. डोळ्यांपाशी जरा कातडं उरलं हुतं ते सुदीक सोलून घेटलं. ऐऱ्यागत डोळं बाहीर आलं. कातडं सोडवून घेटल्यावर बाबूच्या टांगडीला धरलं नि वताडात फेकून दिलं. घारीगिधाडांनी मास सुठवड्यागत खाल्लं. फणीवाल्यानं हाडं पोत्यात कोंबली. ढोरानं चमडं न्हेलं. कचाऽचा भोकं पाडून फड्याच्या नाबाट्यांनी शिवलं. आत बाभळीची साल नि पाणी घालून रंगीसाठी उलटं टांगलं. चमड्याच्या नाकातोंडात घाण पाणी गेलं. गुदमरलं. रंगीसनं काढून चुन्याच्या कुंडात, चुन्यातनं काढून खुरप्यानं खुरीपलं. दणाणा चेचलं आणि मोट केली. हज्जार भोकं टोचून शिवणी घडीवल्या. मुरगळून घडी करून मोट इकून टाकली... पैसं उशाला घेऊन ढोर निजला.

बाबू येडबडून उठू बघू लागला. उठायलाच येईना. हाडं, मास, चमडं, रगत एका जागी आलं नि बाबूला त्येंनी उठीवलं... बाबूचं अंग नि अंग ठणकत हुतं. अवघडून निजला असावा. पाऽट झाली. मोट धरायची.

"गणपा, ऊठ. पांढरं फटफटलंय."

"व्हय." गणपा उठला.

मोट धरली. सकाळी धरली. दुपारी धरली. मोट गपच; तेलकट पिवळं पाणी पाटात सोडत. वर येताना तर पाण्याचा ठिपूसबी खाली सांडत न्हवता. समदं पाणी डोणग्यातनं पाटात. पाटातनं पिकाला. पाटभरून पिकाला जाईत हुतं.

...हिऱ्यानं जलमभर नि जलम संपल्यावरबी पिकाला पाणी पाजलं. मोट वडून पाजलं, मोट होऊन पाजलं. हिऱ्याचा पाय समद्या रानावर पडला हुता; पर हिरीत कवा पडला न्हवता. आता हिऱ्या हिरीत गेला; पाण्यातबी गेला आणि वड्याकडंच्या रानाच्या मातीतबी गेला...

काळूखं पडत चाललं; तशी गणपानं उसातनं हाळी दिली, "बाबूराव."

ओ न्हाई... मोट पाणी वडतच हुती. हिऱ्या बुडत हुता. अंगात पाणी भरून घेऊन वर आणत हुता. वाघऱ्या त्येला वर वडायचा.

"अहो, धाकटं मालक."

"का रेऽ?"

"किनीट पडत चालली. मोट सोडा की आता."

"व्हय."

गुमानच बाबूनं मोट डोणग्यात वडली. आजारी माणसागत ती बेतानं आली. तिला पालथी करायला बाबू डोणग्यात गेला... पागणं कड्यासंगं गच्च बसली

हुती... हिऱ्या! हिऱ्या, मोटबी तूच. पांगणंबी तूच. चाबूक, वादी, जुपण्याबी तूच व्हय रं? ...आणि मीबी तूच कसा झालास, हिऱ्या?

गणपानं पाण्याचं चिरं मोजलं. सातआठ चिरं पाणी जादा प्यालं हुतं.

■

सत्यकथा, दिवाळी १९६४

कथा

डोळ्यांच्या आत स्वत:ला घालून घेतलं... डोळं झाकले की असं घालून घेता येतं. डोळे जवळ येतात. अगदी नाकाच्या सावलीत येऊन उभे राहतात... खोली बाहेरच राहिली. आहे की नाही कुणास ठाऊक? सगळी काही जाणवत नाही. फक्त काही वस्तूच जाणवतात. त्याही जागा बदललेल्या. ठळकठळक रंग, ठळकठळक रूप आलेल्या... काही तर अगदी नव्याच आलेल्या... कपाट गेलं आहे. उजव्या हाताच्या खिडक्या गेल्या आहेत. दार पायशाला होतं ते पत्ता नाही ते उशाला आलं आहे. सगळ्या ठिकाणी भिंती उभ्या आहेतच. उंच. टेबलखुर्चीही कुठं गेली. मी एकटाच. त्वचा, रक्त-मांस यांच्याही अगदी आत गेलेला. शेजारी फक्त आंथरूण. भुईला चिकटून. पातळ घोंगडे; घोंगड्यावर सतरंजी; असं. ...एक नवीच बादली खोलीच्या मध्यावर कुठनं आली आहे. ती आमची नाही. पण माझ्या खोलीत आली आहे. तिच्यात पाणी. पाणी टीचभर कमी... अशी खोली. बाहेरची नव्हे. आतली. माझ्या आत उघडलेली. ...खरं तर उलगडलेली. माझ्या आत फक्त अंधार आहे. त्या अंधारात फक्त ही विस्तीर्ण खोली आहे. तशीच उंचही आहे. प्रकाश नाही अशी खोली. पण खोलीतही अर्ध्या पाण्याची बादली मला दिसते आहे. अंधारातच अंधुक दिसत आहे... एक पिवळा टपोरा अंकुर हृदयाच्या जागी. अंधारातच. पण त्याला त्याच्या आकाराचाच प्रकाश. पिवळा. रूपवान. कुठं उगवतोय दिसत नाही. अंधारातच याची मुळं दिसतात. लक्ष वेधून घ्यावा असा तरतरीत.

...मी माझ्यात पडलो आहे. स्वत:ला माझ्यात ऐसपैस आंथरलं आहे. त्यात रक्ताच्या वाहिन्या पण त्याच्याबरोबर शरीरशास्त्राच्या पुस्तकातल्याप्रमाणे निळ्या-जांभळ्या आंथरल्या आहेत... मी ह्या विस्तीर्ण खोलीत विस्तीर्ण होऊन पडलेलो. खोली उंच. मी आंथरलेलो. उंच खोली माझ्याकडे वरून खाली पालीसारखी

बघितेली. मोठी पाल ! मी कीटकासारखा प्राण डोळ्यांत आणून बघतेला.

डोक्यात अर्थहीन आडवेतिडवे दोरे दिसत आहोत. किंचित भगवट. बाकी काहीच नाही. फक्त अंधाराचा तांबूस चिखल. त्या चिखलात लिबलिबीत दोरे हलतात आणि विचाराला जीव आल्यासारखं वाटतं. खरं तर सगळा अंधार. पण ह्या काहीच नसलेल्यात काहीतरी उगवत आहे, असा डोक्याच्या आतला बंद भाग. हे डोकं उशाशी असलेलं. त्याच्या आत डोळे न्याहाळतेले. डोळ्यांच्या आंबट कैऱ्या झालेल्या. त्यांच्या आत बारीकबारीक चॉकलेटी रंगाच्या अनंत रेषा. त्या रेषाच आंबट आहेत. कदाचित ती रक्ताची चव असावी. ह्या रेषा एकमेकींवर सरकतात. मागं पळतात. पुढं धावतात. तरी डोळ्यांतच आहेत. ह्या डोळ्यांना डोक्याच्या आतला हालचाल करणारा भाग दिसत आहे. त्यातल्या आडव्या-उभ्या रेषा...पण अशा ह्या एकदम विस्फारल्या...स्ऽ डोक्यात कळ येते. ही रेषा कुठली? ही कुठं चालली? गेलीही... काळजात खिळा रुतला? नाही ! ...अंकुर आहे. पण याचं पान होत चाललंय. कर्दळीच्या फुलाच्या पाकळीच्या आकाराचं उभट पान.

मी जागा आहे का झोपलो आहे? तसं नाही. मी पडलो आहे. झोपण्यासाठी पडलो आहे. विचार करत करत. झोप लागत लागत. कदाचित हे स्वप्न आहे. स्वप्नही नाही. विचारच आहेत हे !

बाहेर —माझ्या आतल्या भिंतीच्या बाहेर रात्रीची दाट दाट शांतता सायीसारखी साठलेली आहे... घड्याळाची टिकटीक. एकापाठोपाठ एक टिक-टिक. माळच्या माळ. तारेवरच्या थेंबांच्या माळेसारखी पण पुढे सरकणारी. टाचणीसारख्या पायांवर उड्या मारत जाणारी. —पण खोलीत घड्याळ नाही. खोलीच्या बाहेरही शेजाऱ्याच्या इथे घड्याळ नाही. मग टिकटिक कुठली?... कपाट निघून गेलेल्या आणि नवीन आलेल्या भिंतीला मी कान लावले. पण कान लावण्यासाठी मी सबंध गेलो नाही. मी तसाच आंथरलेला पडलेलो आहे आणि माझ्यातून मी दुसरा एक उठून गेलो आहे. कपडे घातलेला. खाकी हाफ पँट. पांढरा हाफ शर्ट. जाड कापडाचा. दंडावर घडी केलेला. केस फार वाढलेले नाहीत असा. मीच तो पूर्वीचा. सातवीआठवीतला.

मी ह्या पूर्वीच्या मला पडूनच प्रौढपणाने पाहात आहे आणि त्या 'मी' ला त्याच भिंतीच्या पलीकडे घड्याळाची टिकटीक ऐकू येत आहे आणि त्या टिकटिकीबरोबर भिंतीची छाती टुकटूक उडत आहे... मी हे सगळं पाहात आहे. दरवडीवरच्या गवती मुळ्यांसारख्या वाहिन्या मांसाला चिकटल्या आहेत. त्यांत बोटे गेली की चिखलात गेल्यासारखी वाटतात... पण ह्या भिंतीलासुद्धा रक्ताच्या वाहिन्या आहेत. ही भिंत कुठली का असेना; पण टुकटुकते आहे... ये भिंती, ये.

पण ही भिंत उन्मळते आहे. अगदी आत्मसंयमानं आवाज न करता शांतपणानं

ढासळतं आहे आणि पलीकडे किती मोठं हे घर ! ...आता हे घर नि माझी खोली, आंथरलेला मी; हे एकसंधच झालं.

मिटलेल्या डोळ्यांतल्या डोळ्यांना त्या पलीकडच्या आढ्यावरच्या वाशांत एक बारीक, अगदी बारीक मांजरीचं वाघं पिलू दिसत आहे. उगीच जरा दिसतं आहे. कोवळंलूस. पायांचे पांढरे तांबूस पंजे खावेत इतकं गोंडस... वाशांवर चाहूल देतं. मधूनच उडी मारतं. आता काय होतंय कुणास ठाऊक याचं?... अंकुरानं पानं ताणलंय. पसरू बघतंय. —अरे, पण मांजराच्या पिलाची उडी चुकली. कुठं गेलं? —एकदम पाणी हललं आणि त्या पाण्यात तळाला गेलेलं मांजरीचं पिलू सुळकन पाण्यावर सळकलं. उभं आलं. पुन्हा पाण्यात गेलं. तोंडातून जिभेची सुरळी गिळकन बाहेर काढावी तसं पुन्हा वर आलं. नाक ठिसकलं. नाकातून पाणी तुषारलं. बादलीचा वरचा भाग थेंबांनी दहिवरला.

मी तसाच डोक्याखाली हातांची गोफण घेऊन पडलेला असतो. हात कोमट गरम असतात. डोळे पिलाकडे तसेच वळून पाहात असतात. पिलू पुन: बुडालेलं असतं. डोळे खोबणीतून निघून उंच होतात आणि बादलीचा तळ बघू लागतात. पिलू पुन्हा सळकतं. डोळे खोबणीत येतात. मी तसाच प्रौढ पडतो. पिलाचा आणि पाण्याचा खेळ पाहतो... काळजातलं पिवळं पान हिरवं होतं. डोळे मोठे करतं... पण मिटलेल्या डोळ्यांच्या आतला मी क्रूर असतो. तसाच सारा खेळ पाहत राहतो.

धपकन आढ्यातल्या वाशांतून मांजरी येते. मोठी आहे. पुष्ट. पाय पांढरे. अंग वाघं. बादलीच्या काठावर उडी मारते. हौदाच्या काठावर बसल्यासारखी बसते. पण बादलीच्या काठावर हौदाच्या काठावर बसल्यासारखी कशी बसते कळत नाही. पण हे बसणं प्राण्याचं नाही. जनावराची ही बैठक नाही. पिलू असलेल्या लेकुरवाळ्या मांजरीगत ही बसते. वात्सल्यपूर्ण आणि पिलाला वर येताना पाहाते. वर येऊन आत गेल्यावर मग पाण्यात तोंड बुडवते. पिलाला धरते. हलकेच पाणी झिंजाडते. पिल्लू अलगद तोंडात येतं. मला न बघताच मग पिलाला घेऊन छोट्याशा कठड्यावरून भिंतीवर आलेल्या वाशावर उडी मारते. वाशांच्या आतल्या अंधारात नाहीशी होते. खाली बादलीत पाण्याच्या लाटा रिकाम्या हेलावतात... काहीतरी हरवलेल्या... खुळ्यासारख्या मान हलवणाऱ्या... मला सुनेपणाची भीती वाटते. अगोदर मांजरीची भिती वाटत होती. तिचा अपराध केला होता मी. पाण्यात पडलेलं तिचं पिलू मी, तसंच पाहत आंथरलो होतो. उठलोच नाही.

मग मला दुसरीच भीती वाटू लागली. उठायलाच येईना. आंथरलेल्या मला आंथरूण झटकल्यासारखं करताच येईना. मला उठवणार कोण? मी येडबडलो. आंथरलेले हातपाय, अंग गोळा करता येतं का बघू लागलो. पण जमेना... आई

गऽ! मला जागं करता का कोणीतरी? यातून काढून घ्या. आंथरलेल्या माझी वळकटी करा.. पण कसं? कोण करणार? आणि गादीची वळकटी होते. माझ्या घड्याच होणार. अनेक पदरी. कारण मी घोंगड्या-सतरंजीइतका पातळ... पण ह्या अंकुराची मुळं पत्ता नाही ते माझ्यातून खाली भुईत रुजलेली आहेत. म्हणूनच मला उठता येईनासं झालंय. काहीतरी युक्ती केली पाहिजे.

पण पायशाला बिरबल आहे. चतुर बिरबल भाग एक ते दहा ह्या पुस्तकांवरच्या चित्रातला. तांबडं पागोटं. धोतराचा रंग पिवळा. झगा हिरवा ...बादशहाचं फक्त मुंडकंच आहे. बादशहा इतिहासातल्या पुस्तकातला आहे. तो पानासारखा पातळ. अंग नाही. फक्त तोंड. पण त्या तोंडावर पांढऱ्या हासऱ्या मिशा चिकटवलेल्या आहेत. तोंड बंद. फक्त हासरं. ऐकायला फक्त कान उघडे, कारण ते पगडीच्या खाली गेले नाहीत. मुंडकं बिरबलच्या शेजारी अंतराळीच आहे. अंतराळात असलेल्या मुंडक्यापासूनही बादशहाची जमिनीपर्यंतची उंची तशी कमी आहे. बिरबलच मोठा. ताजा टवटवीत. बादशहा जुना. ब्राउन-पेपरवरचा.

त्यांच्या पुढ्यातल्या बादलीनं मोठ्या कुंडाचा आकार कधी घेतला पत्ता नाही. पण मोठ्या कुंडाचाही आकार बादलीसारखाच आहे. हा कुंड जुनाट आहे. लाकडी. पत्र्याच्या पट्ट्या, फळ्या एकत्र करून मारलेला. तोही इतिहासातलाच असेल. पण त्यातलं पाणी नेहमीचं आहे. पाण्यात मधोमध एक लोखंडी सोटा उभा. त्याला वर मूठ. —तेवढं बघितल्याबरोबर एकदम डोक्यावरच्या पिलाला पायाखाली घेणारी माकडीण येते. कुंडातलं पाणी वाढतं. बादशहा-बिरबल मोठ्यानं हासतात. बिरबल काहीतरी सांगतो. बादशहाचं तोंड बंद केलेलं कागदी मुंडकं हासतं. मग माकडिणीला बिरबल काढून घेतो. पिलू पण पाण्यातनं वर सळकतं. त्यालाही बिरबल वर काढून घेतो. माकडीण त्या पिलाची आई नसल्यागत त्याच्याकडे बघते. पिलूही आईकडे न जाता एकटंच कुठंतरी पुढं बघून जाऊ लागतं. पाठीमागं बघतच नाही. अंधारात सूर्यासारखं नाहीसं होतं. माकडिणीला बिरबलनं अन्नपाणी दिलेलं असतं. ती आपलं मुलाशी नातं नसल्यासारखं दाखवून बिरबलाचा हात धरून जाऊ लागते.

इतक्यात धपदिशी मांजरी वाशांवरून खाली उडी मारते. तिच्या पाठोपाठ तिचं पिलू उडी मारतं. पिलू आता मोठं झालेलं असतं. मांजरी म्यांऽऽव करून मिशा पिंजारते. ती स्त्री असून तिला मिशा असतात. डोळे बारीक करून पाठीमागं घेते आणि पुढं जाऊन माकडिणीच्या मुस्काडात जोरानं पंजा मारते. माकडीण गाल चोळते. तिला मिशा नसतात. बिरबल येडबडतो. काय झालं हे कळायच्या आत पाठीमागं पाण्याचं कुंड फुटतं. मांजरीचं पिल्लू कुंडाच्या पाठीमागं कोरड्या जागेवर उभं असतं. मांजरी पत्ता नाही ते उडी मारून पिलाजवळ येते.

कुंडाचं पाणी भाळऽऽकन सगळीकडे पसरतं. बादशहा, बिरबल आणि माकडीण

त्या प्रवाहात वाहून जातात. माझं आंथरूण तीन दिवस पाण्यात पडून फुगलेल्या प्रेतासारखं तरंगायला लागतं... बिरबल-बादशहा आणि माकडीण वाहून गेली. पळाऽ पळाऽ. मी खच्चून ओरडतो.

"चूऽऽप."

"कोण आहे ते?"

"मी मांजरी."

"चतुर बिरबल वाहून गेला."

"कुठला चतुर बिरबल नि कुठली माकडीण? —माणूस हा माकडाचा वंशज आहे; आणि मांजरी वाघाची मावशी आहे. तुलाही एक तडाखा देते." मांजरीनं माझ्याही मुस्काडात एक पंजा मारला. मी पुन्हा खच्चून ओरडलो.

—आणि जाग आली. गपकन् झाकलेल्या डोळ्यांतून उघड्या डोळ्यांत पळालो. सगळं नाहीसं झालं, पण काळजात रुजलेल्या त्या अंकुराची डहाळी होऊन झुलत असल्याची जाणीव अंगाअंगावर झरझरली.

■

सत्यकथा, दिवाळी १९६६

आनंद यादव : शेती, माती आणि शेतकरी

प्रा. डॉ. भास्कर ढोके

१९७५च्या दरम्यान आनंद यादवांनी ग्रामीण साहित्याला चळवळीचे स्वरूप देण्याचा प्रयत्न सुरू केला. आणि त्यात त्यांना अपेक्षित यशही आले. ग्रामीण साहित्याच्या चळवळीला 'वाङ्मयीन प्रवाहाचे' रूप देण्यात या चळवळीचा निर्विवाद सहभाग होता. इतर कुठल्याही भारतीय भाषेमध्ये ग्रामीण साहित्याकडे वेगळा वाङ्मयीन प्रवाह म्हणून पाहिले जात नाही. यादवांनी मराठीत हे करून दाखवले आणि मराठी साहित्याच्या चर्चेत ग्रामीण साहित्याला मध्यवर्ती स्थान प्राप्त करून दिले. अरविंद वामन कुलकर्णी यांच्या भाषेत सांगायचे झाले, तर काळीचे साहित्य हे खरे प्रातिनिपधिक मराठी साहित्य आहे, 'पांढरीचे नाही' हे यादवांनी जगाला पटवून दिले.

'नेटिव्ह' म्हणजे देशी वृत्ती प्रामुख्याने मातीशी नाते सांगणारी आणि भूमीशी एकरूप होण्याची असते. स्थलांतरापेक्षा मुळाशी बांधून राहण्याची, भुई धरून राहण्याची वृत्ती त्यात असते. यादवांनी याच प्रवृत्तीचा, ग्रामीण कृषिसंस्कृतीचा ठळकपणे पुरस्कार केला. एवढ्यावरच ते थांबले नाहीत, तर या सगळ्या ग्रामीण अनुभूतीला कलात्मक रूपबंधात बांधण्यासाठी त्यांनी प्रयत्न केला.

महाराष्ट्र साहित्य पत्रिका